स्वराभिषेक

संपादक

निखिल विद्याधर पंडितराव

स्वराभिषेक

Swarabhishek

प्रथम आवृत्ती	:	जुलै २०२४
प्रकाशक	:	सकाळ मीडिया प्रा. लि.
		५९५, बुधवार पेठ, पुणे ४११ ००२
मुखपृष्ठ व मांडणी	:	अपूर्वा सेलूकर
मुद्रणस्थळ	:	विकास प्रिंटिंग ॲण्ड कॅरिअर्स प्रा. लि.
		प्लॉट नं. ३२, एमआयडीसी, सातपूर, नाशिक
ISBN	:	978-81-968004-3-7
संपर्क	:	०२०-२४४० ५६७८ / ८८८८८ ४९०५०
		sakalprakashan@esakal.com

Disclaimer :

Although the author has taken every effort to ensure that the information in this book was correct at the time of printing, the author and publisher do not assume and hereby disclaim any liability to any party, society for any loss, damage, or disruption caused by errors or omissions, whether such errors and omissions are caused due to negligence, accident, amendment in Act, Rules, Bye laws or any other cause. The views expressed in this book are those of the Authors and do not necessarily reflect the views of the Publishers.

'सकाळ कोल्हापूर' युनिटमधील

सर्व विभागातील सर्व सहकाऱ्यांना...

आनंददायी स्वरवाटा

भारतीय संगीताला समृद्ध परंपरा आहे. आपल्या सांस्कृतिक आणि आध्यात्मिक वारसांचा हा पुरावाच म्हणावा लागेल. हजारो वर्षांपासून ती अत्याधुनिक आणि वैविध्यपूर्ण फॉर्ममध्ये बहरत आहे. आताही हे संगीत आपल्यासमोर येत असते. भारतीय संगीताचा विचार करताना काळ, इतिहास आणि भारतीय लोकरचना याचा विचार होतोच. भारतीय संगीत दोन मुख्य परंपरांमध्ये विभागले गेले आहे. उत्तरेकडील हिंदुस्थानी संगीत आणि दक्षिणेकडील कर्नाटक संगीत. तरीही यामध्ये अनेक प्रादेशिक फरक आहेतच.

संगीताच्या केंद्रस्थानी राग आणि ताल या संकल्पना असतात. संगीतातील राग विशिष्ट भावना आणि अभिव्यक्त होण्याचे काम करतो. प्रत्येक राग एका विशिष्ट मूडशी, दिवसाची वेळ किंवा ऋतूशी संबंधित असतो, जो संगीतकाराला भावनिक बांधून घालतो. ताल हे रागाचे लयबद्ध प्रतिरूप असते. हे बीट्सचे एक चक्र आहे जे एखाद्या रचनेला गती प्रदान करते. राग आणि ताल यांच्यातील एकरूपताच भारतीय संगीताचा कणा आहे, असे म्हटले तर वावगे ठरणार नाही.

भारतीय संस्कृतीत संगीत हे सामवेदापासून सुरू झाल्याची मांडणी संगीत क्षेत्रातील अभ्यासक करतात. सामवेद गाऊन सांगितला असेही काही तज्ज्ञ सांगतात. वेदांच्या उत्पत्तीपासूनच संगीताचा सुरू झालेला हा प्रवास देशात आलेल्या अनेक राजवटींमध्ये सातत्याने बदलत गेला. अनेक नवीन गोष्टींची त्यात भर पडत गेली. विविध राजवटींच्या संस्कृतींचा त्यावर परिणाम झाला. पूर्वी संगीतकलेला राजाश्रय मिळाला आणि आता त्याला लोकाश्रयही मिळत आहे, तोच मुळी संगीत क्षेत्रातील अनेक दिग्गज, विद्वान कलावंतांच्या संगीत

तपश्चर्येच्या जोरावर. मानवी अनुभवांचा विचार केल्यास कला आणि शास्त्र एकमेकांस पूरक असतात. शास्त्र बुद्धिनिष्ठ तत्त्वावर, तर कला ही भावनानिश्चिती व कृती या तत्त्वावर अवलंबून आहे. भारतीय प्राचीन संस्कृतीत संगीत आणि संगीतशास्त्राला महत्त्व आहे.

आधुनिक सांस्कृतिक मूल्यांच्या आविष्कारांचे सामर्थ्य संगीत क्षेत्रात आहे. अठराव्या शतकाच्या उत्तरार्धात भारतीय विद्यांचा अभ्यास सुरू झाला. भारतीय संगीतशास्त्रावर विचार तेव्हापासूनच सुरू झाला. यावर विपूल संशोधन, लिखाण झाले. संगीतावर अनेक ग्रंथ आले, येत आहेत. अभ्यासक चिकित्सक पद्धतीने मांडणी करून संगीतशास्त्र पुढे घेऊन जाण्याचा प्रयत्न करीत आहेत. संगीताच्या पोषणासाठी आणि संवर्धनासाठी अनेकांनी आयुष्य वेचले. दोन स्वर कानावर पडले की, त्याला अनुसदन होते. वादी, संवादी, अनुवादी आणि विवादी हे नैसर्गिक स्वर तयार होत असतात. स्वर, वर्णालंकार, गायकीची पद्धत असे विवेचनही केले जाते. सिद्ध असलेली रागसिद्ध आणि विविध साधने भारतीय संगीताला प्राप्त झाली. त्यात कृत्रिमता मुळीच नाही. भारतीय संगीत सुधारणेवर भर देते. संगीतकारांना रागाची खोली दाखवण्याची संधी यात मिळते आणि ते उत्स्फूर्त आणि अद्वितीय सादरीकरण असते. हा पैलू केवळ संगीतकाराच्या गुणवत्तेचेच प्रदर्शन करत नाही, तर प्रत्येक कामगिरीला ताजेपणा आणि व्यक्तिमत्त्वही देते.

भारतीय संगीत स्थिर नाही. परंपरेचा आदर करत नावीन्याचा स्वीकार करणारा हा एक गतिमान आणि विकसित प्रकार आहे. भारतीय संगीताचा विकास शास्त्रीय ते लोक आणि समकालीन अशा विविध प्रकारांतून आणि शैलींमधून दिसून येतो. भारतीय संगीत हा एक आध्यात्मिक प्रवास आणि सांस्कृतिक अभिव्यक्तीही आहे. हे भारतीय तत्त्वज्ञान, धर्म आणि दैनंदिन जीवनाशी सखोलपणे गुंतलेले दिसते. भारतातील संगीतातून परमात्म्याकडे जाण्याचा मार्ग किंवा वैश्विक आत्म्याशी जोडण्याचा मार्ग म्हणून अध्यात्म क्षेत्रातील लोक पाहतात. भजन आणि कीर्तन ही त्यातीलच काही शैली. परमात्म्याचे

आवाहन आणि उत्सव साजरा करण्याच्या उद्देशाने ते म्हटले जाते.

संगीत क्षेत्राची व्याप्ती, परंपरा खूप मोठी आहे. या अनुषंगानेच 'सकाळ' कोल्हापूर युनिटने या विषयाला वाहिलेला स्वराभिषेक दिवाळी अंक २०२२ मध्ये प्रकाशित केला होता. एखाद्या विषयाला वाहिलेला दिवाळी अंक असावा या कोल्हापूर युनिटच्या परंपरेतील एक पुढचा भाग. तो पुस्तकरूपाने प्रसिद्ध केला तर त्यास एक संदर्भमूल्य प्राप्त होईल, असा विचार संगीत क्षेत्रातील दिग्गजांनी 'सकाळ'कडे मांडला होता. तो आता प्रत्यक्षात उतरल्याचा आम्हास आनंद होत आहे.

पंडित विनोद डिग्रजकर यांनी यासाठी विशेष सहकार्य केले. श्री. डिग्रजकर हे संगीत क्षेत्रातील तपस्वी व्यक्तिमत्त्व. आम्ही या स्वराभिषेकची संकल्पना घेऊन त्यांच्याकडे गेल्यावर त्यांनी त्वरित यासाठी पूर्ण सहकार्य करण्याचे ठरवले. त्यानुसार त्यांनी या अंकासाठी दिग्गज सहकाऱ्यांना सहकार्य करण्याचेही आवाहन केले. त्यांच्या आणि 'सकाळ'च्या विनंतीला मान देऊन पंडित संजीव अभ्यंकर, डॉ. श्रुती सडोलीकर, पंडित हेमंत पेंडसे, पंडित सत्यशील देशपांडे, मंजिरी आलेगावकर, डॉ. विकास कशाळकर, डॉ. पौर्णिमा धुमाळे, शुभांगी बहुलीकर, पंडित सुहास व्यास, डॉ. समीर दुबळे, डॉ. विनोद ठाकूर-देसाई, राजेंद्र कंदलगावकर, डॉ. धनंजय दैठणकर, डॉ. चैतन्य कुंटे, चंद्रकांत लिमये, डॉ. राम देशपांडे, पतंजली मादुस्कर, अरुण द्रविड या दिग्गजांनी स्वराभिषेकमध्ये सहभाग नोंदवून याला एक वेगळीच उंची दिली. जयपूर घराण्यातील बंदिश, संगीतातील घराणी आणि वर्तमान, ख्याल गायकी आणि वैशिष्ट्ये, मैफलींचे अंतरंग, संगीतातील सौंदर्यशास्त्र, अध्ययन, अध्यापन, सादरीकरण व जनसंपर्क, भारतीय संगीताची व्याप्ती, रियाज संतूर, संतुराच्या स्वरवाटा अशा विविध विषयांवर मांडणी या माध्यमातून करता आली.

स्वराभिषेक म्हणत असताना स्वरांचा अभिषेक होणे तितकेच महत्त्वाचे असते. अभिषेकांच्या स्वरातून येणारा प्रत्येक शब्द हा स्पंदने

निर्माण करून आनंद, समाधानाकडे नेणारा असतो. याचा विचार करून स्वराभिषेक हे पुस्तक केवळ वाचायचे नाही, तर वरील सर्व दिग्गजांची मैफल ऐकायचीही, असेही ठरविले. वाचनाचा आनंद घेण्याबरोबरच मैफलीचाही आस्वाद देण्याचा प्रयत्न आम्ही केला आहे. आजकाल पुस्तक ऐकण्याचा जमाना आहे. त्यामुळेच आम्ही, वाचनही करा आणि या वरील सर्व दिग्गज लेखांच्या संगीताच्या मैफलीचा आनंदही घ्या, असा दुहेरी आनंद देण्याचा प्रयत्न करत आहोत. वाचक, संगीतप्रेमींना हे निश्चितच आवडेल, यात शंका नाही. या वेगळेपणामुळे स्वराभिषेक दिवाळी अंकाला मुंबई मराठी पत्रकार संघ आणि श्री रामशेठ ठाकूर सामाजिक विकास मंडळातर्फे उत्कृष्ट विशेषांक पुरस्कार देऊन गौरवण्यात आले. आपण स्वीकारलेला मार्ग योग्य होता, हे सांगणारी ही शाबासकीची थाप होती.

कोणत्याही गोष्टीची नुसती संकल्पना मांडून चालत नाही, तर त्याला मूर्त स्वरूप देण्यासाठी अनेकांची गरज असते. यामध्ये 'सकाळ' कोल्हापूरचे उपमुख्य बातमीदार संभाजी गंडमाळे, उपसंपादक सुजितकुमार पाटील यांनी लेखकांशी संपर्क साधण्यापासून संपादन करण्यापर्यंतचा धागा गुंफला. वृत्तसंपादक प्रसाद इनामदार यांनीही यात योगदान दिले. मुखपृष्ठासाठी शिवाजी निंबाळकर, मांडणीसाठी नेताजी खाडे व मुद्रितशोधनासाठी जगदीश खोडके, प्रताप पाटील यांचे सहकार्य लाभले. 'सकाळ' प्रकाशनचे आशुतोष रामगीर यांच्यासमोर दिवाळी अंक पुस्तकरूपात येण्याबाबत संकल्पना मांडल्यावर त्यांनी तातडीने होकार दिला. त्यांच्या सर्व टीमने सहकार्य केल्यानेच स्वराभिषेक दिवाळी विशेषांक पुस्तक स्वरूपात आपल्यासमोर येत आहे. याचा आपण आनंद घ्यावा, आपल्या कुटुंबीयांना, आप्तेष्टांनाही याबाबत सांगावे आणि संगीतप्रेमींना हे पुस्तक भेट स्वरूपात देऊन त्यांनाही स्वरांच्या या आनंदलहरीत सहभागी करून घ्यावे.

- निखिल विद्याधर पंडितराव
संपादक, 'सकाळ' कोल्हापूर युनिट

अनुक्रमणिका

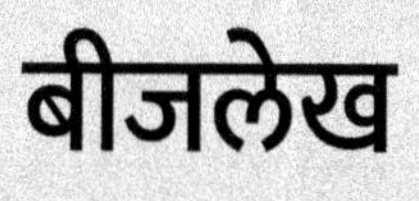

बीजलेख

राजर्षी छत्रपती शाहू महाराजांनी राजाश्रय दिल्याने कोल्हापुरात गानपरंपरा रुजली, बहरली. अनेक दिग्गज गायकांनी ही सुरांची पालखी अगदी मनोभावे वाहिली. प्रत्येकाने आपापल्या परीने ती अधिक डौलाने मार्गक्रमीत राहील यासाठी साधना केली. या साधनेमुळे कोल्हापूरची गानपरंपरा जगणं समृद्ध करते. उस्ताद अल्लादिया खांसाहेब यांच्यापासून डॉ. विनोद ठाकूरदेसाई, डॉ. स्नेहा राजुरीकर यांच्यापर्यंत सुरांचा अखंड प्रवास सुरू राहिलेला आहे. तरुण पिढीही तेवढ्याच निष्ठेने या प्रवासात सहभागी झालेली आहे. त्यांच्या परीने त्या सुरावटीला अधिकाधिक समृद्ध करण्यासाठी प्रयत्नशील आहे... रंग भरत आहे... ही परंपरा अखंड पुढे राहणार, याचे ते द्योतक आहे.

- पं. विनोद डिग्रजकर

vinoddigrajkar@gmail.com

कोल्हापूरला जयपूर-अत्रोली घराण्याची गंगोत्री मानली जाते. राजर्षी शाहू महाराजांनी दरबार गायक म्हणून उस्ताद अल्लादिया खांसाहेब (१८५५-१९४६) यांना आमंत्रित केले. खांसाहेब हे जयपूर-अत्रोली घराण्याचे प्रवर्तक. त्यांच्या घराण्याचे मूळ पुरुष नाथ विश्वंभर हे घराणे शांडिल्यगोत्री ब्राह्मणाचे. नंतर ते धर्मांतरित झाले. खांसाहेबांचा जन्म जयपूर संस्थानातील उनियारा या गावचा. गायनाचे शिक्षण त्यांनी आपले चुलते जहाँगीरखां यांच्याकडून घेतले. आमलेटा संस्थानात असताना अतिगायनामुळे त्यांचा आवाज बसला. त्यामुळे आपली पूर्वीची धृपद-धमार गायनशैली बदलून जाड झालेल्या आपल्या आवाजाला शोभेल, अशी स्वतःची एक सर्वस्वी अभिनव व नमुनेदार गायकी त्यांनी निर्माण केली. ती म्हणजेच जयपूर-अत्रोली घराण्याची गायकी.

खांसाहेब साधारणपणे १८९५पासून कोल्हापूर संस्थानात दरबार गायक म्हणून रुजू झाले. छत्रपती शाहू महाराजांच्या निधनानंतर १९२२पासून १९४६पर्यंत म्हणजे अखेरपर्यंत त्यांचे वास्तव्य मुख्यतः मुंबईत राहिले. याच दरम्यान ते केसरबाई केरकर, त्रिभुवनदास जरीवाला, गुलूभाई जसदनवाला यांना तालीम देत होते. या कालावधीत त्यांचे कुटुंबीय कोल्हापुरात असल्याने कोल्हापूरला ते वरचेवर येत असत. सन १९३७ नंतर १९४६ म्हणजे त्यांच्या मृत्यूपर्यंत त्यांचे वास्तव्य मुंबईतील बाबूलनाथजवळच्या सर्वेअर या इमारतीत राहिले. या नऊ वर्षांच्या कालावधीत ते वर उल्लेख

उ. अल्लादिया खांसाहेब

भूर्जीखां साहेब

उ. मंजीखां साहेब

केलेल्या शिष्यांना तसेच अनंतराव शिरगावकर, मोगूबाई कुर्डीकर (स्वर्गीय किशोरी आमोणकर यांच्या मातोश्री) तसेच आपले पुत्र शमसुद्दीन (भूर्जीखां) (१८९०-१९५०) तसेच नातू अजिजुद्दीन खां (१९२१-२०११) यांना तालीम देत राहिले. खांसाहेबांचे बद्रुद्दीन मंजीखां या सुपुत्राचे १९३७ मध्ये निधन झाले.

मंजीखांसाहेबांचा आवाज अतिशय गोड होता. त्याचप्रमाणे त्यांच्या गायनात भाववादाला (रोमँटिसिझम) मोठे स्थान होते, असे जुने जाणकार आमच्या पिढीस सांगत असत. त्यांची गुलूभाई तसेच पं. मल्लिकार्जुन मन्सूर यांना तालीम मिळाली; तर भूर्जीखांकडून वामनराव सडोलीकर, गजाननबुवा जोशी, मधुसूदन कानेटकर, मधुकर सडोलीकर, सी. बालाजी, धोंडूताई कुलकर्णी, शोभा गुर्टू यांना प्रामुख्याने तालीम मिळाली. शिवाय, मंजीखांसाहेबांच्या निधनानंतर भूर्जीखांसाहेबांची तालीमही पं. मल्लिकार्जुन मन्सूर यांना मिळाली. अजिजुद्दीन खांसाहेब (बाबा) यांना दस्तूरखुद्द अल्लादिया खांसाहेब तसेच त्यांचे पिताश्री भूर्जीखांसाहेब यांची तालीम मिळाली होती. परंतु, दोघांनाही जणू दृष्टच लागली. आधी भूर्जीखांसाहेबांच्या नाकातून वारंवार रक्त येणे सुरू झाले. त्यावरील उपचारांत सर्दीने आवाज बसकट होऊन त्यांच्या मैफली जवळपास बंद झाल्या होत्या. नंतर अजिजुद्दीन खां (बाबा) यांना गाताना डोळ्यांत रक्त उतरू लागले. 'हे गात राहिले तर डोळे गमावतील' असे डॉक्टरांनी सांगितल्याने त्यांचे गाणे बंद झाले.

अजिजुद्दीन खांसाहेब (बाबा) यांना अनेक बंदिशी मुखोद्गत होत्या, हे मी स्वतः अनुभवले आहे. २००४पासून मी त्यांच्याकडे या घराण्याच्या बंदिशी घेण्यासाठी जात असे. मधुसूदन कानेटकर, धोंडूताई कुलकर्णी, जितेंद्र अभिषेकी, आनंदबुवा लिमये, श्रुती सडोलीकर, अरुण कुलकर्णी वगैरे अनेकांनी त्यांच्याकडून बंदिशीचे तसेच अनेक अनवट रागांचे मार्गदर्शन घेतले आहे. वरीलपैकी कोल्हापुरातील अनेक गायकांनीही जयपूर गायकी पुढे नेली.

याखेरीज याच घराण्याच्या हैदर खांसाहेबांकडून तालीम मिळालेल्या कोल्हापूरच्या लक्ष्मीबाई जाधव (१९०१-१९६५) या घराण्याच्या प्रमुख

गायिका होत्या. बडोदा संस्थानात राजगायिका म्हणून त्या नावारूपाला आल्या होत्या. त्याचप्रमाणे गोविंदराव शाळीग्राम यांची पुतणी व शिष्या असलेल्या पद्मावती शाळीग्राम-गोखले (१९१८-२०१४) याही कोल्हापूरच्या महत्त्वाच्या गायिका होत्या. प्रसिद्ध गायिका अश्विनी भिडे (देशपांडे) यांच्या मातोश्री विदुषी माणिक भिडे याही कोल्हापूरच्या. त्यांचे सुरुवातीचे शिक्षण मधुकर सडोलीकर (नाना) यांच्याकडे झाले. पुढे त्या मुंबईत स्थायिक झाल्या. गानसरस्वती किशोरी आमोणकर यांच्याकडून त्यांनी अनेक वर्षे संगीताची तालीम

पं. भीमसेन जोशी यांचे समवेत
पं. विनोद डिग्रजकर

घेतली. आज त्यांच्या अनेक शिष्या संगीत क्षेत्रात कार्यरत आहेत.

पं. निवृत्तीबुवा सरनाईक (१९१२ ते १९९४) हे जयपूर परंपरेतील कोल्हापूरचे महत्त्वाचे गायक व गानगुरू. निवृत्तीबुवांना त्यांचे चुलते भजनसम्राट महाराष्ट्र कोकीळ शंकरराव सरनाईक (प्रसिद्ध अभिनेते अरूण सरनाईक यांचे पिताश्री) यांची संगीत नाटक कंपनीत असताना १९२९ ते १९३३ या दरम्यान अल्लादिया खांसाहेब यांच्याकडून तालीम मिळाली. खांसाहेब हे शंकररावांच्या नाटक कंपनीत गायन मास्तर होते. काही काळ रजबअली खांसाहेब हेही या नाटक कंपनीत होते. शंकरराव सरनाईक यांनी अल्लादिया खांसाहेबांचा गंडा बांधला असला तरीही नाटक कंपनीच्या व्यापातून त्यांना वेळ मिळत नसल्याने निवृत्तीबुवांना खांसाहेबांकडून मार्गदर्शन मिळत गेले. निवृत्तीबुवाही नाटक कंपनीतील नाटकात काम करीत असत. निवृत्तीबुवा १९६६पर्यंत कोल्हापूरला होते. त्यानंतर काही काळ मुंबईला स्थायिक झाले. मुंबई विद्यापीठातून ते विद्यार्थ्यांना मार्गदर्शन करत असत. पुढे ते कोलकात्याला संगीत रिसर्च ॲकॅडमीत जयपूर घराण्याचे गुरू म्हणून १९९२पर्यंत

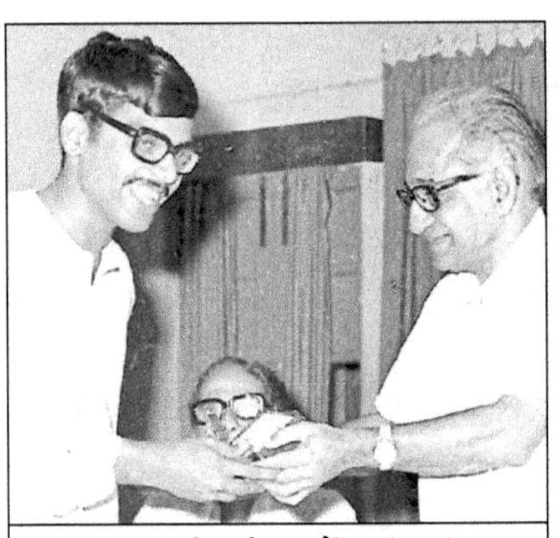

आकाशवाणी संगीत स्पर्धेत डॉ. वसंतराव देशपांडे यांचेकडून प्रथम क्रमांकाचे पारितोषिक स्वीकारताना पं. विनोद डिग्रजकर

कार्यरत राहिले. मुंबईला व कोलकात्याला ते असले तरी त्यांचे कुटुंबीय कोल्हापुरात असल्याने ते वारंवार कोल्हापूरला येत असत. बुवांनी अनेक शिष्य घडविले. १९६६ पूर्वी कोल्हापुरात असताना त्यांनी सरदारबाई कारदगेकर, बाई आझमबाई, लाडकूजानबाई, सुधाकरबुवा डिग्रजकर, आप्पासाहेब देशपांडे, मुरलीधर पेटकर, पुरुषोत्तम सोळांकूरकर, अरुण कुलकर्णी यांना विद्यादान केले. पुढे मुंबईत असताना नीलाक्षी जुवेकर, प्रसाद सावकार, जोत्स्ना व सुलभा मोहिले, प्रभुदेव सरदार, लता गोडसे, वंदना भागवत यांना शिकवले. कोलकात्याला असताना दिनकर पणशीकर, विजया जाधव (गटलेवार), प्रसाद गुळवणी या संगीत रिसर्च अ‍ॅकॅडमीच्या रिसर्च स्कॉलर्सना गुरुकुल पद्धतीत शिकवले. याखेरीज जितेंद्र अभिषेकी, पद्मा तळवलकर, प्रभा अत्रे यांनाही अल्पकाळ मार्गदर्शन केले. बुवांच्या कोल्हापुरातील मुक्कामात ते मला तसेच भारती वैशंपायन यांना मार्गदर्शन करीत असत.

माझे वडील सुधाकरबुवा डिग्रजकर हे तर १९४१पासूनचे त्यांचे एकनिष्ठ शिष्य. निवृत्तीबुवांकडून तानांचे वेगवेगळे पॅटर्न तरोच अनेक दुर्गिळ राग (ठदा. सांजगिरी, भावसाक, विराटभैरव, सुघराई, विहंग, मालीगौरा, डागुरी, मालवी इ.) शिकायला मिळाले. निवृत्तीबुवांच्या शिष्यांपैकी सुधाकरबुवा डिग्रजकर यांच्या शिष्या भारती वैशंपायन यांनी शिवाजी विद्यापीठाच्या माध्यमातून अनेक विद्यार्थ्यांना मार्गदर्शन केले. यात गायत्री पंडितराव, भाग्यश्री मुळे, अश्विनी कुलकर्णी, गौरी कुलकर्णी, मुग्धा देसाई, शामराव सुतार, नितीन मुनीश्वर वगैरेंचा उल्लेख करावा लागेल. सुधाकरबुवांचे प्रमुख शिष्य शरद बेनाडीकर, मंगला जोशी, शुभदा वायंगणकर, शिवपाल बनछोडे, अरुण जेरे, रमा कुलकर्णी, विनोद डिग्रजकर, किशोरी कुलकर्णी

(इनामदार) ही मंडळी संगीत क्षेत्रात कार्यरत आहेत. याशिवाय, डॉ. अंजली निगवेकर या त्यांच्या शिष्या सध्या शिवाजी विद्यापीठात संगीत विभागप्रमुख म्हणून कार्यरत आहेत.

वरीलपैकी विनोद डिग्रजकर, अरुण जेरे, रमा कुलकर्णी, शीतल धर्माधिकारी ही मंडळी विद्यादानाचे काम जोमाने करीत आहेत. विनोद डिग्रजकर यांचे डॉ. विनोद ठाकूरदेसाई, डॉ. स्नेहा राजुरीकर, वंदना आठल्ये ही शिष्य मंडळी विद्यादानाबरोबरच मैफलींची आघाडी सांभाळत आहेत. त्याचप्रमाणे रुद्रनाथ कुलकर्णी हा त्यांचा तरुण शिष्य गायन क्षेत्रात जोमाने पाऊल पुढे टाकत आहे.

(कै.) पंडित आनंदराव लिमये हे कोल्हापूरचे जयपूर घराण्याचे प्रसिद्ध गायक. वामनराव पाध्ये, गोविंदबुवा शाळीग्राम, अजिजुद्दीन खां (बाबा) यांचे ते शिष्य. जयपूर घराण्याचे नाव पुढे नेण्यात त्यांचा मोलाचा वाटा आहे. सुधीर पोटे, वासंती टेंबे, सुखदा काणे, अरुण कुलकर्णी हा त्यांचा शिष्यवर्ग मैफलीच्या तसेच विद्यादानाच्या माध्यमातून जयपूर घराण्याचे तसेच कोल्हापूरचे नाव पुढे नेत आहे.

किराणा घराण्याचे अध्वर्यू उस्ताद अब्दुल करीम खांसाहेब यांचे मागील पिढीतील शिष्य विश्वनाथबुवा जाधव यांनी किराणा गायकी कोल्हापुरात रुजविली. १९१५ मध्ये त्यांनी किराणा घराण्याचे खलिफा अब्दुल करीम खां यांच्या उपस्थितीत छत्रपती युवराज राजाराम महाराज यांच्या हस्ते शारदा विद्यालयाची स्थापना केली. त्यांनी व नंतर त्यांच्या तिन्ही चिरंजीवांनी या विद्यालयातून अनेक वर्षे विद्यादान केले.

विश्वनाथ बुवा हे कोल्हापूरचे दरबार गायक म्हणून १९२०पासून पुढे अनेक वर्षे अंबाबाई तसेच भवानी मंडपातील तुळजाभवानीच्या मंदिरात गायनसेवा रुजू करीत असत. त्यांचे तिन्ही चिरंजीव बाबूराव, राजारामबुवा व पांडुरंगबुवा हेही या घराण्याचे पट्टीचे गायक. बाबूराव जाधवबुवांच्या शिष्य नामावलीत गुलाबबाई कागलकर, एम. जी. पटवर्धन, राजकुंवर लोखंडे (आठवले), राम जोशी यांचा प्रामुख्याने उल्लेख करावा लागेल. याशिवाय, सवाई गंधर्व (रामभाऊ कुंदगोळकर) यांचे शिष्य कागलकरबुवा यांनीही कोल्हापुरात किराणा घराण्याची गायकी पुढे नेली. आप्पासाहेब देशपांडे, वसंतराव खाडिलकर, अरुण कुलकर्णी, सुरेश श्रीखंडे, सुरेश कुडेकर हा त्यांचा शिष्य गोतावळा. यापैकी सुरेश श्रीखंडे हे कुरुक्षेत्र (हरियाणा)

गुलजारजी यांचे हस्ते सत्कार

विद्यापीठात संगीत विभागप्रमुख म्हणून अनेक वर्षे कार्यरत होते.

वामनराव पाध्ये यांनी कोल्हापुरात ग्वाल्हेर गायकीचे धडे दिले. पंडित विष्णू दिगंबर पलुस्कर यांच्या या शिष्यांच्या गांधर्व महाविद्यालयातून कोल्हापुरात त्या काळी कुणी मार्गदर्शन घेतले नाही, असे झाले नाही. सुधीर फडके, सुधाकरबुवा डिग्रजकर, आनंदराव लिमये, नारायणराव पुराणिक या सर्वांचे सुरुवातीचे शिक्षण वामनरावांकडेच होते. याखेरीज जुन्या पिढीतील नीळकंठबुवा चिखलीकर, विश्वनाथबुवा पोतदार यांचाही कोल्हापूरची गायन परंपरा पुढे नेण्यात मोठा वाटा आहे. चिखलीकर बुवा हे रोज सायंकाळी भवानी मंडपातील मंदिरात गायनसेवा करीत असत. याखेरीज, जुन्या पिढीतील नानाबुवा जोशी (कुरुंदवाडकर) यांनीही ग्वाल्हेर घराण्याची भू गंधर्व रहेमत खां यांच्या परंपरेतून गायकी मिळविली होती. नानाबुवा हे रोज सकाळी शुक्रवार पेठेतील शंकराचार्य मठात तसेच अंबाबाई मंदिरात गानसेवा करीत असत. अरुण कुलकर्णी, सुरेश कुडेकर, वसंतराव खाडिलकर, शरद बेनाडीकर यांनी गायनाचे सुरुवातीचे शिक्षण नानाबुवांकडून घेतले.

नूतन गंधर्व आप्पासाहेब देशगांटे हेही त्या काळातील प्रसिद्ध गवई. कागलकरबुवा, भूर्जीखांसाहेब, निवृत्तीबुवा वगैरे अनेकांचे शिष्यत्व त्यांनी पत्करले होते. गंधर्व गायकीचा त्यांचा मोठा अभ्यास होता. त्यांच्या शिष्यवर्गात रजनी करकरे (देशपांडे), लाटकर बंधूंचा प्रामुख्याने उल्लेख करावा लागेल.

१९४० च्या आसपास जगन्नाथबुवा पुरोहित (गुणीदास) यांचे वास्तव्य कोल्हापूरच्या देवल क्लबमध्ये होते. आग्रा घराण्याच्या विलायत हुसेन खांसाहेबांप्रमाणे अनेक गवयांकडून त्यांनी विद्या मिळविली होती. ते कोल्हापूरला असताना लीलाताई करंबळेकर (पूर्वाश्रमीच्या पुराणिक) तसेच गुंडूबुवा कुलकर्णी

(अत्याळकर), जिनेंद्र ढणाल, बाळ राजाज्ञा या मंडळींनी त्यांच्याकडून विद्या घेतली. पुढे जगन्नाथबुवा मुंबईत स्थलांतरित झाल्यावर त्यांच्याकडून राम मराठे, जितेंद्र अभिषेकी, माणिक वर्मा, सी. आर. व्यास, वसंतराव कुलकर्णी, बालकराम वगैरे दिग्गजांनी तालीम घेतली. बुवांनी अनेक उत्तमोत्तम बंदिशी बांधल्या. तसेच, काही रागांची निर्मितीही केली. जोगकंस व स्वानंदी हे त्यांनी निर्माण केलेले

अटलबिहारी वाजपेयींच्या सभेत 'बलसागर भारत होवो' हे देशभक्तीपर गीत सादर करताना पं. विनोद डिग्रजकर

राग विविध घराण्यांतील प्रथितयश कलाकार गातात.

रसिकाग्रणी गोविंदराव टेंबे (१८८१-१९५५) हे कोल्हापूरचेच. साहित्यिक, नट, संगीत दिग्दर्शक व संवादिनीवादक म्हणून त्यांचा संगीत क्षेत्रात मोठा दबदबा होता. मराठी संगीत रंगभूमीवरील अनेक नाटकांना त्यांनी संगीत दिले आहे. मानापमान, पटवर्धन, वरवंचना ही त्यातील काही नाटके. या नाटकांतील पदांच्या चाली या शास्त्रीय संगीतावर आधारित असल्याने त्यांची लोकप्रियता अजूनही तितकीच राहिली आहे. त्यांचे चिरंजीव भाऊसाहेब टेंबे देवल क्लबच्या देवल संगीत विद्यालयाचे संचालक होते. त्यांनी तसेच वसंतराव झुरळे, शामराव जाधव, सारंग मास्तर, लिमयेबुवा, चिखलीकरबुवा यांनी या विद्यालयाच्या माध्यमातून विद्यादान केले. सध्या मधुसूदन शिखरे, द्वारकानाथ पै त्याची धुरा सांभाळत आहेत. अरुण कुलकर्णी हे कोल्हापुरातील ज्येष्ठ गायक व गानगुरू. अनेक गुरूंकडून तालीम घेऊन तसेच त्यांच्या सहवासात राहून त्यांनी विद्या मिळविली. त्याचप्रमाणे विद्यादानही खूप करीत आहेत. देवल क्लब तसेच शिवाजी विद्यापीठाच्या संगीत विभागातूनही त्यांनी अध्यापन केले. याशिवाय डॉ. आनंद धर्माधिकारी, डॉ. विनोद ठाकूरदेसाई, प्रल्हाद जाधव, कोसंबी बंधू यांना त्यांनी मार्गदर्शन केले.

अनुराधा कोरगावकर (पूर्वाश्रमीच्या पुण्याच्या अलका खापणे) या विवाहानंतर

कोल्हापुरात आल्या. त्यांचेही विद्यादानाचे कार्य सुरू आहे. गौतमी चिपळूणकर, मुग्धा देसाई या त्यांच्या विद्यार्थिनी त्यांचे कार्य पुढे नेत आहेत. याखेरीज तरुण पिढीतील काही अभ्यासक पुण्या-मुंबईत व अन्य ठिकाणी जाऊन काही प्रथितयश कलाकारांकडे संगीताचे अध्ययन करीत आहेत. यात गौतमी चिपळूणकर, ऐश्वर्या कडेकर, गौरी पाध्ये, स्वरूपा बर्वे, चिन्मयी आठले, शिवराज पाटील, रोहित फाटक यांचा आवर्जून उल्लेख करावा लागेल. मूळच्या कोल्हापूरच्या असलेल्या काही गायिका विवाहानंतर अन्य शहरांत राहून गुरुजनांच्या मार्गदर्शनाखाली आपली कला जोपासत आहेत, वाढवत आहेत. यात अश्विनी कुलकर्णी, रसिका वर्तक-गरुड, धनश्री फडके-नाखे, विभावरी बाखरे, डॉ. शर्वरी डिग्रजकर-पोफळे, डॉ. स्वरदा राजोपाध्ये, संपदा माने यांचा उल्लेख करावा लागेल.

कोल्हापूर जिल्ह्यातील इचलकरंजी या शहरात राहून अनेक शिष्यांना घडवणारे द. वि. काणेबुवा हे संगीत क्षेत्रातील बुजुर्ग गायक व गानगुरू. काही वर्षे पुणे, मुंबई येथे राहून विनायकबुवा पटवर्धन, मिराशीबुवा उ. विलायत हुसेन खांसाहेब यांच्याकडून ग्वाल्हेर व आग्रा घराण्याची तालीम घेऊन मुंबईत अनेक नामवंतांना त्यांनी शिकवले. बाळासाहेब टिकेकर, शरद जांभेकर, नरेंद्र कणेकर ही मातब्बर मंडळी त्यांच्याकडे शिकत असत. पुढे ते १९६० च्या दरम्यान इचलकरंजी या त्यांच्या मूळगावी येऊन स्थायिक झाले. मंगला आपटे (पूर्वाश्रमीच्या उषा रानडे), वर्षा भावे, शिवानंद पाटील, ऋषिकेश बोडस, मंगला जोशी, सुखदा काणे, मंजूषा कुलकर्णी-पाटील, गिरीश कुलकर्णी या व इतर शिष्यांना मुक्त हस्ते त्यांनी विद्यादान केले.

एकंदरीत शास्त्रीय संगीताच्या भवितव्याविषयी जेव्हा चर्चा होते, तेव्हा सध्याचे चित्र आशावादक आहे, असे वाटते. सध्या अनेक तरुण मुलं-मुली शास्त्रीय संगीताचे शिक्षण घेत आहेत व निष्ठेने ही विद्या पुढे नेत आहेत, हे जाणवते. तरुण पिढीतील अनेक गायक-गायिका उत्तम गात आहेत, हे जाणवते. अशा परिस्थितीत शास्त्रीय संगीताच्या भविष्याची काळजी करण्याचे कारण नाही, असे मला वाटते.

अविस्मरणीय मैफल
अनुभवण्यासाठी
क्यूआर कोड स्कॅन करा. 

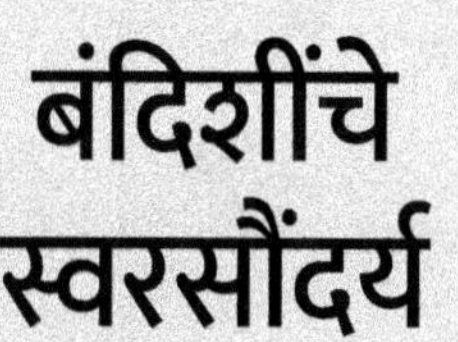

बंदिशींचे स्वरसौंदर्य

जयपूर घराण्यातील बंदिशी

भारतीय शास्त्रीय संगीतात 'बंदिश' या नामाभिधानाला अनन्यसाधारण महत्त्व आहे. इथे संगीत म्हणजे "गीतम् वाद्यम् नृत्यम्" म्हणजेच गायन, वादन आणि नृत्य या तिन्ही कलाविद्या होत. या तिन्ही कलांमध्ये बंदिशीला सर्वोपरी मानले जाते. धृपद-कीर्तनातील अनेक अंत्यांऐवजी योग्य ते अस्ताई-अंतरे ठेवून त्या रचनांना रागस्वरुपाचे चपखल रूप देण्याचे काम खांसाहेबांनी केलेच. परंतु, ते करताना रचनांचे शब्दसौंदर्य, वर्णोच्चारांबरोबर तालाची उत्कृष्ट सांगड त्यांनी घातली. त्यामुळे त्या एकसंध आविष्कार म्हणून मान्यता पावल्या. उचलेगिरीचा सवंगपणा त्यांना आला नाही.

- प्रा. सौ. श्रुती सडोलीकर-काटकर

shrutisadolikar@yahoo.com

बंदिश हा शब्द रचना- कॉम्पोझिशन या अर्थाने पाहिला जातो. बंदिश 'बांधली' जाते, तिची 'रचना' केली जाते. स्वर, लय आणि शब्द या तिन्ही घटकांच्या संयोगाने बंदिश कंठसंगीतात अस्तित्वात येते. वाद्यसंगीतात स्वर आणि ताल (लय) या दोन घटकांचा संयोग दिसतो; तर नृत्यात नृत्य प्रकारांप्रमाणे (कथक, भरतनाट्यम्, मणीपुरी इ.) काव्य, स्वर आणि लयीचा संयोग झालेला दिसून येतो.

गायनात निबद्ध आणि अनिबद्ध गान या संज्ञा पूर्वी प्रचारात होत्या. म्हणजेच बंदिस्त आणि मुक्त संगीत-कलामानानुसार समाजावरील अन्य सांस्कृतिक आणि सांगीतिक संस्कारांप्रमाणे संगीत प्रस्तुती करण्यातही बदल होत गेले. गुरुकुल पद्धतीच्या बरोबरीने घराणी अस्तित्वात आली. गायनात धृपद-धमार ख्याल, ठुमरी, दादरा आदी रचनांचा प्रचार झाला आणि 'बंदिश' या शब्दाला मोठेच महत्त्व प्राप्त झाले. वेदकालीन ऋचांप्रमाणेच गुरुमुखातून प्राप्त होणाऱ्या बंदिशींप्रती शिष्यांच्या मनात पवित्र आणि उदात्त भाव निर्माण होऊन त्यांचे महत्त्वही कला प्रकारात वृद्धिंगत झाले.

यावनी संकरामुळे भारतीय संगीतात, राग संगीतात लक्षणीय बदल घडून आले. प्राचीन रागस्वरूपात जे बदल झाले ते बंदिशीत बंदिस्त झाले. गुरू रागांचे शास्त्र उलगडून सांगण्याऐवजी एकाच रागात अनेक बंदिशी रचून आपली कल्पनाशक्ती, भाषा प्रभुत्व, रागशास्त्र निपुणता आणि लयविचार याचा अनेक अंगांनी परिचय करून देऊ लागले. एका रागात जितक्या अधिक बंदिशी आल्या, तितका तो राग अनेक पैलूंनी समजला, उलगडला असे मानले जाते. हजारो बंदिशी ज्ञात असणाऱ्यांना 'कोठीवाले गवय्ये' म्हणून गायन क्षेत्रात मानाचे स्थान प्राप्त होते. माझे महत्भाग्य असे, की मला बालवयापासूनच एका महान संगीत सम्राटांच्या विविधांगांनी श्रीमंत अशा गायकीचा आणि सरस बंदिशींचा संस्कार लाभला.

माझे वडील पं. वामनराव सडोलीकर यांचा सांगीतिक पाया पं. विष्णू दिगंबर पलुस्कर यांनी पक्का केला. गायनातील शिस्त आणि लयतालाची ही पक्की बैठक होती. म्हणूनच पुढे जयपूर-अत्रौली घराण्याचे प्रवर्तक संगीतसम्राट अल्लादिया खांसाहेब यांचे पुत्र उ. भूर्जीखां यांचे शिष्यत्व प्राप्त झाल्यावर अनोखी गायकी

पं. विष्णु दिगंबर पलुस्कर

उचलणे शक्य झाले. कारण, जयपूर घराण्यात बंदिश आणि रागविस्तार या दोन्हींतही स्वरलयींचे अद्वैत अनुस्युतच आहे.

आज जी जयपूर-अत्रौली घराण्याची गायकी म्हणतात तिचा थोडा इतिहास इथे पाहणे आवश्यक ठरते. पू. गु. बाबा (अजीजुद्दीन खां) यांनी हा खुलासा केला होता. आमलेटा संस्थानाच्या रहिवासात खांसाहेब अल्लादियांना अनेक तास, अनेक दिवस गायन करावे लागले. परिणामी, त्यांचा आवाज चिप्प बसला. अजिबात काम मिळेना. त्यांना निराशेने ग्रासले. जवळपास दोन वर्षे मौनात गेली. पण, या काळात त्यांचे संगीत चिंतन अव्याहतपणे सुरू होते. आवाज जेव्हा हळूहळू परत आला, तेव्हा त्यातील गोडवा आणि परिणामकारकता (तासीर) लोपली होती. नव्याने स्वरांची आराधना आणि उपासना करताना आवाजाचा लगाव, फेक, आलापी व तानेची संरचना सर्वांचा जो परिष्कृत अवतार झाला, तो म्हणजे जयपूर अत्रौली गायकी. ही सर्वस्वी खांसाहेबांच्या तपस्येची फलप्राप्ती होती. तत्पूर्वी, गळा पाण्यासारखा कुठूनही वळत असे. खांसाहेब महाराष्ट्रात आले, तेव्हा ती 'अल्लादिया गायकी' होती. कोल्हापुरात राहून मुंबईत आले, तेव्हा 'कोल्हापूर घरानेकी गायकी' म्हणत असत. नंतर १९२२पासून मुंबईतच राहू लागल्यावर खांसाहेबांना लोकांनी विचारले 'आपले घराणे कोणते?' स्वत:कडे श्रेय घेण्याची सवय नसलेल्या खांसाहेबांनी आपल्या जन्मभूमीला ते दिले. 'जयपूर-अत्रौली घराणे' जिथे त्यांच्या पूर्वजांनी संगीत साधना केली, त्या भूमीचे नाव सांगितले त्यांनी.

पूर्वी घराणेदार कलाकार आपल्या बंदिशी फक्त आपल्या घरातच ठेवत. रक्ताच्या नात्यातच शिकवत असत, वेळप्रसंगी गहाण टाकल्या जात. कधी लेकीच्या लग्नात दहेज (हुंडा) म्हणून जावयाला शिकवल्या जात. अशा बंदिशींना गवय्ये प्राणपणाने जपत असत. कारण, बंदिश हे त्या रागाचे सार सर्वस्वच होय. मला उ. गुलूभाई जरादनवाला म्हणत, "देखो बाबा, बंदिश राग का नबशा है. सूर बग बर्ताव देखो और आगे चलो" हिरा जसा पैलूंमुळे अनमोल होतो, तसा राग बंदिशींमुळे तितक्या पैलूंनी अनमोल होतो.

काही राग बंदिशींच्या मुखड्याशी समरूपत्त्व पावतात. अमके गायक 'मेरो पिया' गायले म्हणजे 'नायकी कानडा' गायले. 'हे बारे सैंया' म्हणजे नंद, तर 'प्यारी पग हौले' म्हणजे बिहागडा राग अशी समीकरणे बनली गेली आहेत.

जयपूर घराण्याची परंपरा ही हरिदास स्वामींची परंपरा मानली जाते. डागूरबानीची, तशीच पुढील पिढ्यात रोटी-बेटी व्यवहारांमुळे खंडार व गोहारबानीच्या परंपरेची विद्याही

अल्लादिया खांसाहेबांकडे चालत आली. त्यामुळे उ. मंजी खांच्या देहान्तामुळे विद्ध झालेले खांसाहेब उद्गारले, "भली की मंजी, थाने. तू नहीं मरा मेरा हजार सालका गाना मर गया." स्वतः खांसाहेबांना कमीत कमी १५ ते २० हजार बंदिशी याद होत्या, असे म्हटले जाते. त्यात हजारो धृपद धमार आणि ख्याल होते. शेकडो राग रागिण्या होत्या.

परंपरेने चालत आलेल्या पूर्वजांच्या रचना तर होत्याच, त्याचबरोबर त्यांचे नाना (आजोबा) सजीले, दरसपिया आर्दींच्या रचना ते गात असत. स्वतः अल्लादिया खांनी अनेक रचना केल्या. त्याचप्रमाणे पुष्टिसंप्रदायात गायल्या जाणाऱ्या 'मेरो पिया रसिया', 'प्यारी पग हौले हौले', 'उधो धन धन तुम', 'बन ठन का जू चले हो', 'धन आज दूल्हा' आदी धृपदांना (कीर्तनांना) जयपूर घराण्याच्या प्रातिनिधिक रचना म्हणून स्थापित करण्याचे श्रेय खांसाहेबांनाच जाते. धृपद-कीर्तनातील अनेक अंत्र्यांऐवजी योग्य ते अस्ताई-अंतरे ठेवून त्या रचनांना रागस्वरूपाचे चपखल रूप देण्याचे काम खांसाहेबांनी केलेच. परंतु, ते करताना रचनांचे शब्दसौंदर्य, वर्णोच्चारांबरोबर तालाची उत्कृष्ट सांगड त्यांनी घातली. त्यामुळे तो एकसंध आविष्कार म्हणून मान्यता पावला. उचलेगिरीचा सवंगपणा त्याला आला नाही.

ही स्वर, शब्द, लयीची सौंदर्यदृष्टी खांसाहेबांच्या स्वतःच्या बंदिशीतून पदोपदी दृग्गोचर होते. त्यांच्या बंदिशींचे मुखडे आकर्षक आणि तालाच्या 'आमद'ला पोषक दिसतात. झिंझोटी रागातील 'एरी आली भाग' या बंदिशीत रूपक तालात समेचे अवसान 'आऽऽली' या शब्दातून झुलत- झुलत 'भाग' या शब्दाला घेऊन येते.

श्रुती सडोलीकर-काटकर
यांच्या गायनाच्या वेळी
विविध भावमुद्रा

'भाग'मधील 'भा'वर सम आली की 'एरी'पासूनची गाज कळू लागते. तिथे घाईगडबडीने सम 'पकडायची' नाही. कारण नायिका म्हणते, ''माझे भाग्य आज उजळले आहे. मन मोहन माझ्या घरी आले आहेत. माझ्या मनातील सर्व इच्छा पूर्ण झाल्या (असे 'अहमद' म्हणतो).'' मधुरा भावाने या तऱ्हेच्या अनेक रचना केलेल्या दिसतात. खांसाहेबांनी पित्याच्या स्मरणार्थ 'अहमद' या टोपण नावाने रचना केल्या आहेत. 'अहमद पिया' हेही उपाख्य वापरले आहे.

माझे गुरू उ. बाबा खांसाहेब यांनीही अनेक नवीन राग आणि बंदिशी बांधल्या आहेत. 'दास अहमद' या टोपण नावाने बंदिशी रचून त्यांनी आपल्या प्रकांड पंडित पितामहांना श्रद्धा सुमने अर्पित केली आहेत. भूर्जीखां यांनी बंदिशी बांधल्या. त्यांची संख्या अत्यल्पच आहे. काही खास बंदिशींच्या अस्ताईची रचना हैदर खांची, तर अंतरा अल्लादिया खांचा, 'गौरी'च्या ख्यालाची अस्ताई भूर्जीखांची, तर अंतरा अल्लादिया खांचा, असेही आढळते. फार-फार वर्षांपूर्वी शाहू छत्रपतींच्या दरबारात कविसंमेलनात एखादी ओळ दिली जाई. तिची समस्या पूर्ती (काव्यपूर्ती) खांसाहेब अत्युत्कृष्ट करीत. त्याचेच पडसाद पुढे बंदिशीतून उमटलेले दिसतात. मंजी खांसाहेबांना काव्याची जाण उत्तम होती. भावगीत, गझल यांचीही आवड होती. पण, स्वतः त्यांनी रचना केल्याचे ऐकिवात (माझ्या तरी) नाही. मी शिकलेल्या, मी गात असलेल्या आणि माझ्या संग्रहातील जयपूरच्या बंदिशींच्या परिशीलनाचा सारांश मी येथे मांडण्याचा प्रयत्न करणार आहे.

जयपूर घराण्यातही बंदिशींना फार महत्त्व आहे. आणि ते केवळ शब्दांचेच नाही, तर स्वरलयींच्या शब्दांवर केलेल्या संस्कारांच्या पावित्र्याचे महत्त्व आहे. एकदा उ. जसदनवालांकडे एक व्यक्ती 'शिकवा' म्हणून लकडा लावत होती. त्यांनी, 'उसको सिर्फ हमारी बंदिशे चाहिए, गायकी सीखने का कष्ट नहीं चाहिए' असे म्हणून झटकून टाकले. त्या वेळी माझ्या लक्षात आले, की बंदिशीचे शब्द घेतले, तरी गायकी कशी येणार? कारण प्रत्येक स्वर जयपूरच्या गायकीच्या अंदाजाने शब्दाशी बांधिलकी

ठेवतो, हे समजले पाहिजे. प्रत्येक शब्दोच्चार स्वरलगाव, मींड, खटका, बल, पेच याचे उद्दिष्ट निश्चित करूनच सप्रयोजन केला जातो. गळा फिरतो म्हणून कोठेही, कोणत्या तरी शब्दावर लचकत मुरडत न्यायचा नाही. बंदिशीच्या शब्दांची महती, सौष्ठव, आदब हे सर्व महत्त्वाचे आहे. इथे बंदिशीचे विषय थिल्लर-चिल्लर नसून प्रभू महिमा, गुरू महिमा, आश्रयदात्याचे गुणवर्णन (लांगुलचालन नव्हे), ऋतु वर्णन, प्रेमसंबंधी विरह-मीलनादि वर्णन असूनही कुठेही सवंग उच्छृंखल, बटबटीतपणा दिसणार नाही.

उदा. मालकंसातील 'आद दाता अंत' या दीर्घ बंदिशीत ईश्वर हा दाता असून, जीव, मन, बुद्धी, आत्मा इत्यादींचा कर्ता आहे. दयावंत आहे. असे पारमार्थिक चिंतन आढळते, तर राग श्रीमध्ये 'कहां मैं गुरू' या रचनेत गुरूचा शोध अखिल विश्वाकडून पुन्हा अंतरात्म्यापाशी येऊन थांबतो, हे सत्य प्रतिपादले आहे.

गहन गंभीर विषयाप्रमाणेच विरह कातर भावनेचा आविष्कार 'सजिले' यांच्या 'बिहारी' रागातील 'ए हो, नींद न आये' या बंदिशीत झालेला आढळतो. अल्लादिया खांसाहेबांच्या अतिशय आवडत्या बंदिशीबद्दल बोलून मी माझे विवेचन थांबवते. राग तिलक कामोदमधील 'सूर संगत, राग विद्या' ही बंदिश संगीत विद्येच्या शाश्वत सत्याचाच उद्घोष करते. राग म्हणजे स्वर संगतीची विद्या; संगीताची मूलतत्त्वे आणि तालाचे, लयीचे मूलधर्म जो कंठगत करील, आत्मसात करील त्यालाच खरा गुणी व ज्ञानी असे जाणा. ही एक बंदिश ज्याला कळाली, त्याला संगीत कळण्याला प्रत्यवाय नाही. अशा आत्मप्रचीतीचा साक्षात्कार करून देणाऱ्या बंदिशीचा अल्पसा परिचय करून देता आला. या संधीबद्दल 'सकाळ'ला धन्यवाद आणि संगीतेच्छुंना शुभेच्छा..!

अविस्मरणीय मैफल
अनुभवण्यासाठी
क्यूआर कोड स्कॅन करा.

आधुनिक महाराष्ट्रातील बंदिशकार

राग-ताल, काव्य आणि ख्यालबरोबरच अन्य प्रबंधप्रकार यांत मराठी बंदिशकारांनी नवनवे प्रयोग केले आणि त्यात नावीन्यासह पुष्कळच वैविध्यही आले. रागरुपाच्या संदर्भात विचार करता दिसते, की प्रारंभीच्या काळात रागांच्या पारंपरिक रूपांना धक्का न लावता नवी रचना करण्याकडे कल होता. दुसऱ्या टप्प्यात रागरुपांना नव्या दृष्टीने पाहून, त्यात मुरड घालून नवा आयाम देण्याकडे कल होता. तर, तिसऱ्या टप्प्यात रागरुपांची नवीच मांडणी करणे वा नवेच रागरूप पुढे आणणे यावर अधिक लक्ष दिले गेले.

- डॉ. चैतन्य कुंटे

keshavchaitanya@gmail.com

भारतीय रागदारी संगीतात राग व ताल या दोन विलक्षण महत्त्वाच्या सौंदर्यकल्पना आहेत. रागतालाचा आविष्कार करण्यासाठी, त्याच्या विस्तारासाठी विविध प्रकारचे प्रबंध प्राचीन कालापासून निर्माण झाले. मध्ययुगात प्रचलित झालेले धृपद, ख्याल इ. गीतप्रकार आणि त्यांची विशिष्ट गायनशैली यांना अनुसरून पोषक गेयकाव्याची जोड देत रागतालबद्ध सांगीतिक रचना बनवल्या गेल्या. या सांगीतिक रचनांना 'बंदिश' असा शब्द रूढ आहे. 'ज्यातून रागरूपाची विशिष्ट आकृती निश्चित केली जाते आणि त्या विविक्षित राग-ताल कल्पनेचा विस्तार केला जाण्याची क्षमता ज्या रचनेत असते, अशी स्वरलययुक्त सौंदर्यपूर्ण रचना म्हणजे बंदिश' अशी व्याख्या मी करतो. हिंदुस्थानी संगीतात बंदिशीची मोठीच महत्ता आहे. एखादा बीजमंत्र असावा, त्याप्रमाणे बंदिश ही 'रागमंत्र' असते. प्रायः गायक-वादक कलाकार आपल्या रागप्रस्तुतीचे शिल्प ज्या पायावर करतात, तो पाया म्हणजे बंदिश. अमूर्त अशा रागतत्त्वाची सगुण मूर्ती म्हणजे बंदिश. वाग्गेयकार ज्या माध्यमाद्वारे आपले संगीतचिंतन, रागविचार आणि प्रतिभासृष्टी साकार करतो, ते माध्यम म्हणजे बंदिश. परंपरेचे जतन, शिक्षण, कलाप्रस्तुती आणि नवसृजन या चारही पातळ्यांवर बंदिश हा घटक अत्यंत महत्त्वाचा ठरतो.

बंदिशीचे रचनाकार म्हणजे बंदिशकार. बंदिशीतील राग-ताल-काव्य या तिन्ही घटकांची रचना एकाच कलाकाराने केलेली असते, त्यामुळे त्यास 'वाग्गेयकार' (वाक्+गेय+कार) असे म्हणतात. सदर लेखात हिंदुस्थानी रागसंगीताच्या संदर्भात महाराष्ट्रात आधुनिक काळात जे महत्त्वाचे बंदिशकार झाले, त्यांचा थोडक्यात आढावा घेत आहे. अर्थात, विषय खूप मोठा असल्याने या लहानशा लेखात सर्वच बंदिशकारांचे विस्तृत विवेचन करणे शक्य नाही. एवढेच काय, सर्वच बंदिशकारांचा नामोल्लेख यात असेल, असेही नाही. मात्र, बंदिशकार म्हणून ज्यांचे योगदान प्रस्थापित झाले आहे, अशा काही ठळक नावांचा उल्लेख येथे केला आहे.

महाराष्ट्रातील बंदिशनिर्मिती

मध्ययुगात अनेक संत-तंत-पंत रचनाकारांचे रागप्रणालीतील प्रबंध या महाराष्ट्राने निर्माण केलेल्या खास बंदिशी म्हणायला हव्यात. संत रामदास, दासोपंत यांच्या अनेक रचना पाहता त्या तत्कालीन कलासंगीताचे प्रबंध होते, हे लक्षात येते व

ते खऱ्या अर्थाने वाग्गेयकार होते, हेही नोंदविता येते. सोळाव्या शतकातील 'किताब-ए-नवरस'कार सुलतान इब्राहिम आदिलशाह द्वितीय हा तर उत्तम ध्रुपद रचनाकार होता.

महाराष्ट्रात ख्याल गायनाची परंपरा अठराव्या शतकाच्या पूर्वार्धात सुरू झाली. मात्र, ही ख्याल गायकी इथे रुजण्यासाठी, तिचा प्रचार-प्रसार होण्यासाठी काही अवधी लागला आणि एकोणिसाव्या शतकाच्या पूर्वार्धात ही ख्याल गायकी इथे स्थिरस्थावर झाली. महाराष्ट्रातील लोक उत्तरेत जाऊन ख्याल गायकी शिकले, तसेच उत्तर भारतातील विविध परंपरांतील, घराणेदार गवई महाराष्ट्रात आले. यामुळे ग्वाल्हेर, आग्रा, किराणा अशा परंपरांतील गायकी इथे मुख्यत्त्वे रुजली. उ. अल्लादिया खां प्रणित जयपूर अथवा करवीर गायकी, उ. छज्जू खां व उ. नझीर खां प्रणित भेंडीबझार गायकी, नंतरच्या काळातील पं. कुमारगंधर्व प्रणित गायकी, पं. जसराज प्रणित मेवाती गायकी असे अनेक रंग महाराष्ट्रात बनले. आज ख्याल गायकीच्या संदर्भात महाराष्ट्राची खास छाप दिसून येते. महाराष्ट्रात ख्याल गायकी येणे, रुजणे आणि विस्तारणे अशा तीन अवस्थांतील या सर्व प्रवासात असे जाणवते, की नवीन बंदिशींच्या निर्मितीच्या प्रक्रियेतही काही बदल होत गेले आहेत.

हा सर्व प्रवास पाहता लक्षात येते, की महाराष्ट्रात कलाकारांनी बंदिशी बांधण्याच्या प्रक्रियेत तीन टप्पे आहेत. प्रारंभीच्या काळात पारंपरिक घराणेदार बंदिशी शिकणे, मैफलीत पेश करणे, संग्रहित करणे, जतन करणे यांवरच लक्ष दिले जाई आणि त्या काळात नवीन बंदिशी बांधण्याकडे फारच कमी कल होता. दुसऱ्या टप्प्यात ख्याल गायकी व पारंपरिक बंदिशीचा वारसा पूर्ण पचवून सिद्ध झालेल्या प्रतिभासंपन्न कलावंतांनी नव्या बंदिशींची रचना मोठ्या प्रमाणात केली. तिसऱ्या टप्प्यात राग-ताल, काव्य आणि ख्यालबरोबरच अन्य प्रबंधप्रकार यांत मराठी बंदिशकारांनी नवनवे प्रयोग केले आणि त्यात नावीन्यासह पुष्कळच वैविध्यही आले. रागरूपाच्या संदर्भात विचार करता दिसते, की प्रारंभीच्या काळात रागांच्या पारंपरिक रूपांना धक्का न लावता नवी रचना करण्याकडे कल होता. दुसऱ्या टप्प्यात रागरूपांना नव्या दृष्टीने पाहून, त्यांत मुरड घालून नवा आयाम देण्याकडे कल होता. तर, तिसऱ्या टप्प्यात रागरूपांची नवीच मांडणी करणे वा नवेच रागरूप

पुढे आणणे यावर अधिक लक्ष दिले गेले.

लयताल पक्षाचा विचार करता, पहिल्या टप्प्यात प्रचलित ताल व लयाकृतीचे अनुसरण झाले. दुसऱ्या टप्प्यात अप्रचलित ताल वाढू लागले, लयीचा पेचदारपणाही वाढला आणि तिसऱ्या टप्प्यात लयतालाच्या बाबतीत प्रगत विचारांतून आलेली व्यामिश्रता, गुंतागुंत अगदी ठळकपणे जाणवते. भाषा व काव्याच्या बाबतीत दिसते, की प्रारंभीच्या काळात मराठी कलाकारांचे ब्रज, अवधी इ. भाषा वा बोलींवरचे प्रभुत्व तोकडे असल्याने बंदिश राग-तालाच्या बाबतीत उत्तम असली तरी काव्याचा दर्जा विशेष चांगला नव्हता. अनेकदा काव्यविषयही खास विचारपूर्वक योजलेले नव्हते. मात्र, दुसऱ्या टप्प्यात भाषेवरची पकड चांगली झाल्याने मराठी बंदिशकारांच्या बंदिशींतील काव्याचा स्तर उंचावला, विषयवैविध्य आले. तिसऱ्या टप्प्यात त्यात अधिकाधिक नावीन्य आलेले जाणवते. प्रारंभीच्या काळातील मराठी बंदिशकारांनी आपल्या बंदिशींत खास नाममुद्रा घेतलेली दिसत नाही. अनेकदा नाममुद्रा नाहीच किंवा कधी आपल्या गुरूपरंपरेतील ज्येष्ठांचीच नाममुद्रा सन्मानपूर्वक वापरली आहे. मात्र, दुसऱ्या टप्प्यातील बंदिशकारांनी स्वतःची वेगळी नाममुद्रा आत्मविश्वासपूर्वक वापरली आहे. तिसऱ्या टप्प्यात काहींनी नाममुद्रा वापरली, काहींनी ते टाळले, तर काहींनी बंदिशीतील काव्याच्या अनुषंगाने संयुक्तिक असेल तरच नाममुद्रा वापरली आहे. सांगीतिक सौंदर्यकल्पनांच्या दृष्टीनेही या तीन टप्प्यांत क्रमशः नावीन्य, वैविध्य आणि प्रगत विचार येत गेला आहे, असे लक्षात येते.

विविध घराण्यांच्या परंपरांतील मराठी बंदिशकार

मराठी मुलखाने हिंदुस्थानी संगीताला अनेक उत्तम बंदिशकार दिले. काही अमराठी कलावंत महाराष्ट्रात स्थायिक झाले, त्यांची कर्मभूमी महाराष्ट्र असल्याने त्यांची बंदिशनिर्मितीही इथे घडली, रुजली व प्रस्थापित झाली. तसेच, मुळात मराठी असलेले अनेक कलावंत महाराष्ट्राच्या बाहेर, अन्य प्रांतांत स्थायिक झाले व त्यांचे बंदिश-सर्जन तिकडे झाले. या दोन्ही प्रकारच्या कलावंतांचा विचार 'मराठी वाग्गेयकार' म्हणून करायला हरकत नाही.

विसाव्या शतकाच्या प्रारंभ काळात ख्याल गायकी ज्यामुळे रुजली ते

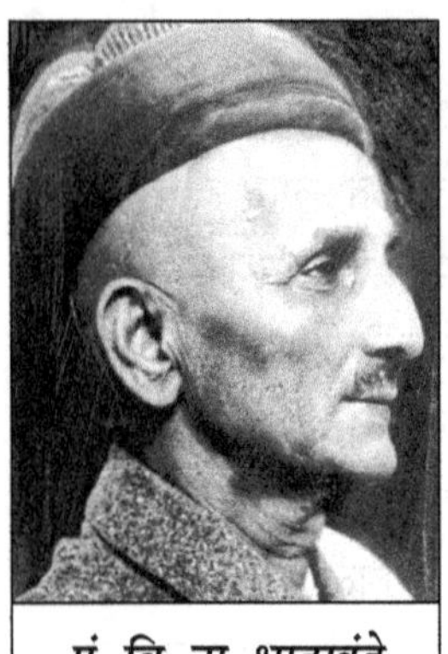

'गोखले घराण्या'चे प्रवर्तक पं. महादेवबुवा गोखले क्वचित, मौज म्हणून नवीन रचना करीत असत, असा उल्लेख त्यांच्या बखरीत मिळतो. दुर्दैवाने त्या परंपरेतील नवनिर्मित बंदिशी उपलब्ध नाहीत. ग्वाल्हेरच्या शिंदे सरकारांचे पुत्र असलेले, हार्मोनियम वाद्य भारतात रूढ करणारे म्हणून गाजलेले भैय्या गणपतराव हे रसिले ठुमरी गायक व रचनाकार होते. 'सुघर' मुद्रेने त्यांनी बांधलेल्या ठुमरीच्या रचना आजही मोहवतात. गायनाचार्य बाळकृष्णबुवा इचलकरंजीकर यांनी 'रामगीतगोविंदम्' या काव्यातील रामविषयक संस्कृत अष्टपदी छोटा ख्यालाच्या रूपात स्वरबद्ध केल्या. हिंदुस्थानी संगीताचे आधुनिक महर्षी पं. वि. ना. भातखंडे यांनी 'चतुर' या मुद्रेने काही ढंगदार बंदिशी आणि लक्षणगीतेही बांधली. त्यांच्या बव्हंशी रचना 'क्रमिक पुस्तक मालिके'तून प्रकाशित झाल्या. बाळकृष्णबुवा, भातखंडे यांच्या पुढल्या पिढीपासून महाराष्ट्रात ख्याल बंदिशींची नवनिर्मिती होऊ लागली. अनेक गवय्यांनी वैयक्तिक ऊर्मीतून अथवा कधी गरज म्हणून थोड्याफार बंदिशी बांधल्या. मात्र, ज्या कलाकारांच्या बंदिशींची संख्या लक्षणीय आहे अथवा ज्यांच्या बंदिशी अधिक प्रचलित झाल्या, त्यांचा आढावा इथे घेतला आहे.

ग्वाल्हेर परंपरेतील बंदिशकार

पं. रामकृष्णबुवा वझे हे 'कोठीवाले गवई' म्हणून नावाजले होते. त्यांनी रचलेल्या काही मराठी चीजा त्यांच्या 'संगीत कला प्रकाश' (१९३८) पुस्तकात प्रकाशित झाल्या होत्या. पं. विष्णू दिगंबर पलुस्कर यांनी ध्रुपद, धमार, बडा व छोटा ख्याल, तराणा, त्रिवट, चतुरंग, भजन अशा अनेक प्रकारच्या बंदिशी बांधल्या. पलुस्करांनी मुख्यत्वे हिंदी संतकाव्ये बंदिशीच्या रूपात स्वरबद्ध केली. त्यांच्या काही गाजलेल्या बंदिशी अशा : अब मैं अपने राम को रिझाऊ (सोहनी), जय जय गिरिराजकिशोर (बागेश्री), भज रघुवीर श्याम जुगलचरणा (बहार), श्रीगिरिधर आगे नाचूंगी (बहार), सोही रसना जो (भीमपलास), और नही कछु काम के (दरबारी

कानडा), नवल रघुनाथ (बसंत), श्यामा तोरी बन्सरी नेक बजाऊ (देश). पलुस्करांना अनुसरत त्यांचे शिष्य पं. विनायकबुवा पटवर्धन यांनीही संतकाव्यास स्वरबद्ध करून बंदिशी बनवल्या. विनायकबुवांच्या पठडीतील दत्तात्रेय जंगम वाईकर (सूरसागर), कमलाकर जोशी (स्वरकमलांजली), नारायण पटवर्धन (तरलप्रबंधावली), सुधा पटवर्धन यांनी मात्र स्वतंत्र काव्यरचना करून बंदिशनिर्मिती केली. त्याच परंपरेत पुढे विजय बक्षी (बंदिश नवनीत) यांनी उत्तम बंदिशी केल्या आहेत.

पं. विनायकबुवा पटवर्धन

पं. पलुस्करांचे बंदिशकार म्हणून अत्यंत गाजलेले शिष्य म्हणजे पं. शंकरराव व्यास. 'व्यासकृती' पुस्तकात, तसेच पाठ्यक्रमाच्या पुस्तकांत त्यांच्या बाळबोध रचनांपासून मैफलीत मांडाव्या अशा ढंगदार बंदिशी आहेत. शंकरराव व्यासांच्या गाजलेल्या बंदिशी अशा : मुरली की धून (मालगुंजी), मंगलमय जय वाणी, मुरली अधरधर (भूपाली), जीवन के मम प्राण, मनमोहन मुरलीवाला (दुर्गा), भज मन निसदिन श्यामसुंदर (भीमपलास) इ. वसंत राजोपाध्ये, चंद्रकांत आपटे या नारायणराव व्यास व शंकरराव व्यासांच्या शिष्यांमध्येही हा बंदिशरचनेचा गुण चांगल्या प्रकारे आला. त्यांचे बंदिशकार म्हणून सर्वांत वाखाणलेले शिष्य म्हणजे पं. शंकर अभ्यंकर (आराधना). अभ्यंकरांच्या ढंगदार बंदिशी आज अनेक गायक आवडीने गातात.

शंकरराव व्यास

पं. बा. र. देवधर हे पलुस्करांचे अत्यंत व्यासंगी शिष्य व गायक. त्यांनी हजारो पारंपरिक बंदिशींचा

पं. शंकर अभ्यंकर

पं. विनायक रामचंद्र आठवले

विदुषी वीणा सहस्त्रबुद्धे

पं. अनंत मनोहर जोशी

उत्तम संग्रह केलाच. शिवाय, मोजक्याच; पण सुंदर बंदिशीही बांधल्या. त्यांचे शिष्य असणारे पं. कुमारगंधर्व हे आधुनिक काळातील फार मोठे सर्जनशील कलावंत. कुमारजींनी बंदिशींचा स्वतःचा खास ढंग तयार केला.

रागतालाच्या बाबतीत त्यांच्या बंदिशी वेधक आहेतच. शिवाय, त्यांनी काव्यविषय व बोलींचा निराळा वापर केला. काही बंदिशींत त्यांनी 'शोक' आणि 'गुणीनायक' अशी मुद्रा वापरली असली तरी अनेक बंदिशींत मुद्रा नाही. 'अनूप राग विलास' पुस्तकाच्या दोन खंडांत या बंदिशी प्रकाशित झाल्या. कुमारजींच्या शिष्यवर्गात मुकुल शिवपुत्र (सोता), मीरा राव, सत्यशील देशपांडे यांनीही उत्तम बंदिशी केल्या आहेत. देवधरांचे शिष्य पं. चंद्रशेखर रेळे यांच्या बंदिशी 'गुंजन' या पुस्तकात संग्रहित आहेत. कुमारजींनी प्रभावित असलेल्या पं. नारायण पंडित यांनी 'नादपिया' या मुद्रेने बंदिशी रचल्या आहेत. (हीच नाममुद्रा पं. विनायक रामचंद्र आठवले यांनीही वापरली आहे.)

पलुस्करांचे शिष्य लक्ष्मणराव बोडस आणि शंकरराव बोडस यांनीही मोजक्या बंदिशी बांधल्या. मात्र, त्यांच्या कुटुंबातील पं. काशीनाथ बोडस आणि डॉ. वीणा सहस्त्रबुद्धे यांनी ख्याल, ताराने फार सुंदर बांधले आहेत. ना. मो. खरे हे पलुस्करांचे शिष्य 'लक्षणगीतकार' म्हणून नावाजलेले होते, त्यांची फार सुंदर लक्षणगीते 'रागविज्ञान'मध्ये समाविष्ट आहेत. पलुस्करांचे मुंबईतील शिष्य

रामकृष्ण जोशी यांनीही काही रचना केल्या होत्या. पं. ओंकारनाथ ठाकूर यांचे शिष्य पं. पद्माकर बर्वे यांनी रागताल व काव्य या दोन्हींच्या दृष्टीने ढंगदार बंदिशी रचल्या. त्या 'रसराज' या संग्रहात प्रकाशित आहेत. पं. वसंत वामन ठकार यांनीही नवराग व नवरचना निर्मिती केली आणि 'कलारंजनी' पुस्तकात या रचना उपलब्ध आहेत.

पं. अनंत मनोहर जोशी हे पं. बाळकृष्णबुवांचे प्रतिभावान शिष्य होते. त्यांनी बांधलेल्या अनेक बंदिशी प्रचलित झाल्या आहेत. उदा. एरी मालनिया

पं. गजाननबुवा जोशी

गूंदे लाओ री (छायानट), चलो री माई रामसिया (श्री), ननदी के बचनवा (यमन), रैन कारी डरावन (मालगुंजी), तूही करतार (रामकली) आदी त्यांचे पुत्र व थोर व्हायोलीनवादक, गायक, गुरू पं. गजाननबुवा जोशी यांनीही ग्वाल्हेर, आग्रा व जयपूर गायकीच्या अनुषंगाने विविध बंदिशी बांधल्या. या पिता-पुत्रांच्या बंदिशी 'गुंदे लावो री मालनिया' या पुस्तकात प्रकाशित झाल्या आहेत. गजाननबुवांचे पुत्र मधुकर जोशी व कन्या सुचेता बीडकर यांनीही बंदिशी बांधल्या असून, त्या 'मधुमालती' पुस्तकात आहेत. गजाननबुवा, बोडस, गानू व देवधर अशा चार गुरूंकडून उत्तम रागविद्या संपादन केलेले विद्वान कलाकार डॉ. अशोक दा. रानडे यांनी स्वतः 'रसिकरंग' या मुद्रेने बंदिशी बांधल्याच. शिवाय, अनेक जुन्या, प्रचारातून गेलेल्या बंदिशींची पुनर्रचनाही केली. त्यांच्या बंदिशींत शब्द व लय यांचा निराळाच विचार जाणवतो.

ग्वाल्हेर, आग्रा व जयपूर शैली शिकलेल्या देवगंधर्व भास्करबुवांचे पट्टशिष्य मास्तर कृष्णराव फुलंब्रीकर हे तत्कालस्फूर्त रचनांसाठी ओळखले जात. मास्तरांनी भास्करबुवांच्या 'त्रिवेणी गायकी'नुसार खास रंगत असलेल्या बंदिशी बांधल्या. त्या अत्यंत लोकप्रिय ठरल्या. उदा. मन में मोहन बिराजे (तिलककामोद), रंग रंग मुखपे (अडाणा), रतिया मैं जागी (नायकी कानडा), लालन तुमबिन कौन करे (कौशी कानडा). अनवट व जोडरागांतील त्यांच्या बंदिशी तर फारच सुरेख आहेत. उदा. अजद हिंडोल-महादेव की बानी, हिंडोलबहार-ए माई आज अपने,

तिलककेदार-ए मंगल गाये, मंगल तोडी-चर्चा करेंगे सगरे, देवीकल्याण-मेरो मन अत उल्हासा, शिवकल्याण-माई री प्रीतम करो दुल्हन पे आदी मास्तरांच्या पठडीतील माणिकबुवा ठाकूरदास, राम मराठे यांनी रचना केल्याच. शिवाय, मास्तरांच्या धाटणीचा प्रभाव विशेष जाणवतो पं. छोटा गंधर्व यांच्या बंदिशींवर. नाट्यसंगीतासाठी गाजलेल्या छोटा गंधर्वांनी 'गुनरंग' वा 'सुजागर' मुद्रेने बंदिशी बांधल्या व 'बावरे मत कर गुमान' (यमन)सारख्या काही बंदिशी खूप गाजल्याही.

उत्तरेतील ग्वाल्हेर गायकीच्या पठडीतही अनेक मराठी बंदिशकार झाले. उदा. 'कुंडलगुरू' बालाभाऊ उमडेकर (राग सुमन माला), गोविंदराव राजूरकर, पं. बाळासाहेब पुंछवाले 'रसिक' (मैं जैसा हूं), विश्वनाथ रिंगे 'तानरंग', शंकर विष्णू काशीकर (श्रुतिविलास). वर्ध्याचे ज. दे. पत्की यांनी 'अप्रकाशित राग' या पुस्तकाच्या तीन खंडांतून अनेक दुर्मिळ राग व त्यांतील स्वरचित बंदिशी प्रकाशित केल्या. ग्वाल्हेरच्या पं. कृष्णराव शंकर पंडितांनी काही बंदिशी बांधल्या असल्या तरी त्या पुस्तकातून संग्रहित करून प्रकाशित झालेल्या नाहीत. त्यांचे शिष्य व विद्वान गायक पं. शरच्चंद्र आरोळकर यांनी फारच ढंगदार बंदिशी केल्या. त्यांचे शिष्य शरद साठे (रसरंग मुद्रेने) आणि नीला भागवत यांनीही आरोळकर बुवांचा बंदिशविचार पुढे चालवला आहे.

आग्रा व अत्रोली परंपरेतील बंदिशकार

आग्रा-अत्रोली घराण्यातील विलायत हुसेन खां (प्राणपिया), लताफत हुसेन खां (प्रेमदास), अझमत हुसेन खां (दिलरंग), अस्लम खां (खुशरंग) हे ज्येष्ठ बरोबर महाराष्ट्रात वास्तव्यमारा आल्याने त्यांच्या बंदिशी इथे रुजल्या. विलायत हुसेन खां 'प्राणपिया' यांच्या काही गाजलेल्या बंदिशी अशा - तेरो रंगरूप (ककुभ बिलावल), फुलन की सेजपर (शुद्ध कल्याण), आज मग जोवत (सावनी), नैया मोरी पार करो व कासे कहूँ (कौशी कानडा), मन मोह लीनो (रायसा कानडा), सूरत मोहनी (गौरी), तेरो ध्यान धरत (धनाश्री), चरन तक आई (लंकादहन सारंग). अझमत हुसेन 'दिलरंग' यांच्या निरख छब देखत (बिहागडा), ए जिया उकलात (हिंडोली), हठीली कहा मानत नाही (जोगकंस) या बंदिशी वैशिष्ट्यपूर्ण आहेत. विलायत हुसेन खां यांचे शिष्य रत्नकांत रामनाथकर यांनी 'प्रेमरंग' मुद्रेने

बांधलेल्या काही चीजा गाजल्या. उदा. रोके ठाडो गैल (बिलावल), पाती न भेजी (बिहागडा), कारी घटा छायी (मल्हार), सांझ भई अबलो (श्री). प्रथम विनायकबुवांकडे शिकलेले व पुढे विलायत हुसेन खांसाहेबांकडे तालीम घेतलेले वि. रा. आठवले यांनीही आग्रा गायकीच्या ढंगाने चीजा बांधल्या व त्या 'नादवैभव' पुस्तकात उपलब्ध आहेत.

विलायत हुसेन खां यांचे शिष्य असलेल्या जगन्नाथबुवा पुरोहित 'गुनिदास' यांनी तर बंदिशरचनेची आपली खास धाटणीच निर्माण केली व 'हो' अशी आर्त पुकार असलेल्या त्यांच्या हृदयस्पर्शी बंदिशी 'स्वानंदिनी' पुस्तकात प्रकाशित झाल्या आहेत. या अत्यंत लोकप्रिय रचना अशा - जोगकंस - सुघर बर पायो, पीर पराई, स्वानन्दी - जियरा मानत नाही, मारवा - हो गुनियन मिल, ललित - जा जा रे जा रे बलमवा, अहीरभैरव - तेरो जिया सुख पावे, मनवा तू जागत रहियो, बेग बेग आओ मंदिर, बिहागडा - सखी मंदिरवा में, मुलतानी-मानत नाही जियरा मोरा उनबिन, हो मोरे मंदिरवा में, गौरी - खबरिया ले हो मोरी, शहाना कानडा - मंदिरवा में मोरे आज, सोहनी- जियरा रे कल नाही आए, इ.

गुनिदासांचे शिष्य सी. आर. व्यास 'गुणीजान' यांच्या बंदिशीही खूप प्रभावी ठरल्या असून, त्या 'राग सरिता' पुस्तकातून प्रकाशित झाल्या. उदा. बागेश्री- ना डारो रंग मोपे, यमन- आयी रे मिलन तोहे, बिहाग-ले जा रे जा पथिकवा, मारू बिहाग- मोरे नैनवा तरस गए री, रागेश्री-उतारो नजरिया,

पं. शरद साठे

उ. *विलायत खांसाहेब*

रत्नकांत रामनाथकर

नटभैरव-गूँज रही, सूरज चन्दा जब तक रहे, अहीरभैरव - गाओ गुन जो निरगुन, बिलासखानी-तज रे अभिमान, श्री-सांझ की बेर + सुन सुन री ए री सखी आज, स्वानन्दी - तोहे रे गाऊ मै आज, धनकोनी कल्याण-सरस सूर गाऊ, धन रे धन सुदिन, देख चन्दा नभ इ.

गुनिदासांच्या बंदिशींची धाटणी अनुसरत जितेंद्र अभिषेकी यांनीही 'श्यामरंग' मुद्रेने मोजक्याच; पण आशयसंपन्न बंदिशी केल्या. उदा. यमन-तराना झपताल, रागेश्री-मोरा मन हर लीनो, गोरख-दरस बिन जियरा तरसे, मनोरंजनी-नाम तिहारो, नित चित चैन नाही मोरी माई, मधुरंजनी-एरी सखी, रंगसे रंगभीनी चुनरिया, अमृतवर्षिणी- आद अनंत अनाम, का संग कीन्ही प्रीत, ओडवबागेश्री-देखो री माई इत घन उत नंदलाल, दिन की पुरिया-कैसी निकी लागी, भरन गगर ना देत आदी अभिषेकींच्या शिष्यांपैकी हेमंत पेंडसे, विद्या दामले आणि मोहन दरेकर यांनीही रचना केल्या आहेत.

आग्रा घराण्यातील खादिम हुसेन खां 'सजनपिया' हेही एक महान वाग्गेयकार झाले. त्यांचे ज्येष्ठ शिष्य प्रल्हाद गानू 'आनंद' यांच्या बंदिशी रेखीव आहेत. उदा. भूप-नादविद्या अपरंपार, सावनी कल्याण-परताप तेरो, आयो शुभदिन, कोमल ऋषभ आसावरी- जोगीनके भेख धरे, मारवा-गायक सब मिल बैठे, मुलतानी- पकरी मोरी बैया, कापर गौरी-देखो री माई आदी आग्रा गायकीचा ढंग पूर्णत: आत्मसात करून त्या गायकीचा अत्यंत रसपूर्ण आविष्कार करणाऱ्या बंदिशी बबनराव हळदणकर 'रसपिया' यांनी बांधल्या. बबनरावांचे शिष्य असलेल्या अरुण कशाळकर 'रसदास' (रसदास बंदिशें व स्वरअर्चना), शुभदा पराडकर 'शुभरंग', राम देशपांडे यांच्याही बंदिशी लयबद्धतेच्या बाबतीत वेधक आहेत.

पं. भातखंडे यांचे शिष्य आणि पुढे 'प्रेमपिया' उ. फैयाझ खांसाहेबांची तालीम लाभलेले आचार्य श्री. ना. रातंजनकर यांनी स्वत:चा खास असा बंदिशींचा ढंग निर्माण केला. रागाच्या उत्तम स्वरूपाबरोबरच ब्रज भाषेतील दीर्घ काव्यरचना आणि लयीचा डौल यांमुळे त्यांच्या बंदिशी वैशिष्ट्यपूर्ण ठरल्या. 'अभिनव गीतमंजरी'च्या तीन खंडांत प्रकाशित झालेल्या या बंदिशी प्रचलितही झाल्या. उदा. काहे करत मोसे बरजोरी (कौंसीकानडा), सुमीर साहेब सुलतान (सालगवराली), होरी खेलन को चले कन्हैया (देश), पायल मोरी बाजे (नंद),

उठत जिया हूक (वसंतमुखारी), वही जाओ जाओ बलम (बिलासखानी तोडी), मांगन मागत आयो व भनक पडी कान (भूपाल तोडी), बमना रे बिचारो व सहेलरिया गाओ री (नारायणी), सखी मेरो मन हर लीनो सावरियाने (झिंझोटी), हां पीर मेरे व सज सज सिंगार (धानी), बंधा समा (बिभास और खट), नैना नीर झरत निसदिन (मुलतानी), गुनी गुन निहारे (श्री), आओ गाओ गाओ रिझाओ मिल (पंचम), का री करू मै अकेली नार (सारंग), तनिक सुन री (भटियार), मनमोहन ब्रिजराज

सुमती मुटाटकर

दुलारो (हमीर), अब ना मारो फुलगेंदवा (भैरवी). पं. अण्णासाहेबांच्या ध्रुपद, धमार, ख्याल, टपख्याल, बंधी ठुमरी, तराणा, रागलक्षणगीत, ताललक्षणगीत अशा अनेक घाटांतील बंदिशी फारच वैविध्यपूर्ण आहेत. त्यांचे मित्र व गुरुबंधू पं. गोविंदराव नातू हेही चांगले बंदिशकार होते. त्यांच्या काही लोकप्रिय बंदिशी अशा : नेहा कैसे लागा व सांझ भई उदित भये (यमन), कहूं कासे मन की बिथा (दुर्गा), नंद को छैल मोरी गुइंया (तिलक कामोद), नभ निकस गयो चंद्रमा (मालकंस), दिन गये बीत (भटियार).

आचार्य रातंजनकर यांच्या शिष्यपरंपरेतही अनेक दर्जेदार बंदिशकार आहेत. उदा. (१) चिदानंद नगरकर 'चित आनंद' - कौशी कानडा—नैना भरो कजरा, कैशिकरंजनी— ए री माई पिया परदेस व बरखा रितु, मधमाद सारंग—मोरे मन भाया शाम सजीला. (२) हैदराबादचे पं. एस. ए. महाडकर (३) एस. सी. आर. भट (सुजनदास), (४) पं. के. जी. गिंडे (सुजनसुत) (४) डॉ. सुमती मुटाटकर (गीत निर्झरी) (५) यशवंत महाले 'यशरंग' (यशसंगीतामृत). या परंपरेतील सर्वांत लोकप्रिय बंदिशकार म्हणजे पं. दिनकर कायकिणी 'दिनरंग' (दिनरंग पुस्तक). त्यांच्या वैविध्यपूर्ण बंदिशी अशा : देर ना दर ना (बागेश्रीतील तरानानुमा बंदिश), तोरी नजरिया लागे प्यारी (यमन), तरानानुमा शिवस्तुती (केदार), करम की डारो नजर (श्री), ना करो इतनो गुमान व शामसुंदर नाचे (मालकंस), सावरे की धून लागी (मुलतानी), अनहत के भेद (गुणरंजनी), अततन देरेना (गारा, भजननुमा तराना),

माधो मुकुंद मुरारी (काफी टप्पा), पनघट पे जल भरन व ओदेतनन तन देरेना (भैरवी). आग्रा गायकीची तालीम असलेले यशवंतबुवा जोशी 'यशरंग', वसंतराव कुलकर्णी 'गुनिये', नीलकंठ अभ्यंकर 'निगुन', धुळे येथील श्रीपाद नाईक, बबनराव मांजरेकर, रामदास भटकळ 'नंदनंदन', इ. कलाकारांनीही बंदिशनिर्मिती केली.

उ. अल्लादिया खांसाहेबांच्या परंपरेतील बंदिशकार

उ. अल्लादिया खांसाहेबांनी 'अहमदपिया' या मुद्रेने काही पेचदार, डौलदार बडा ख्यालच्या रचना केल्या. त्यांच्या सत्शिष्या गानतपस्विनी मोगूबाई कुर्डीकरांनीही हाच वारसा चालवून या घराण्यातील संपूर्ण मालकंस, शुद्ध नट, रायसा कानडा, भूपनट, बसंतबहार, सावनी आदी खास रागांत द्रुत बंदिशींची भर घातली. हार्मोनियमवादक, संगीतनट, नाटककार म्हणून गाजलेल्या गोविंदराव टेंबे यांनीही मराठी भाषेतील साहित्यिक गुण असलेल्या लक्षणगीतांसह काही मोजक्या ख्याल बंदिशी बांधल्या. या परंपरेतील पं. मधुकर सडोलीकर हे काहीसे दुर्लक्षित राहिलेले. परंतु, उत्तम बंदिशकार होते. सुंदर सलोना पिया मोरा (भूपनट), चली नार पिया के घर (नायकी कानडा) अशा त्यांच्या बंदिशी चुस्त आहेत. पं. निवृत्तीबुवा सरनाईक यांच्या बंदिशींत लोचदारपणा व खास तानफिरत अधिक जाणवते. उदा. आये मोरा रे पियरवा (मारुबिहाग), कित ढूंडन जाऊं (संपूर्ण मालकंस), ध्रुवमंडल प्रसार हुआ (ललितागौरी), पार करो नैया (पूरिया कल्याण), मै जानू री तोरी चतुराई (डागुरी), ए पथकवा (शुद्ध सारंग) आदी. त्यांचे शिष्य असलेल्या पं. दिनकर पणशीकर यांनी आडाचौताल या तालाचा जणू ध्यासच घेतला आणि या तालात बऱ्याच बंदिशी बांधल्या (आडाचौताल बंदिशें पुस्तक).

गानसरस्वती किशोरी आमोणकर यांनी स्वतःची खास ओळख असणारी भावप्रधान मुक्तबंध गायकी निर्माण केली, आणि ख्यालासह काहीशा भावगीत धाटणीच्याही बंदिशी बांधल्या. त्यांच्या लोकप्रिय बंदिशी अशा : भूप (प्रथम सूर साधे, सहेला रे, मै तेरी रे), यमन (मो मन लगन लागी, तोसे नेहा लागा, सब बन प्रीत री होई, तराणा), बागेश्री (बिरहा ना जरा, आज सह्यो ना जाए बिरहा, एरी माई साजन नही आये), नंद (आजा रे बालमवा), खंबावती (रे निर्मोही सजना), हंसध्वनी (गणपत विघ्नहरन, आज सजनसंग मिलन, तराना), अहिरभैरव (नैनवा

बरसे), खेमकल्याण (मोरा मनहर ना आयो), गौडमल्हार (बरखा बैरी भयो), आनंदमल्हार (बरसत घन आयो) आदी. किशोरीताईंच्या गायकीचा व बंदिशींचा वारसा चालवत डॉ. अश्विनी भिडे-देशपांडे यांनीही तरल बंदिशी रचल्या. त्यांच्या बंदिशी 'रागरचनांजली'च्या दोन खंडांत प्रकाशित आहेत. कुमुदिनी काटदरे यांच्या प्रासादिक बंदिशींतून त्यांच्या सात्त्विक वृत्ती व गायकीचे दर्शन घडते. उदा. रागेश्री–तेरो नाम भवतारन, अहिरभैरव–नित नित सुमरन करे, भूप–गुरुपदवंदन व सुखनिधान श्रीराम. त्यांच्या तराण्याच्या व समयचक्र-रागमालासारख्या बंदिशीही रोचक आहेत.

ग्वाल्हेर, किराणा आणि जयपूर या तिन्ही घराण्यांची तालीम लाभलेले पं. राजाभाऊ देव यांनी 'रसरंग' मुद्रेने तत्त्वज्ञानपर वा संगीतविचार बंदिशी रचल्या. त्यांचा वारसा चालवत त्यांच्या कन्या डॉ. अलका मारुलकर यांनीही सौंदर्यपूर्ण व पेचदार बंदिशी बांधल्या. जयपूर गायकीच्या परंपरेतील उ. हैदर खां, धोंडूताई कुलकर्णी, रत्नाकर पै, कमल तांबे, विनायक केळकर, श्रुती सडोलीकर, आरती अंकलीकर, माया धर्माधिकारी (बूंद बूंद भाव झरत) आदींनीही यथाकल्पना रचना केल्या आहेत.

किराणा परंपरेतील बंदिशकार

सकृतदर्शनी किराणा परंपरेत बंदिशनिर्मितीला फारसे महत्त्व दिले गेलेले दिसत नाही आणि या गायकीतही बंदिशीला फारसे महत्त्व दिले गेले नाही, असे वाटते. परंतु, किराणा गायकीशी संबंधित महाराष्ट्रातील काही गायकांनी चांगली बंदिशनिर्मितीही केली आहे. पं. सवाई गंधर्वांचे शिष्य व ज्येष्ठ गायक पं. फिरोझ दस्तूर यांनी याकडे विशेष लक्ष दिले. अनेक आम व अनवट रागांत त्यांनी बांधलेल्या त्यांच्या बंदिशी आता पुस्तकरूपानेही प्रकाशित झाल्या आहेत. भारतरत्न पं. भीमसेन जोशी यांनीही स्वनिर्मित आणि अप्रचलित रागांत मोजक्याच बंदिशी बांधल्या व त्या लोकप्रियही झाल्या. उदा. कलाश्री (धन धन मंगल व धन धन भाग सुहाग), मारवाश्री (सब जगत के गुनियन), ललितभटियार (ओ करतार), हिंदोलिता (एरी मै आज शुभमंगल).

मात्र, बंदिशनिर्मितीसाठी महाराष्ट्रातील किराणा परंपरेतील सर्वाधिक महत्त्वाचे

पं. त्र्यंबकराव जानोरीकर

विदुषी सुहासिनी कोरटकर

नाव म्हणजे गानप्रभा डॉ. प्रभा अत्रे. बंदिशीचा खास स्वत:चा साचा निर्माण करणाऱ्या प्रभाताईंनी ख्याल, ठुमरी, भजन आदी प्रकारांत विपुल रचना केल्या व त्या चार पुस्तकांतून प्रकाशितही झाल्या आहेत. कलावती (तन मन धन) आणि मारुबिहाग (कल नाही आये व जागू मै सारी रैना) या रागांतील बंदिशींच्या केवळ उल्लेखानेही त्यांच्या बंदिशींचा प्रभाव स्पष्ट होतो. किराणा परंपरेतील पद्मा देशपांडे, आशा पारसनीस, कुसुम शेंडे व सावनी शेंडे, अतींद्र सरवडीकर हे अजून काही उल्लेखनीय बंदिशकार आहेत.

भेंडीबझार परंपरेतील बंदिशकार

भेंडीबझार घराणे तर बंदिशींसाठी सुप्रसिद्धच आहे. उ. अमान अली खां 'अमर' यांच्या बंदिशी शब्दलालित्य, लयसौंदर्य आणि स्वर तरलता यांमुळे प्रसिद्ध आहेत आणि त्यांच्या बंदिशींचा खास ढंग चटकन वेगळा उठून दिसतो. त्यांच्या बव्हंशी सर्व शिष्यांनी 'अमर' याच नावाने बंदिशी केल्या. पं. जानोरीकरांच्या शिष्या डॉ. सुहासिनी कोरटकर यांनी 'गुणगुनी' या नावाने बंदिशी केल्या आहेत. काही महत्त्वाच्या बंदिशी अशा: उ. अमान अली खां 'अमर'- हंसध्वनी (जय माता विलम तजत व लागी लगन सखी पतीसंग), जोग (ऐसो बनवारी व भसम भूखन अंगन शिव व बनरा बनी आयो), गुनक्री (जय श्रीशंकरसुत गणेश), झिंझोटी (पतीदेवन महादेव), गुजरी तोडी (आज मोरे मन लागो लंगरवा), रागेश्री (जमुना जमुना कित बारो श्याम), यमन (जागे एरी लालन भागन), गौरी (बन पंछी बोलन), पंचम (अंगना रसिक सहेलन), त्रिवेणी (कर रभेदन चर्चा गुन), प्रतापवराली (बरन साजन सखी), सांझ

(आज सुपन दीन्हे), खेम (मनवारन रिझन), बरवा (रंग भरन लायो), मल्हार (एरी पियू पियू बोले), शुद्ध सारंग (ए मोरवा करही पुकार) आदी.

रमेश नाडकर्णी- भटियार (नाहं देहं व करम कर), भूप (प्रभू सन लागी लगन), बिलासखानी (गुरू सो मै मांगत हूं), पांडुरंग आंबेरकर- शृंगेरी (मधुर मुस्कान व मन की प्यास), शिवरंजनी (किरपा करो शिवशंकर), मास्टर नवरंग- आरभी (मोरे मंदर आवो जी), अभोगी (तुमीसन लागी प्रीत), वसंतराव देशपांडे- नटभैरव (मानो अब मोरे

पं. वसंतराव देशपांडे

बात व सुजान करिये गुण की चर्चा), मारुबिहाग (उन्हींसे जाये कहो रे व मै पतिया लिख भेजी), राज कल्याण (हमारी अरज सुनो व ऐसी लाडली प्रीत), जोगकंस (खेलन आयो री), चंद्रकंस (री मोरी मुरकी कलाई), बसंतमुखारी (कित हो गये बनवारी) आदी.

टी. डी. जानोरीकर- भीम (ए नादभेदन), कलावती (ए बन्सीधर), कौंसी कानडा (आनंद भईलवा), भूप (ए नादभेद), सुहासिनी कोरटकर 'निगुनी' – शहाणा (गुणहीन हूं तो निगुनी), झिंझोटी (नाचत नटराज), भूप (सूर ग्यान गुनी मान) आदी.

विविध परंपरांतील बंदिशकार

कुंवरश्याम परंपरेतील लक्ष्मणप्रसाद जयपूरवाले, राजाराम शुक्ल 'ज्योतीरंग', मुरलीमनोहर शुक्ल 'मनहर' हे रचनाकार, झज्जर परंपरेतील महंमद हुसेन खां 'मनहर' (बंदिश व उपज), जयसुखलाल शहा 'विनय', मेवाती परंपरेतील पं. जसराज, शोभा अभ्यंकर व संजीव अभ्यंकर, डॉ. अरविंद थत्ते व त्यांचे शिष्य सुयोग कुंडलकर (रागचित्र), संदीप रानडे, पटियाला परंपरेतील दिलशाद खां 'दीनरंग', नवनीतभाई पटेल, परभणीवासी गुलाम रसूल खान, औरंगाबादचे नाथ नेरळकर (मितवा), नागपूरचे बाळ पुरोहित, शरद सुतवणे (सुरोंकी लहरे), सतीश

कौशिक 'रसरंग', देवीप्रसाद खरवंडीकर 'मितरंग', रामकृष्ण दास 'नादरंग', ना. र. मारुलकर, ना. ल. गुणे, अण्णासाहेब गुंजकर, कमलाकर परळीकर (चित्तमोहिनी), बाबूराव बोरगावकर, रमेश कानोले आदी बंदिशकारांनी नानाविध रचनांची भर घालून महाराष्ट्रातील बंदिशकारांची परंपरा समृद्ध केली आहे.

काही महिला बंदिशकार

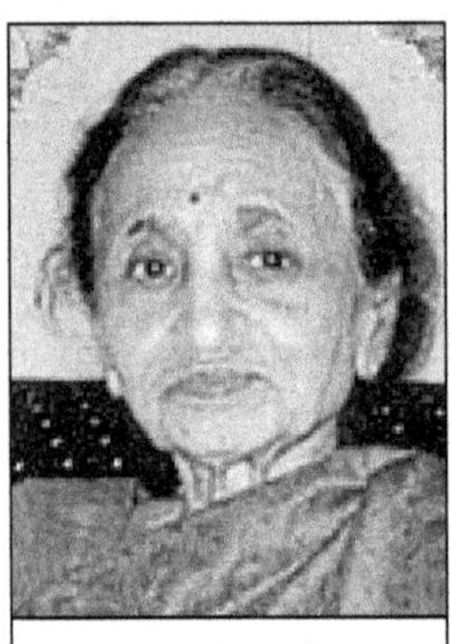

विदुषी सुशीला पोहनकर

महाराष्ट्राने काही उत्तम महिला बंदिशकारही दिल्या. विविध घराण्यांच्या संदर्भात वर उल्लेखिलेल्यांखेरीज काही चांगल्या महिला वाग्गेयकार म्हणजे सुशीला पोहनकर 'सुरमोही', रोहिणी भाटे (कथ्थक नृत्यासाठी सुंदर बंदिशींची निर्मिती), सुनीता खाडिलकर (स्वरसुनीत), माधुरी डोंगरे (रागभावांजली), सुलभा ठकार, सुलोचना केळकर 'रामी', कमल भोंडे, रोचना भडकमकर आदी.

अविस्मरणीय मैफल
अनुभवण्यासाठी
क्यूआर कोड स्कॅन करा.

संगीत विचार

अध्ययन, अध्यापन, सादरीकरण आणि जनसंपर्क

भारतीय अभिजात संगीत ही ६४ कलांमध्ये सर्वश्रेष्ठ कला मानली जाते. गायन, वादन, नृत्य यात ती विभागली आहे. या तिन्ही प्रकारांमध्ये अध्ययन, अध्यापन, सादरीकरण आणि आताच्या काळात 'जनसंपर्क' या प्रकारांना अनन्यसाधारण महत्त्व आहे. आजच्या तांत्रिक किंवा डिजिटल युगात तरुण मंडळी तरबेज आहेत. पण, साधनेपेक्षा त्यांचा वेळ त्यात अधिक जातो. या दोन्हीचा मेळ घातला गेला तर भारतीय अभिजात संगीताचे भविष्य उत्तम आहे, यात शंका नाही.

\- पं. सुहास व्यास

vyassuhas@hotmail.com

अध्ययन

प्रत्येक व्यक्तीला म्हणजे 'कलाकार होऊ घातलेल्या' व्यक्तीला हा काळ फार महत्त्वाचा आहे अथवा असतो. साधारणपणे वयाच्या १३/१४ व्या वर्षापासून कुठलीही कला शिकावी. कारण, या वयात प्रत्येकाची ग्रहणशक्ती प्रखर असते. साधारणपणे १० वर्षांचा काळ समजून घेण्याचा असतो. विद्यार्थ्याला या प्रकारात त्या विषयाची तोंडओळख होते, संस्कार होतात. संस्कारामुळे आपण सुसंस्कृत होऊ शकतो. आपल्या गुरूच्या

पं. सुहास व्यास

सान्निध्यात जर २४ तास राहता आले तर एक वेगळा अनुभव मिळतो.

पूर्वींच्या काळी राजाश्रय असल्याने काही गोष्टी सहजसुलभ होत्या. उदाहरणादाखल मी एक कथा (खरी) सांगतो. इचलकरंजीच्या संस्थानात गायनाचार्य पं. बाळकृष्णबुवा इचलकरंजीकर दरबार गवई होते. पं. पलुस्कर, पं. इंगळेबुवांसारखे त्यांचे पट्टशिष्य होते. पं. मिराशीबुवा हे त्याच संस्थानात कारकूनची नोकरी करीत होते. महिना त्यांना तीन रुपये पगार होता. पण, एकेदिवशी मिराशीबुवा एक बंदिश गात होते. ती बाळकृष्णबुवांनी ऐकली. त्यांना आश्चर्य वाटले, की हा मुलगा माझ्याकडे शिकत नाही, तरी इतका सुंदर गातो. लगेच त्यांनी महाराजांकडे चौकशी केली, तेव्हा त्यांना समजले, की हा मुलगा तिथल्या कचेरीत कारकुनाचे काम करतो. बुवांनी त्याला बोलावून घेण्यास सांगितले. मिराशीबुवा घाबरले. पण, ते आले. त्यांची परीक्षा घेतली तर राजाज्ञा अशी होती, की दुसऱ्या दिवसापासून संगीत शाळेत बुवांकडे शिकण्यास सुरुवात करायची. मिराशीबुवा त्या वेळी २६-२७ वर्षांचे होते. मी वर सांगितल्याप्रमाणे १० वर्षांचा काळ निघून गेला होता. पण, राजाज्ञा मोडणे शक्य नव्हते. महाराजांनी त्यांना सांगितले, की तुझा पगार आजपासून आठ रुपये केला आहे व तुझ्या घरी तो पाठवण्यात येईल.

पं. सुहास व्यास, पं. जसराजजीं समवेत

पण, उद्यापासून गुरुजींकडे शिकायला सुरुवात करायची.

मिराशीबुवा दुसऱ्या दिवसापासून बाळकृष्णबुवांकडे शिकू लागले. अजून एक गमतीची कथा अशी, की राजज्योतिषांना बोलावले होते. जे फक्त कपाळ पाहून सांगायचे की समोरची व्यक्ती कुठल्या क्षेत्रात पारंगत होऊ शकते. तेव्हा मिराशीबुवांबाबतीत राजजोतिष्यांनी सांगितले, की हा मुलगा संगीत क्षेत्रात खूप काम करेल व नाव मिळवेल. कदाचित, कुणाचा विश्वास बसणार नाही. पण, ही सत्य गोष्ट आहे. माझ्या माहितीनुसार ही जी शिक्षणाची पद्धत आहे, ती बरोबर आहे. सकाळी सहा-साडेसहाला तानपुरे निघायचे ते दुपारी एकला थांबायचे. कुठलाही भेदभाव नाही. पं. वि. दि. पलुस्कर, पं. अनंत मनोहर जोशी, पं. गुंडुबुवा इंगळे आणि पं. मिराशीबुवा सगळे एकत्र बसायचे. ग्वाल्हेर घराण्याचा खजिना पं. बाळकृष्णबुवांनी उघडला. विशेष म्हणून मिराशीबुवांना अण्णुबुवा यांच्याबरोबर तालीम मिळाली. अध्ययनाचा हा मार्ग आज होत नाही. ज्या प्रमाणात व्हायला पाहिजे, त्या प्रमाणात. कारण आज संगीत लोकाभिमुख झाले आहे.

अध्यापन

पूर्वीच्या काळी म्हणजे साधारणपणे ८०/९० वर्षांपूर्वी अध्यापनाला फार महत्त्व होते. ज्या कलाकारांकडे अनेक शिकतात, तो मोठा कलाकार. पं. बाळकृष्णबुवा, पं. भास्करबुवा, पं. रामकृष्णबुवा हे तिघेही तसे समकालीन गायक. तिघेही विद्यावंत कलाकार. तिघांकडे शिकणारे भरपूर शिष्य होते. आणि महत्त्वाचे म्हणजे या तिघांमध्ये सौहार्द होते, एकमेकांविषयी आदर होता. ते जसे शिकले तसे त्यांनी विद्यादानही केले. जो शिकवितो तो शिक्षक व जो घडवितो तो गुरू. या तिघांनीही शिष्य घडविले.

अध्यापनात गुरूला शिकवण्याची इच्छा लागते, तसे शिष्याला शिकण्याची इच्छा लागते. त्या काळात गुरूंना विचारण्याची सोय नव्हती. सतत मनन, चिंतन, पाठांतर करायलाच लागायचे. स्वरलिपीवर विश्वास नव्हता. पं. भातखंडे व पं. पलुस्कर यांनी स्वरलिपीची पद्धत अमलात आणली. परंतु, दोघांनीही स्वरलिपीवरून शिकवायचे नाही, असे नमूद केले. आज स्वरलिपीचा उपयोग जास्त होत आहे. शेवटी ही मौखिक विद्या आहे.

पूर्वींच्या काळी एका रागातील अनेक बंदिशी शिकवल्या जायच्या. बाळकृष्णबुवांनी नुसत्या तोडीत ३६ विलंबित ख्याल शिकवले होते. दूत, बंदिशी, तराणे, धमार वगैरे होतेच. म्हणून अशा गवयांना 'कोठीवाले' गवई म्हणत आहेत. उस्ताद अल्लादिया खांसाहेब यांचे गुरू म्हणून अतिशय मोलाचे योगदान आहे. कारण त्यांनी सूरश्री केसरबाई केरकर व गानतपस्विनी मोगूबाई कुर्डीकर यांना तशी तालीम दिली. ती फारच अनमोल आहे. आवाज तयार करून घेणे ही फार मोठी गोष्ट करून घेतली. तिन्ही सप्तकात यांचे आवाज जात असत. यात जेवढे खांसाहेबांचे

पं. सुहास व्यास यांच्या गायनाच्या वेळी विविध भावमुद्रा

योगदान आहे, तेवढेच या शिष्यांचेही आहे. पूर्वीच्या काळी आवाज साधना ही गोष्ट अस्तित्वातच नव्हती. पण, खांसाहेबांनी ही गोष्ट सिद्ध करून दाखवली.

अध्यापनाचे दुसरे काम पं. विष्णू नारायण भातखंडे यांनी गुरुकुल तसेच विद्यापीठाद्वारे करून दाखवले आहे. पं. रातंजनकरांना काही वर्षे शिकवल्यावर उस्ताद फय्याझ खांसाहेबांकडे शिकायला पाठविले. कारण, मैफलीचा अनुभव मिळावा म्हणून भारतरत्न पं. रविशंकर, उस्ताद अली अकबरांसारख्यांना तयार करण्यात उस्ताद अल्लाउद्दीन खांसाहेबांचे योगदान सर्वांत मोठे आहे. त्यांनी ज्या पद्धतीने 'रियाझ करून घेतला' तसा जर आज करून घेतला, तर निश्चितपणे चांगले कलाकार निर्माण होऊ शकतील. पण, त्यासाठी जागा पाहिजे व स्वार्थत्याग करणारे गुरू आणि शिक्षकही पाहिजेत. पं. निखिल बॅनर्जी हे तर आव्हान स्वीकारून उस्ताद अल्लाउद्दीन खांसाहेबांनी तयार केलेले कलाकार आहेत. खांसाहेबांनी पहाटे चारला सुरू केलेली तालीम रात्री नऊला संपायची. त्यात एखादा अलंकार किंवा पलटा विलंबित, मध्य लय व द्रुत लयीत तीन तासांच्या अंतराने चालायचा. त्यामुळे या सर्वांची प्रत्येक गोष्टीवर हुकूमत मिळाली. गुरूचा धाक होता, तसेच प्रेम होते. या सर्वांमध्ये मुलगा म्हणजे उस्ताद अलीअकबर खां साहेबही होते. असे सांगतात, की अलीअकबर खांसाहेबांना रियाझाचा कधी-कधी कंटाळा येत असे. ते सरोद फोडून ठेवत असत. अल्लाउद्दीन खांसाहेब दुसरे आणून देत असत. अध्यापनाच्या कार्यात इतका निःस्पृहपणा असावा लागतो.

पं. रामभाऊ कुंदगोळकर ऊर्फ सवाई गंधर्व असेच महान गुरू होते. भारतरत्न पं. भीमसेन जोशी, विदुषी गंगूबाई हनगल, पं. कागलकरबुवा, पं. फिरोज दस्तूर असे अनेक शिष्य याच पद्धतीने तयार केले. विश्वविद्यालयीन पद्धतीने वेगळ्या प्रकाराने शिकविता येते. आज अशा पद्धतीची गरज आहे. गुरुकुल पद्धती व विश्वविद्यालयीन पद्धती एकत्र आणून अंमलबजावणी झाली तर भारतीय संगीतात भवितव्य फार उज्ज्वल आहे.

सादरीकरण

अध्ययन, अध्यापनात आपण ज्या गोष्टींचा ऊहापोह केला, त्याच्या पुढची पायरी सादरीकरणाची येते. उत्तम गुरू, स्वतःचे चिंतन, रियाझ हे सगळे केले तरी

पं. सुहास व्यास एका मैफिलीत

सादरीकरण हा वेगळा विषय आहे.

जेव्हा आपण सादरीकरण करतो, तेव्हा संपूर्णपणे त्याच्या यशापयशाला आपणच जबाबदार असतो. कारण सादरीकरणात तुम्हाला समजलेले गायन, वादन आणि नृत्य सादर करायचे असते. काही वर्षांच्या तपस्येनंतर कलाकाराला दृष्टी येते. जेव्हा सादरीकरण करण्याची वेळ येते, तेव्हा तुम्हाला समजलेली कला सादर करायची असते. आणि अवघड गोष्ट तीच असते. कारण तेथे पाठांतर सादर करायचे नसते तर प्रत्येक सुराचा, बंदिशीचा ताल व लयीचा एक सुंदर परिणाम निर्माण करायचा असतो. त्यासाठी गायनासंबंधात तसेच वादनासंदर्भात मी सांगतो आहे.

रंगमंचावर दोन तानपुरे सुरेल लावून बसणे हे कलाकारांच्या दृष्टीने फार आव्हानात्मक असते आणि ते प्रत्येक कार्यक्रमाच्या वेळेस उत्स्फूर्तता असणे हे सादरीकरणातील पहिला महत्त्वाचा भाग असतो. पहिला लावलेला 'सा' इतका प्रभावी लागतो की श्रोते तुमच्याबरोबर असावे लागतात. बंधनात राहून तुम्हाला मुक्त होऊन गावे लागते. श्रोत्यांशी सुसंवाद साधून गायनाच्या, वादनाच्या माध्यमातून कला सादर करायची, कलाकार आणि श्रोते यांच्यातून एक संवाद

निर्माण झाला की मैफल चांगली झाली, असे समजावे. माझ्या वडिलांनी एकदा त्यांचे गुरुजी ग्वाल्हेर घराण्याचे गायक पं. राजारामबुवा पराडकर यांना विचारले, की भास्करबुवांच्या मैफलीतील गाण्याची वैशिष्ट्ये काय? तेव्हा ते म्हणाले, की भास्करबुवांनी 'सा' लावला की श्रोत्यांना वाटायचे की बुवा आपल्यासाठीच गात आहेत.

ही सादरीकरणाची किमया साधणे ही त्या कलाकाराची परीक्षा असते. विद्यार्थी म्हणून केलेले अध्ययन, रियाझ तसेच गुरूंच्या मार्गदर्शनाखाली केलेला अभ्यास जरी उत्तम असला तरी सादरीकरणात स्वतःचे चिंतन, मननच लागते. मी स्वतः अशा अनेक मैफली ऐकल्या आहेत व त्या अजून माझ्या लक्षात आहेत. जे लक्षात किंवा स्मरणात राहते, ती मैफल किंवा गाणे उत्तम असते. या मैफलींची वर्णने लिहीत बसलो तर लेख त्यानेच संपेल. कलाकाराकडे विद्या भरपूर असावी लागते. आज मैफली दोन तासांतच संपतात. मी ऐकलेल्या मैफली या कमीत कमी पाच-सहा तासांच्या असत. पूर्वीच्या मैफलीला बाजारी स्वरूप नव्हते, डामडौल नव्हता. तसे पाहायला गेले तर अभिजात संगीत हे काही ठराविक वर्गासाठी असते. एक हजार श्रोत्यांसाठी नसते. जास्तीत जास्त ७००/८०० श्रोत्यांसाठी असते. पण, कालाय तस्मै: नमः।

जनसंपर्क

आजच्या काळात जनसंपर्काचे महत्त्व फारच वाढलेले आहे. पूर्वीच्या काळी कलाकारांचे एकमेकांशी खूप चांगले संपर्क असायचे (माझा अनुभव). कार्यक्रमातही एकमेकांचे गायन, वादन, नृत्य ऐकण्यासाठी कलाकार आवर्जून जायचे. त्या वेळेस Event Managment कंपन्या उदयास आल्या नव्हत्या. वर्तमानपत्रातील जाहिरातीही नव्हत्या. जनसंपर्क म्हणजे आपल्या सभोवताली असणारी रसिक मंडळी. घरगुती कार्यक्रम जास्त. कलाकारांनी प्रेमाने सादर केलेली कला रसिक ऐकत असत. आज काळ बदलला आहे. आनंदाची गोष्ट ही आहे, की अभिजात संगीत हे व्यावसायिक पातळीवर आहे. कारण गायनकलेवर पैसे मिळवायचे असतात, हे माहीत नव्हते किंवा तशी पद्धत नव्हती. अभिजात संगीत म्हणजे फुकट.

आज संगीत क्षेत्र हे थोड्याबहुत प्रमाणात बाजारी झाले आहे. माध्यमे वाढली आहेत. पूर्वी विचारांची देवाण-घेवाण कलाकारांमध्ये होत असे. आज कार्यक्रमांची देवाण-घेवाण होताना दिसते. मोठमोठी संगीत संमेलने होतात. त्यासाठी प्रायोजकत्व देणाऱ्या कंपन्या आहेत. सीएसआर खाली पैसे मिळू शकतात. पूर्वी कलाकारांना पैसे मिळत नसत. आज मानधनाचे आकडे ऐकले की अचंबित व्हायला होते. ही सगळी जमेची बाजू धरली तरी कलेचा तरी दर्जा राहिला का, असा प्रश्न उभा राहतो. पाट्या टाकण्याची वृत्ती वाढली आहे. प्रत्येक कलाकाराला पैसे मिळालेच पाहिजेत. पण, आज अभिजात संगीताच्या नावाखाली जे चालले आहे, ते बरोबर नाही. संगीतातील कुठलाही प्रकार वर्ज्य नसावा. पण, एखादा राग गाऊन, तोही ३०-३५ मिनिटे गाऊन जे ओरडत बसतात, ते थांबणे गरजेचे आहे. परत ते स्वतःला अभिजात संगीताचे पाईक समजतात, ही दुःखाची बाब आहे. 'सूर निरागस हो' म्हणताना सुरातील निरागसता आली पाहिजे. ती येत नाही. चार पैसे मिळण्याबद्दल माझी तक्रार नाही. घेतलेल्या मानधनासारखी कला सादर करावी. पण, जनसंपर्कातूनच हे घडू शकते. म्हणून आजच्या तरुण पिढीला या सगळ्याचा अवलंब करावाच लागेल. आजच्या तांत्रिक किंवा डिजिटल युगात तरुण मंडळी तरबेज आहेत. पण, साधनेपेक्षा त्यांचा वेळ त्यात अधिक जातो. या दोन्हींचा मेळ घातला गेला तर भारतीय अभिजात संगीताचे भविष्य उत्तम आहे, यात शंका नाही.

ख्याल गायन :
अभिव्यक्तीतील वैविध्य

ख्याल गायकीचं वैशिष्ट्य म्हणजे ख्याल गायकी गाणाऱ्याचा आवाज गोड पाहिजे, उंच पट्टीचा पाहिजे असं अजिबात नाही. आवाज ढाला, उंच, बसकट कसाही असला तरी ख्याल गायक योग्य गुरूच्या योग्य तालमीने, योग्य रियाजाने साधलेल्या आवाजाच्या लगावाने आवाज कमवू शकतो आणि ख्याल गायकीला योग्य असा बनवू शकतो. आवाजाची अनुकूलता नसताना उच्च प्रतीचं ख्याल गायन प्रस्तुत करून मैफल जिंकणारे असे अनेक गायक कलाकार मी ऐकले आहेत. आणि त्या गायक कलाकारांच्या 'रियाजी', अशा आवाजाने केलेली राग-मांडणी, त्यातील आशयघन मजकूर यांमुळे आपण आज एक परिपूर्ण मैफल ऐकली, याचा आनंद घेतला आहे.

- मंजिरी आलेगावकर

manjiri58@yahoo.com

सुप्रसिद्ध म्युझिक कंपोजर इनॉक डॅनियल यांच्या हस्ते, स्वरानंद प्रतिष्ठानने दिलेला 'माणिक वर्मा' पुरस्कार स्वीकारताना विदुषी मंजिरी आलेगावकर.

ख्याल गायकीच्या अभिव्यक्तीचा विचार करताना त्याचा इतिहास, उगम या गोष्टीही विचारात घेणं आवश्यक आहे. ख्याल गायकी हे धृपद गायकीचे बदललेले स्वरूप आहे. धृपद आणि ख्याल यातील परस्परसंबंधाचा विचार करताना हे लक्षात येते, की ख्याल ही विकासाची पायरी आहे, उत्क्रांती आहे. या उत्क्रांतीत जुना घाट बदलतो, त्याला नवीन रूप प्राप्त होते. जुन्या घाटातून काही रूपवैशिष्ट्ये कमी होतात. काही नवी निर्माण होतात आणि त्यांची मांडणी नव्या शैलीत होते.

धृपदाचा विचार केला तर धृपद हे आधीच्या 'प्रबंध' या घाटाचे रूपांतर आहे. प्राचीन काळी संगीत हे देवालयांशी संबंधित होते. त्याकाळी देवालयाच्या वातावरणातच संगीताने आपले मूळ धरले आणि त्यातूनच त्याचा विकास झाला. देवालयातील पूजा वगैरे संस्कृत भाषेत होती. साहजिकच प्रबंधाची रचना संस्कृत भाषेत होती. परंतु, सर्वसामान्य माणसांच्या सुलभ आकलनासाठी प्रबंधाची रचनाही वेगवेगळ्या प्रादेशिक भाषांमधून होऊ लागली. अगदी जुन्या काळी म्हणजे सोळाव्या शतकात मराठीतील संत कवी दासोपंत यांनी मराठीत रचलेले प्रबंध आज आपल्याला मुद्रित स्वरूपात पाहायला मिळतात.

काळाच्या ओघात संगीत हे देवालयातून राजे-महाराजांच्या दरबारात प्रविष्ट झाले. आणि संगीताने आराधनेबरोबर अनुरंजनाचे कार्य सुरू केले. देवदेवतांच्या स्तुतीबरोबर राजे-महाराजांचे स्तुतीपर कवन त्यात सुरू झाले. संगीत हा श्रोत्यांसाठी उपयुक्त असा सादरीकरणाचा घाट बनला आणि त्या काळातील उच्चवर्गीय अभिरुचीचा पगडा त्यावर बसला आणि अशा प्रकारे प्रबंधातून धृपद या नवीन घाटाचा जन्म झाला. प्रबंध हा एकापेक्षा अधिक रागांतून, तसेच दोन

किंवा तीन वेगवेगळ्या तालांत एकामागून एक असा गायला जात असे. परंतु, धृपद हे विशिष्ट रागात व तालातच गायले जाऊ लागले.

धृपदाचा इतिहास पाहिला तर असे दिसून येते, की त्याचा प्रारंभ ग्वाल्हेरचा राजा मान (१६ वे शतक) याच्या दरबारात झाला आणि त्याच्या उदार राजाश्रयामुळे धृपद गायकीचा विकासही मोठ्या प्रमाणात झाला. अर्थात, धृपद हे दरबाराबरोबरच मंदिरातही गायले जात होतेच. राजा मान याच्या बरोबरीनेच इतर राजांच्या विशेषतः मोगल बादशहांच्या दरबारात धृपदाला विशेष आश्रय मिळत गेला आणि अकबराच्या शासन काळात धृपदाचा खूपच विकास झाला. मियाँ तानसेन या प्रथम श्रेणीच्या धृपदियाच्या उदाहरणाने हे स्पष्ट होते.

प्रत्यक्ष धृपद गायनाच्या आधी त्या रागातील लोम-तोमने त्याची सुरुवात होते. परमेश्वराची किंवा राजाची स्तुती त्यात असते किंवा इतर विषयांचाही त्यात अंतर्भाव असतो. त्यातील शब्दांना गायनात विशेष महत्त्व दिले जाते. स्थायी, अंतरा, अभोग, संचारी यांतून कवनातील आशय पूर्ण होतो. परंतु, धृपदाचा विकास होत असताना त्यातील तालअंगाने आपला प्रभाव पाडण्यास सुरुवात केली आणि आड कुआड अशा कसरती सुरू झाल्या. परिणामी, धृपद गायन रुक्ष, कंटाळवाणे होऊ लागले.

परंतु, तरीही धृपद गायनाला अबाधित असे महत्त्व त्या काळी जवळजवळ २०० वर्षे किंवा अठराव्या शतकाच्या अंतरापर्यंत लाभले. या काळात धृपदाचे वेगवेगळे आकृतीबंध किंवा रूपे निर्माण झाली. त्याला 'बानी' असे म्हणतात. खंडार बानी, नौहार बानी, गोबरहार बानी आणि डागुर बानी. या धृपदाच्या वेगवेगळ्या शैली ख्यालाच्या उगारा बारणीभूत झाल्या. ख्यालाने या वेगवेगळ्या बानींमधील वैशिष्ट्ये आत्मसात केली आणि त्यातून वेगवेगळ्या घराण्यांचा जन्म झाला. धृपद गायनातील उपांगे ख्यालाच्या विकासात गळून पडली आणि ख्यालाची आकृती आटोपशीर व चुस्त अशी बनली.

या ख्याल गायकीने दरबारी लोकांना, श्रोत्यांना संतुष्ट करण्यासाठी आपल्या कवनात शृंगारिक विषयांनाही भरपूर वाव दिला आणि त्याचा उपयोग उत्तम व तयार अशा गायक दरबारी गवय्यांनी करून घेतला. या दरबारी गवय्यांनी आपली संकल्पना, तत्कालीन श्रोत्यांची आवड आणि आपले तांत्रिक ज्ञान या गोष्टी लक्षात

पं. भीमसेन जोशी यांचे समवेत
मंजिरी आलेगावकर

घेऊन या ख्याल गायकीला एक नवी दिशा, नवा आकार आणि नवीन घाट मिळवून दिला. परंतु, ख्याल गायकी ही स्वभावतः स्वराधिष्ठित असल्याने आणि एकूणच संगीत हे आजूबाजूच्या इतर सांगीतिक बाबींवर कुरघोडी करणारे असल्याने ख्यालाच्या एकंदर सादरीकरणातही संगीताचेच महत्त्व हे प्रस्थापित झाले. परिणामतः धृपदापासून जन्म पावलेल्या; परंतु त्यापेक्षा भिन्न असलेल्या 'ख्याल' या गायकीचा जन्म झाला.

या ख्याल गायकीने धृपदातील नोम-तोमचा अंतर्भाव ख्यालाच्या आकृतीतच केला. धृपदातील स्थायी, अंतरा, अभोग संचारीऐवजी फक्त स्थायी आणि अंतरा हे दोन भाग ठेवले. प्रारंभी रागरूपावर पकड मिळवण्यासाठी थोड्या आकारयुक्त अशा आलापीचा उपयोग होऊ लागला. आणि त्यानंतर स्थायी अंतरा या गोष्टी होऊ लागल्या आणि यातून 'बंदिश' हा आकृतीबंध महत्त्वाचा ठरला. रागाकृती उभी करण्याच्या या पद्धतीमुळे ख्याल गायनात सांगीतिक कल्पनाशक्तीला भरपूर वाव मिळाला. कारण 'ख्याल' या शब्दाचा अर्थ 'कल्पना विलास' वा विचार प्रसृत करणे असा आहे.

धृपद गायनातील नोम-तोमच्या सहाय्याने रागाकृती निर्माण करण्याची पद्धत वा धाटणी बदलली गेली आणि त्याची जागा शब्दयुक्त किंवा शब्दरहित स्वरविस्ताराने घेतली. शब्दांच्या योगाने जी 'बंदिश' नावाची सांगीतिक आकृती निर्माण झालेली होती. त्यातील शब्दांचे प्रयोजन सांगीतिक आवश्यकतेची पूर्तता करणे हे होते. आज प्रस्तुत होणाऱ्या ख्याल गायकीतही हेच तत्त्व आपल्याला आढळते. कारण ख्याल गायकी ही स्वराधिष्ठित आहे. त्यातील बंदिशींमध्येही त्यांतील साहित्यिक मूल्यांपेक्षा त्यात असणारे सांगीतिक मूल्य महत्त्वाचे ठरते. त्यातील शब्दांना असणारे 'नादरूप' हे महत्त्वाचे ठरते आणि या नादरूपाला

साहित्यिक कसोटीपेक्षा सांगीतिक कसोटी अधिक उपयोगी ठरते. म्हणून या बंदिशीतील शब्दांचे उच्चारही स्वरात विरघळणारे असे सांगीतिक होतात. उदा. रंगचा उच्चार रौंग, प्रियचा उच्चार पिय असा होतो आणि म्हणून ख्याल गायकीच्या कवनासाठी ब्रजभाषा किंवा ब्रजबोली ही उपयोगी ठरली. कारण ती गेय आणि लवचिक आहे.

अशा प्रकारे ख्याल गायकीत शब्द हा आपले साहित्यिक प्रकार बाजूला ठेवून सांगीतिक घटक म्हणून वावरू लागला. ख्याल गायकीत त्यातील शब्दांचे सांगीतिक मूल्यच महत्त्वाचे ठरते. आपण जेव्हा एखाद्या उत्तम गायक कलाकाराची ख्याल गायनाची मैफल ऐकतो, तेव्हा आपण हाच अनुभव घेतो. आपल्याला त्या बंदिशीचे शब्द, त्याचा अर्थ या गोष्टी कळल्या नाहीत, तरी आपण त्या मैफलीचा आनंद पुरेपूर घेऊ शकतो आणि तो आनंद नंतरही कित्येक वर्ष आपल्या मनात रेंगाळत राहतो. हिंदुस्तानी शास्त्रीय संगीताचं वा ख्याल गायकीचं हेच वैशिष्ट्य आहे. याचा अर्थ त्या गायकाने त्या बंदिशीतील शब्दांना महत्त्व अजिबात देऊच नये वा त्या शब्दांचे उच्चार बोबडे करावेत, असे नाही. परंतु, ख्याल गायकीतील बंदिशीतील शब्दांना साहित्यिक अर्थापिक्षा 'स्वरार्थ' हा अधिक महत्त्वाचा असतो, ही गोष्ट ध्यानात घेतली पाहिजे. संगीत कलेतील उत्कटता ही 'स्वर' आणि 'लय' या दोनच साधनांनी साध्य करायची, हेच ख्याल गायकीचे मर्म आहे. संगीतातील ख्याल गायकीत वेगवेगळी घराणी निर्माण झाली ती याच सौंदर्यतत्त्वावर ! कोणत्याही घराण्याने 'स्वर' आणि 'लय' यांखेरीज तिसरे बंधन जुमानले नाही. ख्याल गायकीचे, ग्वाल्हेर गायकीचे बीज महाराष्ट्रात रोवले ते (कै.) पं. बाळकृष्णबुवा इचलकरंजीकर (जन्म १८४९, मृत्यू १९२७) यांनी. आणि त्यांच्या शिष्य-प्रशिष्यांनी पुढे ख्याल गायकीचा प्रचार केला. संगीतकलेला अनेक मातब्बर कलाकार याच घराण्याने बहाल केले आणि ख्याल गायकीच्या अनेक प्रणालींना जन्म देण्याचे कार्यही याच घराण्याने केले.

'स्वर' आणि लयीच्या सौंदर्यतत्त्वावरच किराणा, ग्वाल्हेर, आग्रा, जयपूर इत्यादी जी घराणी आहेत, ती जन्माला आली, विस्तारली आणि बहरली. यामुळे ख्याल गायकी यशस्वी ठरली. तिचे साधनही स्वराधिष्ठित गायकी आणि साध्यही तेच !

मानपत्र स्वीकारताना मंजिरी आलेगावकर

ही ख्याल गायकी विविधतेने नटली आहे. घराण्यांच्या विविधतेप्रमाणेच राग रागिण्यांचीही विविधता आपल्या ख्याल गायकीत आढळते. यात एकाच रागाचे अनेक प्रकार आहेत. उदा. कल्याण राग घेतला तर शुद्ध-कल्याण, शाम-कल्याण, खेम-कल्याण, पूर्वा कल्याण असे कल्याण रागाचे विविध प्रकार, तसेच मल्हार राग घेतला तर मिया-मल्हार, गौड मल्हार, मीरा मल्हार, सूर मल्हार आदी मल्हार रागाचे प्रकार आहेत. असे अनेक रागांबद्दल सांगता येईल. तसेच, दोन किंवा अधिक रागांच्या मिश्रणाने झालेले जोड राग, उदा. बसंती केदार, बसंत बहार, बसंती कानडा, नट कामोद, पटमंजिरी अशीही कित्येक उदाहरणे देता येतील. आणि एवढेच नाही, तर एकेका राग-रूपाची अनेक रूपेही (versions) आहेत. हे आपल्या ख्याल गायनाचे वैशिष्ट्य आहे.

आपल्या ख्याल गायकीत काही दाक्षिणात्य रागही इतके एकरूप झाले आहेत, की ते रागही उत्तर हिंदुस्थानीच वाटतात. उदा. कलावती, हंसध्वनी, चंपाकली, जनसम्मोहिनी, अमृतवर्षिनी आदी. अमृतवर्षिनी ख्याल गायकीचं आणखी एक वैशिष्ट्य म्हणजे ख्याल गायकी गाणाऱ्याचा आवाज गोड पाहिजे, उंच पट्टीचा (High Pitch) पाहिजे असे अजिबात नाही. आवाज ढाला, उंच, बसकट कसाही असला तरी ख्याल गायक योग्य गुरूच्या योग्य तालमीने, योग्य रियाजाने साधलेल्या आवाजाच्या लगावाने आवाज कमवू शकतो आणि ख्याल गायकीला योग्य असा बनवू शकतो. आवाजाची अनुकूलता नसताना उच्च प्रतीचे ख्याल गायन प्रस्तुत करून मैफल जिंकणारे असे अनेक गायक कलाकार मी ऐकले आहेत. आणि त्या गायक कलाकारांच्या 'रियाजी' अशा आवाजाने केलेली राग-मांडणी, त्यातील आशयघन मजकूर यांमुळे आपण आज एक परिपूर्ण मैफल ऐकली, याचा आनंद घेतला आहे.

ख्याल गायकीच्या उच्च अभिव्यक्तीसाठी घरंदाज गायक कलाकाराकडून काही वर्षे तालीम घेणं, मार्गदर्शन घेणं हे अत्यावश्यक आहे. संगीतातील तंत्र, शास्त्र, विद्या आणि कला या सांगीतिक गोष्टी अवगत होण्यासाठी गुरू-सहवास, गुरू-सान्निध्य, गुरूच्या मार्गदर्शनाखाली होणारा रियाज अत्यंत महत्त्वाचा आहे. ख्याल गायकी व त्यांतील बारकावे शिकण्यासाठी 'गुरू-शिष्य' परंपरेशिवाय पर्याय नाही आणि योग्य रियाजही महत्त्वाचाच आहे. गुरूने दिलेला रियाजाचा मंत्र विद्यार्थ्याने मंत्राचा जप केल्यासारखा जपायचाही असतो आणि एखादी महत्त्वाची वस्तू जपून ठेवावी, तसा 'जपायचाही' असतो. तर आणि तरच त्यातून रियाजी आवाज तयार होऊ शकतो. संगीतातील 'कला'तत्त्व साधण्यासाठीही गुरू सहवास महत्त्वाचा ठरतो. गुरू आपल्या विद्यार्थ्यावर, शिष्यावर 'गायकी'चे संस्कार करीत असतो आणि हे संस्कार वर्षानुवर्षे सुरू राहतात. गुरूबरोबर मैफलीत तानपुरा साथ वा स्वरसाथ केल्याने मैफलीतील तंत्र, बारकावे हेही विद्यार्थ्याला आकलन होतात आणि यातूनच संगीतातील तंत्र आणि शास्त्राच्या पलीकडची संगीत-कला, संगीतातील, गायनातील रंग विद्यार्थी टारील करू शकतो. याराठी गुरूने संगीत शास्त्राच्या व्याकरणाबरोबरच 'गायकी'चं व्याकरण वा 'गाणे'पण हे विद्यार्थ्यांपर्यंत पोचवायचं असतं आणि यासाठी 'गुरू' हा संगीत शिक्षकाबरोबरच गायक कलाकार (Performing Artist) असला पाहिजे. त्याला Performance म्हणजे काय, याची जाण असली पाहिजे. आणि ही कला किंवा गायकीतील रंग हा संस्कारांनीच आकलन होतो. ते संस्कार व्याकरणापलीकडचे असतात. जसे आपल्याकडे घरी लहान मूल जन्माला येते, तेव्हा त्याला आपण कर्ता, कर्म, क्रियापद असे भाषेचे व्याकरण कधीच शिकवत नाही. परंतु, घरातल्यांचे बोलणे,

उच्चार भाषा ऐकून-ऐकून ते मूळ ती भाषा कळत-नकळत होणाऱ्या संस्कारांनी उत्तम बोलू लागत, तसंच कळत-नकळत होणाऱ्या गायकीच्या संस्कारांनी तो विद्यार्थी सांगीतिक भाषा उत्तम बोलू लागतो, उत्तम गाऊ लागतो आणि यासाठी गुरू-सहवास महत्त्वाचा ठरतो. आपल्या या हिंदुस्थानी ख्याल गायकीचं आणखी एक वैशिष्ट्य म्हणजे उत्स्फूर्तता! ही राग गायनाची फार मोठी विशेषता आहे. आणि म्हणूनच आपल्याला एकच राग अनेकदा ऐकला किंवा एकाच कलाकाराचा एखादा राग अनेकदा ऐकला तरी कंटाळा येत नाही. प्रत्येक वेळेला ते ख्याल गायन, तो राग नवीनच वाटतो.

अलीकडे आपल्या ख्याल गायनात नवीन राग रचना वा नवीन बंदिशी बऱ्याच प्रमाणात आल्या आहेत, येत आहेत ही चांगली गोष्ट आहे. त्या बंदिशींचा राग-रागिण्यांचा प्रसार, प्रचार योग्य पद्धतीने होणे आवश्यक आहे. परंतु, तरीही जुन्या बंदिशींना, पारंपरिक बंदिशींना एक वेगळे सौंदर्य, भारदस्तपणा नक्की आहे. याचे कारण त्या-त्या घराण्यातील उत्तमोत्तम गायक कलाकारांनी त्या-त्या पारंपरिक बंदिशी अनेकदा गाऊन, त्यांची अनेक आवर्तनं करून त्या बंदिशी सिद्ध केल्या आहेत. त्यामुळे जसा एखादा मंत्र योगीजनांनी केलेल्या त्या मंत्राच्या आवर्तनांनी सिद्ध होतो, तशा या बंदिशी गायकांनी गाऊन केलेल्या आवर्तनांनी सिद्ध झाल्या आहेत, त्या बंदिशींना एक तेज आहे.

विदुषी मंजिरी आलेगावकर
यांच्या गायनाच्या वेळी
विविध भावमुद्रा

आज ख्याल गायकीचा प्रचार, प्रसार बऱ्याच प्रमाणात झाला आहे, होतो आहे. ऐकणारा श्रोतृ समाजही खूप जाणकार होतो आहे. Music Therapy द्वारे राग संगीताने श्रोत्यांचे मानसिक व शारीरिक आरोग्य सुधारण्यास मदत होते. ख्याल गायकीतील राग-संगीताने रागाचा भाव, रागाचा रस, राग समय चक्राचे महत्त्व या गोष्टीही महत्त्वाच्या ठरत आहेत.आणि उत्तमोत्तम गायक /वादक कलाकारांनी राग संगीतातील ख्याल गायकीच्या सादरीकरणाने श्रोतृ-समाजाची अभिरुची उच्च स्तरावर नेली. मला स्वतःला वाटतं, की गायक-वादक कलाकारांनी आपल्या ख्याल गायकीच्या सादरीकरणात 'परंपरा शुद्धतेची आणि झळाळी नावीन्याची' हे तत्त्व जोपासलं पाहिजे.

संगीतातील सौंदर्य

शब्दांचा वापर संगीतातील बंदिशींमध्ये जरी केला असला तरी तो केवळ सांगीतिक रचनेला प्रवाहित्व देण्यापुरताच मर्यादित असतो. त्यामुळे संगीतातील शब्दांचे लौकिकार्थ गळून पडतात आणि त्यांना सांगीतिक अर्थ प्राप्त होतो. तराण्यांमध्ये अक्षरांची रचना ही अशाच प्रकारची असते. बंदिशींमधील, विशेषतः ठुमरी प्रस्तुतीकरणात पिया, सय्या, दय्या असे शब्द जे वापरले जातात, ते लौकिक पातळीवरचे नसून, त्यांचे सांगीतिक अर्थ संगीताला प्रवाहित्व देण्यापुरते वापरले जातात. त्यामुळे काव्यात्मक दृष्टिकोनातून शृंगारिक वाटणारी बंदिश ही अभिजात संगीतात शृंगारिक संवेदना न देता अलौकिक आनंदाकडे श्रोत्यांना नेऊन पोचविते.

- डॉ. शुभांगी बहुलीकर

shubhangibahulikar@gmail.com

आपल्या नेहमीच्या त्याच-त्याच कामाच्या व्यापातून, ताणतणावांपासून दूर नेऊन मनाला सुखद आनंदाची, स्फूर्ती देण्याची क्षमता जिच्यात आहे, ती म्हणजे कला. कलेचा अर्थच मुळी 'सा कला या विमुक्तये' असा आहे. भारतीय तत्त्वज्ञानात ६४ कला आणि सहा शास्त्रांचा उल्लेख आढळतो. आणि त्यात सर्वश्रेष्ठ कला 'संगीत' ही मानली आहे.

जाणिवेच्या पातळीवरून उन्नयन करून माणसाला अमूर्त चिंतनाच्या पातळीवर नेऊन निर्भेळ आनंद देण्याची क्षमता फक्त आणि फक्त संगीतात असल्याने संगीताला श्रेष्ठ कला असे मानले आहे. कला ही विकसित झाल्यावर त्याचे शास्त्र तयार होते. शास्त्रकार विश्लेषण करून त्यातील तत्त्वे शोधून काढतात, काही नवीन तत्त्वांची भर घालतात. कलाकार ती आत्मसात करून त्यातून आनंद देण्याचा प्रयत्न करतात. अशी ही कला व शास्त्राची देवाणघेवाण सतत सुरू राहते. त्यामुळेच कलेला प्रवाहित्व प्राप्त होते.

कला ही मानवी अनुभवाच्या देवाणघेवाणीचा एक मार्ग आहे. कलेद्वारे भावना संक्रमित होत असतात. कला ही भावनेची अभिव्यक्ती आहे. कला ही एक लौकिक निर्मिती आहे. स्थल, काल, व्यक्ती आणि परिस्थिती यांच्याशी पूर्णपणे सापेक्ष असलेली घटना आहे.

कलेचे वर्गीकरण करताना प्रतिष्ठित व अभिजात कला आणि लौकिक व सामान्यांची कला असे दोन विभाग पाडलेले दिसून येतात. सुख संवेदनांची अनुभूती हा जीवनासक्तीचा मूलभूत पाया आहे. अनुकूल संवेदना म्हणजे सुख व प्रतिकूल संवेदना म्हणजे दुःख. या दोहोंच्याही अनुभूतींचा भावनात्मक समन्वय साधून माणसाने विशिष्ट माध्यमाच्या द्वारा केलेला ललित आविष्कार म्हणजे 'कला'.

लिओ टॉलस्टॉयने कलेचे दोन भाग कल्पिलेले आहेत. १) सत् कला, २) असत् कला. संगीतातील अभिजातता, परंपरेशी जोडलेले आपले नाते, नवीनतेचा आविष्कार, त्यातून मिळणारा परमोच्च आनंद, या गुणांमुळे 'संगीत' ही सत् कला मानायला हवी, असे वाटते. सत् कला ही श्रोत्यांना भौतिक पातळीवरून आध्यात्मिक, अलौकिक पातळीवर नेऊन सोडते. असत् कला ही अलौकिक संगीताला लौकिक पातळीवर नेऊन सोडते.

संगीतातील सत् कलेचा विचार करताना सत् कलेचे जे निकष मानले आहेत,

ते परंपरेच्या वेदीवर तावून-सुलाखून निघालेले आहेत, त्यामुळेच कुठल्याही कलेच्या बाबतीत 'परंपरा' ही महत्त्वाची ठरते. कलेतील नावीन्याचा, नवीनतेचा उगम हा नेहमीच परंपरेतून व्हायला पाहिजे, त्यातून निखळ आनंद प्राप्त होतो. उदा. पं. कुमार गंधर्वांची निर्गुणी भजने. ही परंपरेच्या पायाभूत तत्त्वांवर आधारित अशा सुरावटींचा उपयोग केल्याने त्यातील नावीन्य आपल्या मनाचा ठाव घेते. निर्गुणी भजनांमध्ये अभिप्रेत असलेले परमेश्वराचे निराकार, निरामय अमूर्त रूप हे संगीतासारख्या अमूर्त कलेतूनच यशस्वीपणे प्रगट करता येईल, हा नवा विचार कुमारांची निर्गुणी भजने ऐकताना जाणवतो.

संगीत कलेचा विचार करताना त्यातील आणखी दोन घटकांचा आपल्याला विचार करावा लागतो. १) सशब्द कला २) निःशब्द कला. कथा, नाटक, साहित्य हे प्रकार सशब्द कला प्रकारात येतात; तर संगीत, नृत्य, चित्र या निःशब्द कला मानल्या जातात. कारण संगीतातील कुठल्याही स्वरांना त्यांचे स्वतःचे भाव नसून, अर्थ नसून, अभिव्यक्तीतून निःशब्द कलाकृती निर्माण होत असते.

शब्दांचा वापर संगीतातील बंदिशींमध्ये जरी केला असला, तरी तो केवळ सांगीतिक रचनेला प्रवाहित्व देण्यापुरताच मर्यादित असतो. त्यामुळे संगीतातले शब्दांचे लौकिकार्थ गळून पडतात आणि त्यांना सांगीतिक अर्थ प्राप्त होतो. तराण्यांमध्ये अक्षरांची रचना ही अशाच प्रकारची असते. बंदिशींमधील, विशेषतः ठुमरी प्रस्तुतीकरणात पिया, सय्या, दय्या असे शब्द जे वापरले जातात, ते लौकिक पातळीवरचे नसून, त्यांचे सांगीतिक अर्थ संगीताला प्रवाहित्व देण्यापुरते वापरले जातात. त्यामुळे काव्यात्मक दृष्टिकोनातून शृंगारिक वाटणारी बंदिश ही अभिजात संगीतात शृंगारिक संवेदना न देता अलौकिक आनंदाकडे श्रोत्यांना नेऊन पोचविते.

माध्यमांची भौतिकताही निःशब्द कलेत गौण ठरते. तानपुऱ्याच्या झंकारातून ध्वनीत होणारा षड्ज-पंचम आणि त्यातून निघणारा स्वयंभू गांधार हा केवळ सुरात लागलेला तानपुरा ऐकत असतानाच श्रोत्यांना त्यांच्या भौतिकतेच्या पातळीवरून एका उच्च पातळीवर नेऊन पोचवितो आणि त्या उच्च पातळीवर विराजमान झालेला श्रोता हा लौकिकतेची बंधने बाजूला सारून निःशब्द संगीताचा आनंद घेण्यासाठी तयार होतो. तानपुऱ्याच्या झंकारात कलाकाराने लावलेला षड्ज हा मनुष्याला बाह्यसंवेदनांपासून अलग करून अंतर्मनाचे प्रवेशद्वार उघडण्याचे काम

करीत असतो आणि म्हणूनच संगीताचा अनुभव घेतल्यावर श्रोता हा अंतर्मुख झालेला दिसतो.

संगीत आपल्याला आवडते म्हणजे नेमके काय? आपल्याला आवडतात त्यातले नाद व लय. सृष्टीत अनेक प्रकारचे नाद आहेत. आपण त्यांना ध्वनी किंवा आवाज असेही म्हणतो. या नादांची कर्णमधुर आणि सुसूत्र रचना म्हणजे संगीत.

नादाची उच्चनीचता

कोणताही नाद निर्माण होत असताना कंपने निर्माण होत असतात. हवेतून ती आपल्या कानांपर्यंत पोचतात आणि नादाची जाणीव होते. सेकंदाला अमूक कंपने अशा स्वरूपात ती मोजतात. यालाच वारंवारता (Frequency) म्हणतात. उंच अधिक कंपनसंख्येचा सूर, तर नीच सूर म्हणजे कमी कंपनसंख्येचा सूर. स्त्रियांचा सूर हा पुरुषांच्या वर असतो, कारण त्यांची कंपनसंख्या अधिक असते.

नादाची घनता किंवा तीव्रता

आपण सामान्य भाषेत ज्याला मोठा आवाज किंवा बारीक आवाज म्हणतो, त्यालाच शास्त्रीय भाषेत अधिक घनतेचा किंवा तीव्रतेचा नाद म्हणतात. आवाजाची घनता म्हणजे त्याचा मोठेपणा. उदा. पिपाणीपेक्षा बिगुलाचा, टिमकीपेक्षा नगाऱ्याचा.

नादाचे वैशिष्ट्य किंवा वेगळेपणा

'व्यक्ती तितक्या प्रकृती' या नियमानुसार प्रत्येकाचा चेहरा, हाताचा ठसा वेगळा तसा प्रत्येक व्यक्तीचा, वाद्याचा आवाज वेगळ्या असतो. उदा. हा लतावीबींचा आवाज, हा रफींचा आवाज, हा कावळ्याचा आवाज, हा बेडकाचा आवाज असे आवाजांचे वेगळेपण किंवा नादवैशिष्ट्य होय.

निश्चित कंपनसंख्येच्या आणि अधिक काळ टिकणाऱ्या नादाला 'स्वर' म्हणतात. स्वर हा संगीतोपयोगी नाद आहे. स्थिरता आणि टिकाऊपणा यामुळे तो सुंदर वाटतो. हा संगीताचा मूळ आधार आहे.

संगीत हे मानवी संवेदनांशी जवळीक साधणारे आहे. सौंदर्यशास्त्राचा जनक बाऊमगार्तेन याच्या मते संगीतामुळे आनंद प्राप्ती होते, आणि सौंदर्य हे असे

शास्त्र आहे की ते ऐंद्रिय बोधाचे शास्त्र आहे. ज्ञानात्मक शक्तीशी संबंधित शास्त्र आहे. त्याचप्रमाणे सौंदर्य शास्त्राचा संबंध अस्पष्ट ज्ञानाशी आहे आणि हे अस्पष्ट ज्ञान म्हणजे जे ज्ञान संवेदनांच्या रूपाने प्राप्त होते आणि ज्या ज्ञानाला शब्दांच्या माध्यमातून पूर्णपणे व्यक्त करता येत नाही ते.

सौंदर्यशास्त्र म्हणजे ललित कलांमधून निर्माण होणाऱ्या, अभिव्यक्त होणाऱ्या सौंदर्यविषयक प्रश्नांचे तात्त्विक विवेचन आणि त्याच्यापासून निर्माण होणाऱ्या सौंदर्य सिद्धांतांची संहिता. यामुळेच 'What is beauty ?' असा प्रश्न विचारला असता, ''I know not, but beauty lies in the eye of the beholder,'' असे उत्तर मिळते. सौंदर्य म्हणजे काय ? याचे उत्तर देणे कठीण आहे. सौंदर्य हे बघणाऱ्याच्या डोळ्यांतून दिसते. सौंदर्य ही मन व इंद्रियांनी ग्रहण करण्याची क्रिया आहे.

संगीतातील स्वरसौंदर्य, लयसौंदर्य, शब्दभाव सौंदर्य, बंदिशसौंदर्य ही मनाने जाणून घेण्याची क्रिया आहे, अनुभवण्याची क्रिया आहे. प्रत्येक रसिकाचा संगीताशी असलेला संबंध, त्याची बौद्धिक पातळी, बौद्धिक वय व त्याला असलेले संगीताचे पूर्वज्ञान, पूर्वसंस्कार अशा अनेक घटकांतून संगीताची जाण आणि आस्वाद समृद्ध होत जातो. ''गीतं नृत्यं तथा वाद्यम् त्रयम् संगीतमुच्यते.'' गीत, नृत्य, वाद्य या तिघांना मिळून 'संगीत' असे म्हणतात. गीत म्हणजे शब्द, सूर आणि लय यांचा संगम. नृत्यात तर शारीरिक हालचालींच्या जोडीला शब्द, सूर, तालवाद्ये आणि स्वरवाद्ये या सर्वांचीच गरज भासते. जेथे शब्द येतात, तेथे भाव येतो. भावदर्शन झाले की रस उत्पन्न होतो. अर्थातच, भावनिर्मितीसाठी संगीताचे सहाय्य होत असते. गद्य नाटकातही आपण संगीताचा वापर करतो, तो शब्दांमधली, प्रसंगामधली भावना उत्कट बनवण्यासाठीच.

संगीताच्या सौंदर्याचा विचार करताना आपल्याला स्वर, लय, शब्द-भाव या घटकांचा प्रामुख्याने विचार करावा लागतो. स्वर हा तर संगीताचा प्राण मानला जातो. षड्ज, रिषभ, गंधार, मध्यम, पंचम, धैवत, निषाद ही सात स्वरांची नावे असून, त्यांची स्वरस्थाने शास्त्रदृष्टीने निश्चित आहेत. परंतु, कंठातून स्वर निघताना ते वेगळे रूप धारण करतात आणि त्यामुळेच स्वरलगावाचे आणि निर्मितीचे अनेक प्रकार तयार होतात.

हे प्रकार पुढीलप्रमाणे -

- खडे स्वर
- मींड स्वर
- स्वरांचे लघुत्व-दीर्घत्व
- आंदोलन
- खेच
- स्वरकाकू
- मुर्की
- स्वरआंतरप्राणन

- कण स्वर
- गमक
- स्वरसंगती
- घसीट
- मध्यावकाश
- स्वरसम्मीलन
- जमजमा
- खटका.

संगीतातील सात स्वर सा रे ग म प ध नि सा या सात स्वरांच्या समूहाला 'सप्तक' म्हणतात. या सप्तकांचे मंद्र, मध्य आणि तार हे तीन प्रकार आहेत.

मंद्र सप्तक किंवा खर्ज सप्तक : मध्य सप्तकाच्या खालचे सप्तक म्हणजे मंद्र किंवा खर्ज सप्तक. यातील प्रत्येक स्वर हा मध्य सप्तकातील त्या-त्या स्वराच्या निमपट कंपनसंख्येचा असतो. मंद्र सप्तकातले स्वर लिहिताना स्वराखाली टिंब देतात. उदा. नि ध प म

मध्य सप्तक : ज्या सहज आवाजात आपण बोलतो, ज्या सप्तकातले सातही

स्वर आपण सहजपणे म्हणू शकतो, त्या सप्तकास 'मध्य सप्तक' म्हणतात. मध्य सप्तकातले स्वर लिहिताना कोणतेही चिन्ह नसते. उदा. रे ग म प ध

तार सप्तक : मध्य सप्तकाच्या वरचे सप्तक म्हणजे तार सप्तक. तार सप्तकातील प्रत्येक स्वर हा मध्य सप्तकातील त्या-त्या स्वराच्या दुप्पट कंपनसंख्येचा असतो. तार सप्तकातले स्वर लिहिताना स्वरांवर टिंब देतात. उदा. रें गं मं पं

संगीतातील 'सप्तक' निर्मिती हा संगीताच्या सौंदर्यशास्त्राचा भक्कम पाया आहे. कारण, त्यामुळे संगीतातील तोच-तोचपणा जाऊन नवनिर्मितीच्या अनेक शक्यानुशक्यता निर्माण झाल्या. संगीतात वैविध्य, नवनिर्मिती आणि सौंदर्य निर्माण झाले. त्यामुळेच सप्तकनिर्मिती ही सौंदर्यशास्त्राची पहिली पायरी आहे, असे म्हटले जाते.

संगीतात स्वरांचे

- शुद्ध स्वर
- कोमल स्वर
- विकृत स्वर
- तीव्र स्वर
- अचल स्वर

हे संगीताच्या सौंदर्यनिर्मितीत महत्त्वाची भूमिका निभावतात.

शुद्ध स्वर : शुद्ध स्वर म्हणजे संगीताचा आधार म्हणून शोधून काढलेले स्वर होत. निश्चित कंपनसंख्या असलेले स्वर, ज्यांची स्थाने षड्जापासून निश्चित केलेली आहेत, असे स्वर.

कोमल स्वर : निश्चित कंपनसंख्येवरून जो स्वर जरा खाली येतो, त्याला कोमल स्वर म्हणतात. कोमल स्वर लिहिताना स्वराखाली आडवी रेघ देतात. उदा. ग नी

विकृत स्वर : विकृत म्हणजे विशेषीकृत किंवा वेगळे केलेले. सप्तकात रे ग ध नी आणि मे (तीव्र म) असे पाच विकृत स्वर मानतात. ते त्यांच्या निश्चित केलेल्या स्थानावरून कमी किंवा जास्त कंपनसंख्येचे होतात. फक्त मध्यम हा तीव्र स्वर होतो, तीव्र स्वर हा स्वरावर उभी रेघ देऊन दर्शवितात. उदा. म

तीव्र स्वर : एखाद्या स्वराच्या अधिक कंपनसंख्येच्या रूपाला तीव्र स्वर म्हणतात.

अचल स्वर : सा आणि प हे अचल स्वर कारण ते आपल्या स्थानावरून हलत नाहीत.

स्वरांच्या विविध रूपांनी संगीताच्या सौंदर्यशास्त्रात विविधता निर्माण होतेच. पण, त्याहीपेक्षा वेगवेगळ्या रागांची निर्मिती होते.

खडे स्वर : गळ्यातून गाताना एखादा स्वर आजूबाजूच्या स्वरांचा आधार न घेता म्हटला जातो तो 'खडा स्वर'. यात स्वरांचा उच्चार हा प्रत्येक मात्रेनुसार म्हणजे एक मात्रा- एक स्वर असा केला जातो. उदा. शाहिरी पोवाडे.

कण स्वर : एखाद्या विशिष्ट स्वराला दुसऱ्या स्वराचा स्पर्श करून त्या स्वराची उंची किंवा स्वरस्थान एखाद्या श्रुतीने वाढविता किंवा कमी करता येते. उदा. हमीर रागात धैवत निषादाच्या कणाने गातात.

मींड स्वर : एका स्वराला दुसऱ्या स्वराचा स्पर्श करून अलगदपणे खाली येणे किंवा तीन-चार स्वरांचा लगाव घेऊन अलगदपणे खाली येणे.

लघुत्व-दीर्घत्व : प्रत्येक रागात स्वरांचे स्वरूप, काल व अवकाश ठरलेला असतो. प्रत्येक रागाला स्वतःचा असा वेग असतो. त्याप्रमाणेच स्वर घेतले जातात. स्वरांच्या लघुता व दीर्घता या गुणामुळे रागप्रकृती बनत असते. या षड्ज पंचम आणि षड्ज मध्यम भावामुळे सौंदर्य वाढते. उदा. बिहागमधील गंधाराचे स्वरूप.

स्वरसंगती : सुटा स्वर म्हटला जात नाही. स्वर सुटे-सुटे गायले तर त्यात सौंदर्य निर्माण होत नाही. दोन किंवा तीन स्वरांच्या सहाय्याने स्वर गायल्यास त्यांत सौंदर्य निर्माण होते. आज सा आणि उद्या रे असे गाऊन चालत नाही. स्वराला नेहमीच एक किंवा दुसऱ्या स्वराची साथ लागते.

आंदोलन : स्वरांच्या आंदोलनाने रागाची अभिव्यक्ती बदलता येऊन त्यांत गंभीरपणा, भारदस्तपणा आणता येतो. उदा- राग दरबारी.

खेच : खालच्या स्वरापासून किमान तीन-चार स्वर सोडून वरचा स्वर लावणे, म्हणजे 'खेच'. यात आंस महत्त्वाची. खेच बहुधा मंद्र सप्तकातील स्वरापासून घेतली जाते. उदा. सा प ग

गमक : विशिष्ट स्वरांचा क्रमशः गतिशीलतेने अथवा जलदपणे वापर करताना त्या अनेक स्वरांमध्ये सगलता आणि अभिन्नता निर्माण करणे हे गमकचे वैशिष्ट्य.

मध्यावकाश : राग गायन करताना दोन स्वरसंगती एकमेकांस पूरक असल्या तरीही त्यात विशिष्ट अंतर, अल्प विश्रांती दोन स्वरसंगतीत घेणे अत्यावश्यक ठरते. दोन स्वरवाक्यांमधील मध्यावकाश अत्यावश्यक, त्याचप्रमाणे तो सुरेलही असावा.

घसीट : तंतुवाद्यावर मींड घेताना तार खेचून एका स्वरावरून पुढच्या स्वरावर जातात. ही तार खालच्या पडद्यावर घासली जाते म्हणून हिला 'घसीट' म्हणतात.

स्वरकाकू : रागातील विशिष्ट स्वरांचा उच्चार हा त्या विशिष्ट रागस्वरूपातूनच करावा लागतो. रागात लागणाऱ्या कोमल शुद्ध स्वरांच्या उच्चारणामुळे राग ओळखता येतात. म्हणजे एकच स्वर; पण त्याचे निरनिराळ्या रागांतील स्थान वेगळे असते. यामुळे स्वरांचे दर्जे बदलतात. यालाच 'स्वरकाकू' म्हणतात.

स्वरसम्मीलन : प्रत्येक स्वराचे षड्जाशी नाते हे असतेच. ज्यावेळेस स्वर सुटे अथवा 'वेगवेगळ्या वेळेला गायले जातातस, त्या वेळी त्यांचे षड्जाशी असलेले नाते स्पष्टपणे दिसून येत नाही. ज्या वेळेस 'साग, साम, साप, साध, सानी असे स्वर आपण गातो, त्या वेळेस 'रे ग म प ध नी' या प्रत्येक स्वराशी असलेले नाते आपल्याला कळायला लागते. त्याहीपुढे जेव्हा हे स्वर एकत्रित म्हटले जातात, म्हणजेच 'सारे' म्हणत असताना साग, साम, साप, साध, सानि सुरू असते, तेव्हा या स्वरांचे एकत्र सम्मीलन सुरू असते. एखाद्या वास्तूमध्ये गायन, वादन चांगले रंगते, असे आपण म्हणतो, त्या वेळेस हे स्वरसम्मीलन अधिक चांगल्या प्रकारे जाणवत असते.

मुरकी अथवा मुर्की : एखाद्या स्त्रीने पटकन मान वळवली की आपण मुरकी मारली असे म्हणतो, एखाद्या स्वररचनेस मध्येच एखाद्या स्वरावर झटकन वळणे म्हणजे मुरकी, मुर्की म्हणजे मुरकणे, ठुमकणे. मुरकी थोडीशी शृंगाराकडे झुकणारी असते.

जमजमा : एखाद्या स्वराचा एकसारखा उच्चार जलद गतीने करणे किंवा त्याच्या जवळचा स्वर मध्ये घालून करणे म्हणजे जमजमा. उदा. - नि नि नि नि, धधधध, किंवा निधनि, धपध असे म्हणणे.

खटका : एखादा स्वर उच्चारताना त्याच्या पुढच्या किंवा मागच्या स्वरांचा आधार घेणे, याला खटका म्हणतात. उदा. सा उच्चारायचा असेल तर निसारेसा किंवा रेसानिसा असे वेगाने म्हणणे. यात सा सोडून इतर स्वर कणभरच उच्चारल्याने फक्त सा स्वराचाच प्रभाव उरतो.

स्वरआंतरप्राणन : स्वर एकटा म्हटला की सौंदर्य निर्माण होत नाही. जेव्हा एखादा स्वर दुसऱ्या स्वराच्या सहाय्याने किंवा दुसऱ्या स्वराच्या संदर्भात उच्चारला जातो, तेव्हा त्याचा अर्थ बदलतो. म्हणजे स्वर सुटा म्हटला की त्याचा अर्थ वेगळा व इतर स्वरांच्या संदर्भात जेव्हा उच्चारला जातो, तेव्हा त्याचा अर्थ वेगळा. स्वर एकमेकांवर परिणाम करतात. अधिक अभिव्यक्तीक्षम होतात. कण, मींड, आंस, खटका यांमुळेही स्वर जास्त अभिव्यक्तीक्षम (Lively) बनतात. स्वरांचा एकमेकांवर परिणाम होऊन स्वरवाक्यातील स्वराला एक वेगळा जीव प्राप्त करून देतात. यात स्वर सुटा न लावता आधीच्या किंवा नंतरच्या स्वरांच्या आंसातून लावण्याची पद्धत म्हणजेच स्वरआंतरप्राणन. यामुळे स्वरांचा एक प्रकाशझोत निर्माण झाल्यासारखी जाणीव होते.

संगीताच्या सौंदर्याचा दुसरा महत्त्वाचा घटक म्हणजे लयसौंदर्य. लय ही जन्मतःच आपल्याला चिकटलेली असते. बाळ जन्माला आले की डॉक्टर प्रथम त्याच्या हृदयाचे ठोके पाहतात, नाडी पाहतात. हे ठोके लयीत असले तरच बाळ नॉर्मल आहे, असे म्हणतात. हे ठोके कमी-जास्त होत असतील तर जन्मतःच लय बिघडलेली असते किंवा ते मूल नॉर्मल नाही, असे म्हणतात आणि जर हृदयाचे ठोके बंद पडले तर त्या व्यक्तीचा मृत्यू झाला आहे, असे डॉक्टर सांगतात. म्हणजे लय ही जन्मापासून मृत्यूपर्यंत मनुष्याला चिकटलेलीच असते. ठोके थांबले म्हणजे लय थांबली. मनुष्य अगदी लहानपणापासून वृद्धत्वापर्यंत लयीतच वाढत असतो. किंबहुना, प्रत्येक मनुष्याची स्वतःची अशी बोलण्याची, चालण्याची, वागण्याची, दैनंदिन व्यवहाराची एक विशिष्ट लय असते. चित्रकारही चित्र रेखाटताना रंगरेषांच्या माध्यमातून चित्राला एक लय किंवा गती देत असतो. चित्रातील प्रत्येक कुंचल्याचा फटकारा अथवा स्ट्रोक कागदावर लयीची जाणीव घेऊन साकार होत असतो. त्यामुळे चित्राचे विश्लेषण करताना चित्रातील लयीला विशेष महत्त्व दिले जाते.

साहित्य निर्मितीत काव्याला एक गती असते, एक लय असते. गद्य साहित्यात तर अक्षरांतून, शब्दार्थांतून लयात्मकता साधली जाते. नृत्यात तर लय ही अत्यंत महत्त्वाची किंबहुना लयीशिवाय नृत्यकला अस्तित्वातच येऊ शकत नाही. वाद्य संगीतातही लयीला प्रचंड महत्त्व आहे. कारण, वाद्यातून निघणारा प्रत्येक स्वर आणि नंतर त्या स्वरांची गती वाढवण्याचे काम हे लयीमुळेच शक्य होते. संथ स्वरांकडून द्रुत, अतिद्रुत स्वराविष्कार करणे वाद्यसंगीतात लयीमुळेच घडते व वादनात सौंदर्य निर्मिती होते. लय हा संगीताचा प्राणच मानला जातो. प्रत्येक कलेचा लय हा अंगभूत घटक अत्यावश्यक मानला जातो. संगीतातील स्वरांच्या माध्यमातून कलाकृती साकार होत असताना ती लयविरहित असणे अशक्यप्राय आहे. डॉ. किशोरी आमोणकर यांच्या मते 'संगीतातील प्रत्येक स्वर हा लयीबरोबरच जन्माला येतो.'' पं. गजाननबुवा यांच्या मते 'स्वर' जर संगीताचे शरीर असते तर लय हा त्याचा प्राण, आत्मा आहे. लयीशिवाय संगीत हे निरर्थक, नीरस, निर्जीव भासते.

स्वर हा स्थिर असतो, तर लय ही त्याला गतिमान बनवते. प्रवाहित्व देते, लयीमध्ये समान कालमान अभिप्रेत आहे. गायनाच्या एका आवर्तनाच्या नियत लयीच्या अंतर्गत दुसरी अंतर्गत अनियत लय असते. म्हणजेच स्थूल लयीच्या अंतर्गत (अति) सूक्ष्म लय असते. स्थूल लय संगीताला आकार देते, तर सूक्ष्म लय संगीताला सौंदर्य देते. गती हा लयीचा महत्त्वाचा गुण आहे. गती जेव्हा कालकृत नियमांनी प्रकट होते, तेव्हा येणाऱ्या संकलित अनुभवाला 'लय' म्हणतात. क्रिया व विराम यातील सातत्य म्हणजे लय. लयीला आकृतीमयता प्राप्त होते, ती तालामुळे. निरनिराळे ताल म्हणजे लयीच्या वेगवेगळ्या आकृती असून, 'लय' ही गायनाला ठोस आकृतिमयता प्राप्त करून देते. पं. सुरेश तळवळकर यांच्या मते लयीचा तंबोरा हा गायकाच्या तबल्याच्याच लयीतून, ठेक्यातून प्राप्त होतो. ठेका ही तालाची बंदिशच असते. बंदिशीच्या अंगाने वाजणारा ठेका, स्वरांच्या वजनाने जाणारा ठेका हा सौंदर्यनिर्मितीस मदत करतो.

ताल हे संगीतातील कालमापनाचे परिमाण आहे. ताल ही काहीतरी नियमाने आघात किंवा मनाने मोजण्याची क्रिया आहे. संगीतात ताल मोजण्यासाठी मात्रा हे

परिमाण आपण वापरतो. जेव्हा काही अंतराने दोन ठोके वाजवितो किंवा आघात करतो, त्या वेळी त्या दोन आघातांमधील समान, गतिमान अंतर म्हणजे लय.

लयीचे तीन प्रकार

विलंबित : म्हणजे धीमी, संथ लय. दोन मात्रांमध्ये अधिक अंतर असते. बडा ख्याल गायनासाठी विलंबित लय वापरतात.

मध्य लय : ही मध्यम गतीची लय. या लयीमध्ये दोन मात्रांमधील अंतर विलंबित गतीमधील दोन मात्रांच्या अंतराच्या दुप्पट असते. उदा. छोटे ख्याल.

द्रुत लय : द्रुत म्हणजे वेगवान. मध्य लयीच्या दुप्पट गतीची ही लय असते. गायन, वादनात एखाद्या द्रुत बंदिशीत तानेच्या प्रस्तुतीकरणात या लयीचा वापर केला जातो.

तालाचे विभाग

आवर्तन : संगीतात तालाचे मोजमाप आवर्तनाने होते. त्या-त्या तालातील शेवटची मात्रा संपली की पुन्हा पहिल्यापासून मोजतात. उदा. त्रितालाचे आवर्तन १६ मात्रांचे.

सम : तालाच्या आवर्तनातील पहिली मात्रा म्हणजे सम. गायन व वादनांत या मात्रेवर विशेष जोर दिलेला असतो. तालाचे सौंदर्य समेवर येण्याने उठून दिसते.

काल : तालाच्या उत्तरार्धातील पहिल्या मात्रेला 'काल' म्हणतात. तालाच्या निम्म्या मात्रा+१ मात्रा = काल असे असते. अपवाद- रूपक ताल, सम व काल पहिल्या मात्रेवर.

खाली : ताल देत असताना हात बाजूला करून जी रिकामी मात्रा ठेवली जाते किंवा दाखवितात, त्यास खाली असे म्हणतात.

खंड : तालांमधील मात्रांचे त्यांच्या वजनानुसार काही गट पाडले जातात. त्यांना खंड किंवा विभाग म्हणतात.

बोल : तबला, मृदंग इ. वाद्यांवर उमटणारे नाद म्हणजे शब्द नव्हेत. तबला, पखवाज, मृदंग या वाद्यांमध्ये, त्या वाद्यावर उमटणाऱ्या नादासाठी त्याच्यासदृश भासणाऱ्या मानवी भाषेतील स्वर-व्यंजनांची योजना केलेली आहे.

उदा : धा, तिट, थुं, तिन्, ता इत्यादी अक्षरे यांनाच 'बोल' म्हणतात.

ठेका : ठेका म्हणजे तालाचे वजन दाखविणारी आधारभूत बोलरचना.

टाळी : सामान्यपणे तालाच्या प्रत्येक खंडाच्या पहिल्या मात्रेवर टाळी दिली जाते.

संगीतात लयसौंदर्यानंतर शब्दसौंदर्य हा फार महत्त्वाचा घटक मानला जातो. सुगम संगीतात शब्दाला फार महत्त्व आहे. कुठलाही शब्द उच्चारला की त्याचा अर्थ प्रकट होतो म्हणजेच नादाची अभिधाशक्ती ही सुगम संगीतात महत्त्वाची ठरते. सुगम संगीतातील काव्यविषय उदा : सुख-दुःख, विरह-मीलन, निसर्ग, वेगवेगळ्या ऋतूंची वर्णने, देव-देवता वगैरे शब्दांच्या सामर्थ्यातूनच प्रकट होत असतात. स्वर व शब्दांच्या एकत्रिकरणाने संगीतातल्या स्वरसमूहाला अर्थ प्राप्त होतो, विशिष्ट भाव प्राप्त होतो. त्यातूनच रसिकांना रस-भाव जाणवू लागतो.

शास्त्रीय संगीतात बंदिशीतील शब्द स्वरांचे सहायक बनतात. बंदिशीतील रसभाव, आशय व्यक्त करण्याकरिता विशिष्ट स्वरांचे माध्यम उपयोगी पडते किंबहुना परिणामकारक ठरते. डॉ. प्रभा अत्रे यांच्या मते, 'स्वरापासून स्वरजनित व शब्दांपासून शब्दजनित आनंद मिळतो. आणि या दोहोंच्या सुयोग्य समन्वयामुळे जो आनंद प्राप्त होतो व जी रसनिर्मिती होते, ती सर्वश्रेष्ठ होय.'

शब्दांना साहित्यात विशिष्ट अर्थ असतो. परंतु, सांगीतिक भाषेत स्वरसमूहाचा अर्थ भावनेशी निगडित असतो. स्वरांना भाव देण्याचे आणि त्यांचा अर्थ लावण्याचे काम 'काकू' करीत असतो. एकाच स्वरवाक्यातील वेगवेगळ्या स्वरांवर व शब्दांवर जोर दिल्यास स्वर, लय, शब्द यांच्यातील तोल बदलतो आणि दरवेळेला स्वरवाक्यात सौंदर्याचे वेगवेगळे पैलू दिसू लागतात. याचाच अर्थ एका स्वरवाक्यात स्वर, शब्द, लय, विराम, अविराम यांमुळे वेगवेगळे भाव निर्माण करता येतात.

भारतीय संगीतात १) शास्त्रीय २) उपशास्त्रीय ३) सुगम असे प्रकार निर्माण झालेले दिसतात. या प्रत्येक संगीत प्रकाराला स्वतःची अशी स्वतंत्र ओळख आहे, स्वतंत्र व्यक्तिमत्त्व आहे. हा फरक शब्दोच्चारांमुळे झालेला दिसून येतो. या तिन्ही प्रकारांमध्ये स्वरांचा लगाव, शब्दांचे महत्त्व, रससौंदर्य, भावसौंदर्य, नादाचा पोत व मांडणी सर्व वेगवेगळे आहे. काही ठिकाणी स्वर व शब्द याकडे पारडे झुकलेले दिसते. सुगम संगीतात काही ठिकाणी शब्द व भाव याकडे पारडे

झुकलेले दिसते. विशेषतः ठुमरी, गझल वगैरे; तर काही ठिकाणी शब्द व लय याकडे पारडे झुकलेले दिसते. विशेषतः शास्त्रीय संगीतातील ख्याल गायन, दादरा व ठुमरीसारख्या उपशास्त्रीय संगीत प्रकारांत बंदिशीच्या काव्यातील शब्दोच्चार, स्वरलगाव, बांधणी, शब्दांतील भाव वेगळा दिसतो.

ठुमरी काहीशी संथ लयीकडे झुकलेली, तर दादरा जरा जलद लयीत गायला जातो. ठुमरी भारदस्त प्रकृतीची वाटते, तर दादरा चंचल प्रवृत्तीचा वाटतो. त्यातील काव्य विषय दोन्हींकडे वेगवेगळे. त्यामुळे शब्द व लयींच्या फरकामुळे त्यांचे सौंदर्य वेगळेच भासते.

भारतीय संगीतात ख्याल गायनाच्या पूर्वी धृपद शैली अस्तित्वात होती. त्यात भक्तिरस, वीररस, शांतरस, शृंगाररस आदींवर आधारित काव्ये होती. लयकारीचे महत्त्व, शब्दांचे महत्त्व धृपद गायन प्रकारात दिसून येते. चौताल, सूल, धमार या तालात हे गायन केले जाते. शब्दांचे अत्यंत स्पष्ट उच्चार व लयींच्या विविध पटी या धृपद प्रकारात दिसून येतात.

भारतीय संगीतात राग ही संकल्पना अतिशय महत्त्वाची आहे. किंबहुना, भारतीय संगीताचे हे वैशिष्ट्य मानले जाते. राग म्हणजे आपल्याला उपलब्ध असलेल्या सात स्वरांमधून (त्याच्या पाच विकृत रूपांसह) काही स्वर निवडून, केवळ त्यांच्याच वापराने निर्माण होणारे स्वरूप. राग हा ठराविक स्वरांचा संच असतो. एकेका रागामधून असंख्य शास्त्रीय बंदिशी, ठुमऱ्या, नाट्यगीते, भावगीते, सिनेगीते, गझल आदी प्रकार निर्माण झालेले दिसतात. रागाचा जन्म लोकसंगीतातून झाला. भारताच्या प्रत्येक प्रांतात लोकगीते प्रचारात होती. अशा या गीतांचा अभ्यास संगीत तज्ज्ञांनी करून काही समान तत्त्वे शोधून त्यांच्या आधारे काही नियम निश्चित केले. हे नियम म्हणजेच त्या-त्या रागाचे नियम. मुक्त असणाऱ्या स्वररचनांना शास्त्राचे रूप प्राप्त झाले. श्रोत्यांना रंगवून टाकतील अशाच रूपांना रागाचा दर्जा मिळाला. 'रंजयति इति राग!' जो रंजन करतो तो राग अशी व्याख्या तयार झाली.

रागाचे नियम

१) रागात पाच स्वर अत्यावश्यक,

२) सा हा आधारस्वर अत्यावश्यक,

३) 'म' आणि 'प' या दोन स्वरांपैकी एक स्वर अत्यावश्यक.

४) रागात आरोही- अवरोही स्वरांचा निश्चितक्रम ठरलेला असतो.

५) रागाचे वादी-संवादी स्वर, वर्ज्य स्वर, अनुवादी व विवादी स्वर, गान समय इ. गोष्टी ठरलेल्या असाव्यात.

- **आरोह** : स्वर क्रमाने चढवत जाणे.

- **अवरोह** : स्वर क्रमाने खाली उतरवत येणे.

- **वादी** : रागातील मुख्य स्वर म्हणजे वादी.

- **संवादी** : वादी स्वराखालोखालचा स्वर संवादी.

- **वर्ज्य स्वर** : रागात न येणारे स्वर होत.

- **अनुवादी** : वादी-संवादी स्वरांना मदत करणारे स्वर.

- **विवादी** : रागात नसलेला स्वर. पण, त्याचा अल्प वापर केल्यास गायनात सौंदर्य निर्माण होते.

- **गानसमय** : उत्तर हिंदुस्थानी संगीतात राग गायनाच्या विशिष्ट वेळा ठरलेल्या आहेत.

- तोडी, भैरव सकाळचे राग, सारंग, मुलतानी दुपारच्या वेळी, मारवा, पूरिया आदी सायंकाळचे राग, तर यमन, भूप, दुर्गा रात्रीच्या वेळी.

प्रत्येक राग गायनात रागांच्या स्वरांनुसार बंदिशी बांधलेल्या आहेत. बंदिश ही एक उत्कृष्ट बांधलेली शाब्दिक-संगीत रचना असते. बंदिश हे रागाचे सूत्र किंवा नकाशा असतो. पूर्वीच्या काळी रागाचे आरोह-अवरोह, वादी-संवादी इत्यादी लिहून ठेवण्याची पद्धत नव्हती, तेव्हा गुरू-शिष्यांना सांगत, 'बेटा, बंदिश की शक्ल देखकर गाओ.' बंदिशीच्या पहिल्या भागाला 'स्थायी' म्हणतात, तर बंदिशीच्या उत्तरार्धाला 'अंतरा' म्हणतात.

स्थायी व अंतऱ्याच्या शब्दकाव्याचा विषय प्रामुख्याने एकच असतो. बंदिशी या विस्तारक्षम असतात. खयाल गायनात बंदिशीला खूपच महत्त्व आहे. कारण गायक आपल्या विचाराने, कल्पनाशक्तीने रागविस्तार करीत असतो. बंदिशीच्या शब्दांमध्ये कितीही अक्षरे असली, तरी प्रत्येकाच्या मात्राकालाचा श्राव्य आकार वेगळा असतो, उच्चारणाचा आकार वेगळा असतो. प्रत्येक शब्दाचा नाद आणि श्राव्य आकार वेगळा. तो संगीतमय नाद नुसता शब्द न राहता, स्वर, लय, तालयुक्त होऊन भावयुक्त शब्द बनतो. त्याला अर्थ प्राप्त होतो. हा अर्थ सांगीतिक भाषेचा वाहक ठरतो. पूर्वीच्या काळी बंदिश म्हणजेच रागगायन इतके बंदिशीला महत्त्व होते. 'स्वर, शब्द, लय आणि काव्य यांचं सप्रमाण सम्मीलन म्हणजे बंदिश होय.' बंदिश ही सौंदर्यपूर्ण, रंजक शब्दाकृती मानली जाते.

बंदिशीतील सहा सौंदर्यमूल्ये

बंदिशीचे सुभगत्व : बंदिश नादमय, लययुक्त आणि रसप्रवाही शब्दांतून सहजपणे निर्माण होणारी व त्याचा सोपेपणाने उपयोग गायकाला करता येईल, अशी असावी.

रूपसौंदर्य : यात स्वरमेळ, स्वरांचा सुसंवाद, आकृतीमयता, प्रमाणबद्धता अंतर्भूत आहेत.

चैतन्यतत्त्व : यात विविधता, नावीन्य आणि कल्पना यांचा अंतर्भाव आहे.

सर्जनशीलता : सर्जनशीलता म्हणजे अशी प्रतिभा की एखाद्या वस्तूकडे पाहण्याचा वेगळा दृष्टिकोन. सर्जनशीलता म्हणजे केवळ नवीनतेचा ध्यास नसून, परंपरेने जोपासलेली सौंदर्यमूल्ये नव्या स्वरूपात आविष्कृत करणे होय.

औचित्य तत्त्व : रागात विवादी स्वराचे औचित्य महत्त्वाचे मानतात. चंद्रकंस

रागात तारसप्तकात रिषभाचा विवादी स्वर म्हणून केलेला वापर किंवा छायानट रागात कोमल निषादाचा विवादी स्वर म्हणून केलेला वापर सौंदर्यनिर्मितीस पोषक ठरतो.

प्रवाहित्व : आलाप, बोलआलाप, बोलतान, तान, लयकारी, बेहलावे, गमक अशा विविध अंगांनी रागात प्रवाहित्व ठेवून रागसंकल्पना परमोच्च बिंदूवर नेऊन ठेवणे हे कलाकाराचे कसब असते. वरील सहाही सौंदर्यमूल्यांच्या जपणुकीतून राग गायन विस्तारत व फुलत जाते.

बंदिश म्हटली, की ख्यालाची बंदिश, मध्यलयीतील बंदिश, द्रुत बंदिश अशा तीनही विलंबित, मध्य, द्रुत लयीतील बंदिशी आपल्यासमोर येतात. पण, या सर्वच बंदिशींतील शब्दांचे रागभाव, शब्दभाव लक्षात घेऊन भावानुकूल स्वरोच्चार होणे आवश्यकच आहे.

उपशास्त्रीय संगीतात शब्दांना, स्वरांना व रसभाव युक्त स्वरसमूहांना विशेष महत्त्व असते.

ठुमरी : ठुमरी ही बहुतांश शृंगारप्रधानच असते. तिच्या गायनाची शैली एखाद्या नखरेल स्त्रीप्रमाणे ठुमकत जाणारी असते. म्हणून तिला 'ठुमरी' म्हणतात. काफी, खमाज, पिलू, पहाडी वगैरे रागांवर आधारित व मिश्ररागांवर आधारित ठुमऱ्या असतात. यात रागनियमांचे काटेकोरपणे बंधन नसते. सौंदर्यनिर्मिती, शब्दांतील भावनांचा स्वरांतून आविष्कार हेच ठुमरीचे महत्त्वाचे सूत्र. दीपचंदी, दादरा, पंजाबी, रूपक अशा तालातून ठुमरी गातात. प्रारंभी लय संथ असते. परंतु, कडव्याच्या अथवा ठुमरीच्या शेवटी तबल्याच्या जलद, ढंगदार लग्गीने ठुमरी गायन संपवले जाते.

दादरा : दादरा हे तालाचे नाव असले तरी अनेक दादरे केरवा या तालातही असतात. दादऱ्याची गती ठुमरीपेक्षा जरा जलद, गतिमान अशी असते. हा चंचल प्रवृत्तीचा असतो.वेगवेगळ्या भावावस्था ठुमरी व दादऱ्यातून मांडलेल्या दिसतात.

होरी : राधा-कृष्ण, राम-सीता अथवा प्रियकर-प्रेयसी यांनी खेळलेल्या होळीचे वर्णन यात असते. बहुतेक रचना अवधी किंवा ब्रजभाषेत असतात. ध्रुपद शैलीतही होरी गातात, ती धमार तालात निबद्ध असल्याने तिला होरी-धमार म्हणतात.

टप्पा : अध्धा त्रितालासारखी काहीशी संथ लय. पण, गळ्यातून निघणाऱ्या मरकीसारख्या वेगवान तानांमधून विस्तार हे टप्प्याचे वैशिष्ट्य. पंजाबच्या

उत्तरेकडून, वायव्य सरहद्द प्रांताकडून 'टप्पा' हा गानप्रकार आपल्याकडे आला. त्यामुळे बहुसंख्य रचना पंजाबी भाषेत असतात. पंजाबी किंवा पश्तो या तालांचा वापर यात होतो.

शास्त्रीय संगीतात अनेक घराणी आहेत. ग्वाल्हेर, आग्रा, किराणा, जयपूर, भेंडीबझार, रामपूर-सेहस्वाना, मेवाती वगैरे. प्रत्येक घराण्याचे सौंदर्य हे वेगवेगळे असते. स्वरलगावाचे, बंदिशींचे, त्यातील शब्दकाव्याचे सौंदर्य हे प्रत्येक घराण्याप्रमाणे बदलणारे असते.

परंतु, हल्ली आपल्याला एक गायक दोन-तीन घराण्यांच्या तालमी घेऊन स्वतःची वेगळी गायन शैली तयार करताना दिसतात. किंबहुना, त्यांना ज्या-ज्या घराण्यातले जे-जे आवडते, ते-ते आपल्या गायन आविष्कारात आणण्याचा प्रयत्न करीत असतात. काही तरी नवीन रसिकांना आवडेल असे देण्याचा प्रयत्न कलाकार करताना दिसतात. घराण्यांचे सौंदर्य हा खरंतर फार मोठा विषय असल्याने येथे फक्त त्याचा धावता उल्लेख मी करीत आहे. प्रत्येक घराण्याचे सौंदर्य हे त्यांच्या स्वरलगावाच्या पद्धतीप्रमाणे, लयभावाप्रमाणे, बंदिशींच्या लयीप्रमाणे, शब्दफेक, स्वरोच्चार आणि रागाच्या लयीनुसार, गायकांच्या पूर्वसंस्कारानुसार, त्याच्या बौद्धिक क्षमतेनुसार, त्यांच्या स्वतःच्या सौंदर्याच्या कल्पनेनुसार आपल्याला वेगवेगळे दिसते. आणि हेच सौंदर्याचे खरे लक्षण ठरते.

रियाजाचे महत्त्व

संगीत साधकांसाठी 'रियाज' किंवा 'सराव' ही अतिशय महत्त्वाची गोष्ट आहे. हा रियाज सुरुवातीला काही प्रमाणात सर्व साधकांना सारखाच असतो. पण, जसजसा कलासाधकाचा विकास होऊ लागतो, तसतसा त्यात अनेक गोष्टींचा विचार करणे आवश्यक असते आणि हा विचार जेवढा सूक्ष्म होईल, तितका अधिक रंजक विकास त्याच्या गायकीत जाणवतो, आत्मविश्वास जाणवतो. रियाज हा विषय खूपच व्यापक आणि सखोल तसेच जिव्हाळ्याचा आहे.

- राजेंद्र कंदलगावकर

kandalgaonkar34@gmail.com

रियाजाचा प्रारंभ

सुरुवातीचा रियाज जो सामान्यतः सर्व साधकांना समान असतो, तो म्हणजे संगीतातील बारा स्वरांच्या जागा समजून घेऊन त्या स्वरयंत्राला अचूक समजेपर्यंत वारंवार लावणे. या जागा तानपुऱ्याच्या सहाय्याने लावणे अत्यंत आवश्यक आहे. कारण तानपुरा फक्त 'षड्ज' आणि 'पंचम' हे दोनच स्वर पुरवितो. जे अचल आहेत, ते ऐकत-ऐकत याच स्वरातून सूक्ष्मपणे ऐकू येणाऱ्या स्वयंभू स्वरातून आपले सर्व स्वर शोधावे लागतात. यात अचूकपणा आला की या स्वरांना 'मंद्र', 'मध्य', 'तार' अशा तिन्ही सप्तकांमध्ये स्वतःच्या मर्यादा ओळखून वारंवार लावून पक्के करावे लागतात.

रियाजात गुरूंचे महत्त्व

योग्य आवाजात सक्षम गुरूंच्या मार्गदर्शनात ही स्वरसाधना करावी लागते. गुरू बरोबर सांगतात, की आवाज फार हळू होत आहे की योग्य आहे ते. ज्यामुळे आवाज सुरेल होण्यास सुरुवात होते. ही साधना किती काळ करायची आणि त्याची लय काय असावी, याचेही मार्गदर्शन गुरू करीत असतात.

अलंकार व पलटे

अनेक प्रकारे अलंकारांचा रियाज करण्याने आपला आत्मविश्वास वाढतो व लयीचेही ज्ञान होऊ लागते. अनेक प्रकारच्या अलंकारांची रचना विद्वानांनी करून ठेवलेली आहे. त्यातील कोणते अलंकार निवडायचे, हे गुरूंच्या मार्गदर्शनाने ठरवावे. कोमल, तीव्र आणि शुद्ध स्वरांचा अलंकारांमध्ये समावेश केला की स्वरयंत्राची प्राथमिक तयारी सुरू होते, हा अभ्यास सातत्याने करणे आवश्यक आहे.

रागांचा रियाजात समावेश

या नंतरचा टप्पा म्हणजे विविध रागांत, तालात आणि विविध लयींमध्ये अलंकार अभ्यासणे तसेच विविध तालांमधील बंदिशींचा समावेश आपल्या रियाजात करावा. प्रत्येक रागात स्वरांच्या दर्जाचा विचार करून स्वरसाधना केल्याशिवाय राग स्वरूपे स्पष्ट होत नाहीत. इथे गुरूंच्या मार्गदर्शनाबरोबरच उच्च दर्जाच्या

कलाकारांच्या त्या-त्या विशिष्ट रागातील मैफली सातत्याने ऐकणे आपल्या कलासाधनेला पूरक ठरेल. ही रियाजाची सुरुवातीची आवश्यक प्रक्रिया आहे. यामुळे दमसास आणि आवाजातील ताकद वाढणे, गोडवा निर्माण होणे, ही तयारी होऊ लागते. अलंकारांचा रियाज हळूहळू वाढवणे आवश्यक असते.

खर्ज आणि ओंकार साधना

आवाजात घुमाजदारपणा आणि वजन येण्यासाठी रोज सकाळी रिकाम्या पोटी ओंकार साधना किमान अर्धा तास करावी व क्रमशः मंद सप्तकातील स्वर अभ्यासावेत. यात कुठेही जोर जबरदस्ती करू नये. कधी-कधी साधक असे सांगत असतात की आमचा स्वर खूप छान लागत होता. पण, अलीकडे तो नीट लागत नाही. या विचाराने आपल्या साधनेत खंड पडू लागतो. हा एक मोठा अडथळा आहे. तो येऊ नये म्हणून, अशा स्वर नीट न लागणाऱ्या कालावधीत अत्यंत धीराने पुनः-पुन्हा प्रयत्न करून स्वर छान लागण्यास सुरुवात होते, हे निश्चित. तसेच, स्त्रियांच्या आवाजालाही खर्ज साधना काही प्रमाणात आवश्यक असते. त्यासाठी या साधनेचा कालावधी व आवश्यक तेवढे वजन हे गुरूंकडून समजून घेणे योग्य ठरेल.

नवनिर्मिती आणि रियाज

रियाज ही यांत्रिक क्रिया नाही. साधकाचे संपूर्ण लक्ष रियाजात असणे आवश्यक आहे. आपली सर्व स्वरस्थाने व्यवस्थित लागतात की नाही, सर्व प्रकारच्या लयींवर आपले प्रभुत्व येत आहे की नाही ते पाहणे आवश्यक आहे. हरकती, खटके, मिंड, स्वरसंवाद आदी प्रकारांचा समावेश आपण प्रत्येक रागाच्या प्रकृतीप्रमाणे करीत आहोत की नाही, हे डोळसपणे अभ्यासणे आवश्यक आहे. गुरू जे गाऊन दाखवितात, त्यांचे अनुकरण करणे हा एक भाग आहे. त्यातील तर्कसंगती समजून घेऊन आपण काही नवी रचना करू शकतो का, हा दुसरा भाग आहे. आणि तिसरा भाग म्हणजे स्वतःच्या गायनाचे विश्लेषण करून रंजक जागांची सतत उजळणी करणे व प्रत्यक्ष कार्यक्रमाच्या वेळी त्या सादर करून श्रोत्यांची दाद मिळवणे हे महत्त्वाचे आहे. बंदिश खुलवण्यासाठी त्या-त्या रागातील स्वरांचा आणि रसांचा

विचार करावा लागेल. म्हणजे बंदिशीतील भाव आणि रागांमधील भाव जर जवळपास असतील तर उत्तमच. उदाहरणार्थ- भीमपलाससारख्या भक्तिरसानुकूल रागासाठी बंदिश ही तशीच असल्यास छान होईल. तसेच, शंकरा रागासारख्या वीररसप्रधान आणि उत्तरांग प्रधान रागासाठी तशीच बंदिश असल्यास उत्तम रसाभिव्यक्ती होईल.

रियाजाचे नियोजन

प्रत्येक वेळी रियाजासाठी अपेक्षित जागा, वेळ वगैरे मिळेलच असे नाही, म्हणून रियाज सुरूच करू नये, असे नाही. रियाजाचे नियोजन अवश्य करावे. पण, जसे जमेल तसे तो करीत राहण्याने निश्चित प्रगती होत राहते. एखादी उत्तम जागा, हरकत, तान आज आपल्या सादरीकरणात आली म्हणजे ती उद्याही तशीच येईल, असे कोणी साधक ठामपणे सांगू शकत नाही. त्यामुळे स्वरांचा व तालांचा सहवास सातत्याने असणे गरजेचे आहे. प्रत्यक्ष रियाजाबरोबरच श्रवण, चिंतन, मनन, लेखन आणि नवे-नवे प्रयोग सतत करणे हेही उपयोगी पडते.

साधकाने आपली पट्टी (Scale) कशी ठरवावी ?

आपला आवाज मंद्र मध्यम ते तार सप्तकातील गंधार/मध्यमापर्यंत विनासायास जात असेल तर ती आपली पट्टी असू शकते. अर्थात, याबाबत गुरूंचा सल्ला खूपच महत्त्वाचा असतो. साधनेच्या अगदी सुरुवातीच्या काळात तीन-चार साधक मिळून एकत्र रियाज केला तर उपयोगी पडेल. पण, आपला आपण स्वतंत्र रियाज करण्यागुळे आत्मपरीक्षण आणि सौंदर्यपूर्ण जागांची निर्मिती करण्यासाठी अनुकूलता मिळते. शक्य झाल्यास गुरूच्या सान्निध्यात हा रियाज केल्यास जास्त उपयोगी पडेल. तानपुरा सुरात जुळवून तो सूक्ष्मपणे ऐकताना स्वयंभू नाद आणि स्वर जाणवू लागतात. आपल्या राग साधनेत या स्वरांचा आणि सूक्ष्म श्रुतींचा फार मोठा वाटा असतो.

रियाजात सातत्य राहण्यासाठी आपल्या प्रकृतीला मानवेल असा आहार, विहार असणे गरजेचे आहे. ज्या साधकाला स्वरज्ञान खूप कमी आहे, त्याने काही

काळ संवादिनी अर्थात harmonium चा उपयोग करण्यास हरकत नाही. पण, जितक्या लवकर तो स्वरज्ञान मिळवेल, तितके फायदेशीर ठरेल.

रागांचे चलन समजून रियाज

रागातील स्वरसंगती जाणून त्याप्रमाणे रियाज करणे हा एक अतिशय महत्त्वाचा घटक आहे. वादी-संवादीचा वापर, स्वरलगाव, स्वरांचे अल्पत्व-बहुत्व हे गुरूंच्या सान्निध्यात समजून घेतले पाहिजे. उदाहरणार्थ- दरबारी कानडामधील 'ग म रे सा' किंवा 'ध नी प' हे तानेतही आले पाहिजे. असे वक्रचलनाचे अनेक राग आहेत. या पद्धतीने रियाज झाल्यास साधकाच्या गायनाचा सर्वांगीण विकास होऊ लागतो.

ज्या कलाकारांना जन्मतः सुरेल कंठ मिळाला आहे, त्यांना त्या मानाने कमी श्रमात कला प्राप्त होते. त्यामुळे त्यांचे त्यांच्या रियाजाबाबतीतले विचार सर्व साधकांना पूर्णपणे लागू पडतीलच, असे नाही. आपणच आपली कोणत्या प्रकारच्या रियाजाने सुधारणा होत आहे, ते बारकाईने पाहत-पाहत गायकी अधिक समृद्ध करावी. ध्वनिवर्धक अर्थात माईक सिस्टिमबद्दलही माहिती असणे आवश्यक आहे, ज्यामुळे आपल्या आवाजाचा परिणाम ध्वनिक्षेपकातून कसा

पं. राजेंद्र कंदलगावकर
यांच्या गायनाच्या वेळी
विविध भावमुद्रा

प्रभावी होईल, याचाही विचार रियाज करताना होणे आवश्यक आहे.

गायनात अनेक प्रकारांचा समावेश असावा. शास्त्रीय गायनाबरोबरच ठुमरी, नाट्यगीते, अभंग आदी प्रकार त्यांच्या-त्यांच्या ढंगाप्रमाणे बसवणे व त्यातही त्याच पद्धतीच्या नव्या जागांचा विचार केल्यास कार्यक्रमाच्या दृष्टीने योग्य ठरेल.

या लेखात जे मुद्दे मी मांडले आहेत, त्या बाबतीतले सर्व अनुभव गेली ५० वर्षे मी घेत आहे. अनेकदा साधकांच्या साशंक अवस्थेचा फायदा घेऊन काही मंडळी स्वतःला 'जाणकार' असे भासवून रियाजाबाबत भ्रामक समजुती पसरवून स्वतःचे महत्त्व वाढविताना दिसतात. अशावेळी साधकाने जराही विचलित न होता ठामपणे गुरूंच्या मार्गदर्शनानेच रियाज सुरू ठेवावा. स्वतःला आलेल्या अनुभवातून जो आत्मविश्वास मिळतो, त्याचाच रियाजात उपयोग करावा. त्यामुळे निश्चितच प्रगती होईल. सर्व साधकांना पुढील सांगीतिक वाटचालीसाठी खूप-खूप शुभेच्छा..!

अविस्मरणीय मैफल
अनुभवण्यासाठी
क्यूआर कोड स्कॅन करा.

भारतीय संगीताची व्याप्ती

संगीताचे विद्यार्थी अथवा अभ्यासक किंवा रसिक म्हणून आपण भारतीय संगीताची व्यापकता समजून घेणं गरजेचं आहे. अन्यथा भारतीय संगीत म्हणजे केवळ शास्त्रीय संगीत असा गैरसमज होण्याची शक्यता आहे. भारतीय संगीताचा व्यापक पट समजून घेऊन त्यात हिंदुस्थानी संगीत या परंपरेचं स्थान समजून घेतल्यास आपल्या संगीत परंपरेविषयी सार्थ अभिमान वाटू शकेल. संगीत हा मानवी जीवनातला एक व्यापक, आणि सर्वसमावेशक मानवी व्यवहार आहे, हा भाग आपण लक्षात घेऊया. साधारणपणे संगीत परंपरेची चर्चा ही कला संगीत अथवा शास्त्रीय संगीत या भोवती फिरताना दिसते. अन्य संगीत विधांचे अस्तित्व दिसत जरी असले तरी अभ्यास विषय म्हणून त्याच्याकडे पुरेशा गांभीर्यानि पाहिलं जात नाही, हे वास्तव आहे.

\- डॉ. समीर दुबळे
sameer@flame.edu.in

भारतीय संगीत परंपरेचा अभ्यास करताना दोन विशेष ठळकपणे समोर येतात आणि ते म्हणजे विविधता (Diversity) आणि अनेकवाद (Pluralism). संगीत परंपरेत एकच एक परंपरा खरी, असं मानता येत नाही. विविधता हा एकूणच भारतीयत्वाचा गाभा आहे. संगीत परंपरेचं नीट अवलोकन करायचं ठरवलं, तर एक नवीन समृद्ध जाणीव आपल्या मनात निर्माण होते. या जाणीव समृद्धीच्या प्रवासातले काही महत्त्वाचे टप्पे आपण आता समजून घेऊ या.

या प्रवासात आपले वाटाडे आहेत डॉ. अशोक दा. रानडे गुरुजी. रानडे गुरुजींनी भारतीय संगीताचे व्यामिश्र आणि समग्र वास्तव समजून घेण्यासाठी एक सर्वंकष मांडणी केलेली आहे. ते म्हणतात, की संगीत अभ्यासकाने दोन मुद्दे लक्षात ठेवायला पाहिजेत. एक, भारतीय संगीत म्हणजे केवळ शास्त्रोक्त संगीत नव्हे. आणि दोन, भारतीय संगीत सहा कोटिंमधून प्रवाहित झालेले आहे.

आदिम संगीत, लोक संगीत, धर्म संगीत, जन-प्रिय संगीत, कला संगीत आणि संगम संगीत अशा या सहा कोटि. त्यामुळे भारतीय संगीताची समग्रता समजून घेण्यासाठी या सहाही संगीत कोटि (categories) अभ्यासायला हव्यात. त्याआधी संगीत म्हणजे काय, याचा थोडा विचार करूया. साधारणपणाने 'गीतं वाद्यं तथा नृत्यं त्रयं संगीतं उच्यते' अशी संगीतविषयक व्याख्या सांगितली जाते. मात्र, या व्याख्येत संगीत प्रेरणा आविष्कृत करण्याच्या तीन दिशा ध्वनित होतात. मुळात संगीत या घटनेची सुरुवात कधी होते आणि कशी होते, असा विचार केला तर असं वाटतं, की मानवी मनाने गद्यापासून दूर जायचं असं ठरवलं, तिथे संगीत सुरू झालं. त्यामुळे संगीताची सुरुवात 'गद्यापासून दूर जाणे' या भूमिकेपासून होते, हे लक्षात ठेवायला हवं. भारतीय संगीत परंपरेत हा गद्यापासून दूर जाण्याचा प्रवास भाषण-पठण-गायन अशा टप्प्यांतून होतो, असं म्हणता येईल. भाषा आणि आवाज यांचा आधार घेऊन गायन, वाद्यांच्या मदतीने वाद्यवादन, शरीर हालचाली आणि भावाभिव्यक्ती यातून नृत्य अशा तीन दिशांनी संगीत परंपरा वाढते, असं दिसतं.

या पार्श्वभूमीवर आता संगीताच्या सहा कोटिंचा रानडे सरांचा विचार समजून घेऊया. रानडे सरांनी दोन मुद्दे मांडले आहेत. एक म्हणजे, आधी सांगितल्याप्रमाणे संगीत म्हणजे केवळ शास्त्रोक्त संगीत नव्हे. आणि दुसरा मुद्दा म्हणजे, भारतीय संगीत वास्तव हे मानवी जीवनाच्या तीन चक्रांना प्रतिसाद म्हणून तयार झालेलं

आहे. एक म्हणजे दिवस-रात्र चक्र, दुसरं म्हणजे ऋतुचक्र, आणि तिसरे जन्म-मृत्यूचे चक्र.

भारतीय संगीत परंपरेत जीवनाच्या चक्राकार गतीचं दर्शन विविध संकल्पनांमधून आपल्याला होऊ शकतं. राग समयचक्र, ऋतू आणि राग संबंध व जन्म-मृत्यूसंबंधी गीतं यातून रानडे सरांच्या भूमिकेचा पुरावा मिळत जातो. आणि या संदर्भ चौकटीचे भान ठेवल्यास भारतीय संगीत परंपरेच्या व्यामिश्र संरचनेचा अंदाज बांधता येतो ; तर आता आपण संगीताची पहिली कोटि आदिम संगीत यांची थोडी माहिती घेऊया.

आदिम संगीत म्हटल्यावर केवळ आदिवासी जाती-जमातींचं संगीत असा गोंधळ होण्याची शक्यता आहे. त्यामुळे आदिम संगीताचा आविष्कार हा आदिवासी संगीतापुरता मर्यादित अपेक्षित नाहीये, एवढं आता नोंदवून ठेवतो आणि आदिम संगीताची वैशिष्ट्ये याकडे वळतो.

१. आदिम संगीत त्या-त्या समूहाच्या जीवनाशी आणि ऋतूंशी संबंधित संगीत आहे. रोजच्या जगण्यातील अनेक प्रसंग या संगीतात अभिव्यक्त होतात. संपूर्ण समूहाचं एक भारलेपण या आविष्कारात दिसतं. नुकत्याच संपलेल्या गणेशोत्सवात ढोल-ताशांच्या गजरात (अथवा डीजेच्या भिंतीसमोर) भान विसरून, तन्मयतेने नाचणारे समूह याचंच एक उदाहरण म्हणायला हवं.

२. स्वर अथवा लय या दोन मूळतत्त्वांपैकी एकाचं प्राबल्य हा याचा आणखी एक विशेष. त्यामुळे अनेकदा वाद्यांचा, त्यातही तालवाद्यांचा जास्त वापर आदिम संगीत करतं.आपण एक पूर्ण 'गीत' ऐकतो आहोत, असा अनुभव आदिम संगीतात येईलच, असं नाही.

३. कलाकार आणि श्रोता हा भेद आदिम संगीतात धूसर असतो. समूहातील प्रत्येक व्यक्ती कमी-अधिक प्रमाणात या संगीत घटनेत सहभागी असते आणि त्यामुळे संगीतासाठी संगीत अशी भूमिका उरत नाही.

४. स्वर धुनींच्या संदर्भाने विचार केल्यास, आदिम संगीतात मर्यादित स्वरवाक्ये, किंवा स्वर तुकडे वापरलेले दिसतात. भाषिक अथवा संगीत अर्थ फारसा नसलेल्या रचना/ ध्वनी समुच्चय आदिम संगीतात सहजपणे वापरलेल्या दिसतात.

५. आदिम संगीतात संगीतरचनाकार हा सहसा अनामिक असतो. मौखिक परंपरेत प्रचलित असलेल्या अनेक चाली समाजमनात रुंजी घालत असतात. त्याच्या एकत्रित आणि सामूहिक कौशल्यातून जे रसायन तयार होते, त्यातून नवीन स्वर-ताल बंध तयार होतात.

विविध आदिवासी समूह आपल्या जीवनचक्राच्या दरम्यान तयार करीत असलेले संगीत ते शहरी भागातील पबमधले डिस्को संगीत, ते गणेशोत्सवातले आणि अन्य उत्सवांतले ऐकू येणारे संगीत असा मोठा पट आदिम संगीतात पाहता येतो. रानडे सर म्हणत त्याप्रमाणे, आदिम संगीत ही मानवी मनाची एक पातळी आहे. त्यामुळे आदिम संगीतांचं आदीमत्त्व हे त्याच्या रचना सूत्रामुळे निश्चित होतं, हे आपण समजून घ्यायला हवं.

लोक संगीत

लोक संगीत परंपरा हा आपल्या सांस्कृतिक संचिताचा महत्त्वाचा भाग आहे. प्रामुख्याने भारतातील विविध प्रादेशिक लोक संगीत परंपरा यात समाविष्ट आहेत. एका वाक्यात लोक संगीत परंपरेचं वर्णन करायचं, तर जीवनाचा उत्सव करून जीवन साजरं करायची परंपरा म्हणजे लोक संगीत परंपरा, असं म्हणता येईल. भारतीय जीवनात जे प्रसंग येतात, त्यातल्या बहुतेक सर्व प्रसंगांमध्ये गीत आणि संगीत याचा समावेश आहे, असं आपल्याला दिसतं. जन्म-मृत्यू, शेतीची कामं, चांगला पाऊस अथवा अन्य ऋतू, देवतापूजन वा सर्व प्रकारची कर्मकांडे, याबद्दलची गीतं विपुल प्रमाणात आढळतात. लग्न या घडामोडींभोवती तर लोकपरंपरेत भरपूर संगीत निर्माण केलं जातं आणि त्याचा उपयोग केला जातो. लोक संगीताची महत्त्वाची वैशिष्ट्ये खालीलप्रमाणे समजून घेता येतात :

१. सामूहिकता हा लोक संगीताचा गाभा आहे. गीतांच्या संकल्पनेनुसार, त्याच्या प्रत्यक्ष गाण्यापर्यंत सर्व गोष्टी या समूहाकडूनच केल्या जातात. गीतांची संकल्पना, सादरीकरण आणि प्रचार-प्रसार या तिन्ही बाबतींत सामूहिकता काम करते.

२. सामूहिकतेतूनच पुढचं वैशिष्ट्य समोर येतं आणि ते म्हणजे लोक संगीतात समूहाच्या भावभावना व्यक्त होतात, एका व्यक्तीच्या नव्हे. जीवनाचा उत्सव

करणे ही प्रक्रिया सामूहिक असते. त्यामुळे जन्मगीतात नेहमी कृष्णजन्माचा उल्लेख होतो. ज्याने जन्मघटना व्यक्तिगत न राहता दैवी होते आणि समूह जोडला जातो.

३. लोक संगीत सामूहिक जाणीव अभिव्यक्त करते. त्यामुळे त्याची निर्मिती ही एक सतत चालणारी प्रक्रिया आहे. एक लोकगीत अनेक पिढ्या गातात आणि त्यात नव्या ओळींची भर घालून परंपरा प्रवाही ठेवली जाते. काळाच्या कसोटीवर लोक संगीत केवळ टिकूनच राहते असे नव्हे, तर मौखिक परंपरेतून त्यात नवी भरही घातली जाते.

४. संपूर्ण 'गीत' तयार होणे, हेही लोक संगीताचं महत्त्वाचं वैशिष्ट्य आहे. मौखिक परंपरेतून ही गीतं पुढच्या पिढीकडे संक्रमित होतात आणि बदलही होत राहतात. लग्न आणि जीवनातील अन्य पूजा विधीसंबंधी गीतं फार बदलत नाहीत. मात्र, विरह, प्रेम यांसारख्या मानवी भावभावनांशी संबंधित गीतांमध्ये बदल अधिक सहजतेने होतात, असं दिसतं.

५. लोक संगीत आणि कला संगीत यांच्या विशेष नात्याबद्दल स्वतंत्र लेख लिहायला हवा. मात्र, राग रूपांच्या अनेक कल्पना बीजरूपात लोक संगीतात आढळतात, एवढं निरीक्षण नोंदवितो.

धर्म संगीत

भारत धर्म-पंथांचा देश आहे. जगभरातले निदान सात-आठ धर्म भारतात नीट प्रस्थापित आहेत आणि प्रत्येक धर्मात संगीताचा विपुल प्रमाणात वापर होताना दिसतो. लोकांना बांधून ठेवण्यासाठी संगीताचा उपयोग करणे आणि आपला धर्मसंदेश संगीतातून लोकांपर्यंत पोचवणे, हे दोन हेतू धर्म संगीताच्या निर्मितीच्या मुळाशी आहेत, असं वाटतं.

धर्म संगीत या संगीत कोटिसाठी अन्य संगीत कोटिंचा सढळ वापर केला जातो. जे जे संगीत समाजात लोकप्रिय असतं, त्याचा वापर धर्म संगीतात सहजपणे होऊ शकतो. धर्म संगीताची रचना आणि आशय या दोन्हीसाठी अन्य संगीत कोटि रसद पुरवितात, असं आपल्याला लक्षात येतं. त्यामुळे सिनेगीतांवर आधारित देवदेवतांची गीतं ही आपल्याला भरपूर आढळतात. जन-प्रिय संगीत आणि धर्म

संगीत यांच्यात होणारी देवाणघेवाण हा अतिशय रंजक अभ्यास विषय आहे.

धर्म संगीत तीन उपप्रकारांमधून प्रकट होते. एक कर्मकांडाशी निगडित संगीत, दोन भक्तिसंगीत, आणि तीन गूढात्म. सर्वसाधारण घरांमधून होणारी आरती, मंत्र पुष्पांजली यांसारखे संगीताविष्कार पहिल्या उपप्रकारचे उदाहरण. भारतीय संतरचना हा भक्तिसंगीताचा मोठा ठेवा आहे. आणि विविध तंत्रविद्यांमध्ये गूढात्म संगीताचा आढळ होतो.

जन-प्रिय संगीत

भारतीय संगीत समजून घेताना जी सगळ्यात मोठी आणि सतत नवनवीन संगीत निर्माण करणारी कोटि म्हणजे जन-प्रिय संगीत कोटि. या संगीत कोटित संगीत 'उद्योग' समजून काम केले जाते. 'व्यापारी संगीत', 'उपयोजित संगीत' यांसारखे शब्द या कोटिची चर्चा करताना यात रिंग टोन्स, रिव्हर्स हॉर्न्स, जाहिराती, बिगर सिनेगीते, भावगीते आणि अर्थातच सिनेसंगीत हे सर्व संगीताचे आविष्कार जन-प्रिय संगीत या कोटित आढळतात. सिनेसंगीत ही संगीतवास्तवातील सगळ्यात मोठी संगीत प्रयोगशाळा म्हणायला हवी. जगभरातले संगीत प्रवाह इथे आपल्याला पाहता येतात आणि त्यांचं भारतीयीकरण करून आपल्या संगीत, सांस्कृतिक संदर्भात ते चपखलपणे वापरण्याचं कसब सिनेसंगीतात ठळकपणाने दिसतं.

डॉ. समीर दुबळे यांच्या
गायनाच्या वेळी विविध भावमुद्रा

यातील संगीताचा तात्कालिकता हा मोठा गुण असतो. 'आज', आत्ता या अटीवर खरा उतरणारा संगीत विचार यात आढळतो. त्यामुळे नवीन संगीत तयार झालं की ते चालू संगीताला सहज पर्याय म्हणून वापरलं जाऊ शकतं.

दुसरा महत्त्वाचा मुद्दा हा श्रोत्यांच्या संख्येबद्दल आहे. जन-प्रिय संगीत ऐकणारे, आस्वाद घेणारे समाजात बहुसंख्येने असतात. त्यातूनच संगीत 'उद्योग' म्हणून उभा राहतो.

संगम-संगीत

भारतीय संगीत व्यवहारात ज्या कोटिमुळे जगभरातील संगीत-प्रवाह भारतात आले आणि नवनवीन संगीत अभिव्यक्ती तयार झाल्या, ती कोटि म्हणजे संगम-संगीत. नावाप्रमाणे यात एकापेक्षा अधिक संगीत पद्धतींचा, संगीत परांपरांमधल्या तंत्राचा, तपशीलाचा संगम झालेला दिसतो. काही वेळा या कोटिसाठी 'फ्यूजन' असा शब्द वापरला जातो. मात्र, फ्यूजन हे संगम-संगीत तयार करण्याची एक पद्धत/धोरण आहे. संगम-संगीत तयार करण्याच्या चार पद्धती साधारणपणाने दिसतात.

सांधे जोडपद्धती (फ्यूजन)

यात सहभागी संगीत परंपरांमधला जोड स्पष्ट दिसत राहतो. पं. रविशंकर आणि फिलीप ग्लास यांचे काम या तऱ्हेचे जोड दाखविणारे आहे. त्याचप्रमाणे विद्या-वोक्स या कलावतीच्या अनेक गाण्यांमध्ये असे जोडकाम दृष्टीस पडते.

मिश्रण पद्धती (मिक्सचर)

विविध संगीत पद्धतींमधले विशेष घटक म्हणून वापरले जातात आणि त्यांचं अस्तित्व स्वतंत्रपणे जाणवतं. मात्र, त्यांना वेगळं काढता येत नाही. कोक-स्टुडिओच्या आफरीन गाण्याचा संदर्भ यासाठी उपयुक्त ठरेल.

संयुग पद्धती (कंपाउंड)

संगीत पद्धतींचा असा काही मिलाफ असतो, की नवीन संगीत व्यक्तिमत्त्वाची निर्मिती समोर येते. संगीतकार ए. आर. रेहमान यांचं लगान चित्रपटातले 'ओ रे छोरे' हे गाणं या पद्धतीचं उदाहरण म्हणता येईल.

निकट- ठेवणे पद्धती (जक्स्टेपोझिशन)

संगीत संमेलने या प्रकारच्या पद्धतीचा अनुभव देतात. एकापाठोपाठ वेगवेगळ्या संगीत परंपरांचे प्रतिनिधी आपली कला सादर करतात. यात दोन सादरीकरणात एक विराम असतो.

या कोटिमध्ये दोन संगीत परपरांमध्ये ज्ञात आणि अज्ञात यांच्यात खेळ सुरू राहतो आणि तो यशस्वी होण्यासाठी सर्व सहभागी संगीत परंपरांबद्दल समान आदर आणि दुसऱ्या प्रयोगधर्मीविषयी परिपक्व शिकण्याची भूमिका या दोन गोष्टी निर्णायक ठरतात.

संगम संगीत 'आंतर-कोटि' देवाणघेवाणीतूनही तयार होत असते. लोकसंगीत आणि भक्तिसंगीत यांच्यात होणारी देवघेव या दृष्टीने अभ्यासण्याजोगी आहे.

चित्रपट-संगीत ही तर संगम-संगीत तयार होण्याची सगळ्यात मोठी प्रयोगशाळा म्हणता येईल. जगभरातले अनेक संगीत प्रकार इथे एकत्र येऊन नवनवीन अवतार घेत असतात, हे आपण पाहतो आहोत.

कला-संगीत

भारतीय संगीत वास्तवातील शेवटची कोटि आहे 'कला संगीत'. सोप्या भाषेत त्याला 'क्लासिकल' अथवा 'शास्त्रीय' संगीत म्हणायची पद्धत आहे! भारतात दोन मुख्य परंपरा दिसतात. 'उत्तर भारतीय ख्याल परंपरा' आणि 'कर्नाटक संगीत'. भारताच्या २/३ भागात ख्याल गायला जातो, हे महत्त्वाचं आहे. कला संगीतात 'कलाकृती' निर्मितीची भूमिका असते, जी अन्य कोणत्याच संगीत कोटित दिसत नाही.

आपल्या संस्कृतीचा ब्रिटिश वसाहतवादाला पुरून उरलेला उद्गार म्हणून कलासंगीत महत्त्वाचं आहे. साम गायनापासून सुरू झालेली कलासंगीताची परंपरा जाति गायन, प्रबंध गायन, ध्रुपद गायन आणि आत्ताची ख्याल गायन अशी उत्क्रांत झालेली दिसते.

या संगीत कोटिची दोन मुख्य लक्षणं दिसतात-
१. नियम आणि चौकटी नीट आखून दिलेले असतात.

२. सर्व नियम पाळून, चौकटीचा आदर ठेवून, अमूर्तता निर्माण करण्याची प्रक्रिया केली जाते.

या संगीतात राग मांडणी करणे हा मुख्य उद्देश मानला जातो. एका बाजूला 'राग'ही अमूर्त चौकट, तर दुसऱ्या बाजूला 'ताल' ही कालमापन पद्धतीची काहीशी मूर्त चौकट यांच्या एकत्रिकरणातून तयार होते ती 'बंदिश' आणि या बंदिशीच्या आधाराने रागाचा विस्तार करण्याची क्रिया अशी साधारण रचना दिसते.

राग विस्तार हा तत्काल-स्फूर्त अथवा सोप्या मराठीत spontaneous असतो. बंदिश ही राग ताल संकल्पनेचा मूर्त आविष्कार मानला तर राग विस्तार ही अमूर्त म्हणायला हवी आणि या मूर्त व अमूर्ताच्या खेळाचा देखणा आविष्कार म्हणजे ख्याल गायन, असं म्हणता येईल. हा खेळ व्यक्तीनुसार वेगवेगळा होऊ शकतो आणि विविध दिशांनी विकसित होऊ शकतो. या विकासाची खूण आपल्याला विविध घराण्यांच्या विचारात सापडते.

राग नावाची ध्वनिचौकट केंद्रस्थानी ठेवून ताल पद्धतीच्या आधाराने बंदिशीच्या रूपातून रागाचं 'अरूप' साकारायची ही पद्धती 'सगुणांचेनी आधारे, निर्गुण पावीजे निधरि' या रामदासउक्तीचा थेट अनुभव आहे.

शेवटी, या सर्व संगीत कोटि म्हणजे काही हवाबंद डबे नव्हेत, तर संगीत परंपरेच्या मोठ्या महालातली वेगवेगळी दालनं आहेत. त्यांच्यात सहजपणाने देवाणघेवाण होत असते. त्यामुळेच भारतीय संगीत परंपरेचा 'विविधता' आणि 'अनेकवाद' हा गाभा आकार घेत असतो. ज्याला कुणाला संगीत संस्कृती समजून अभ्यास करायचाय, त्याला या महालातून फिरणे, थांबणे, अनुभवणे आणि विचार करणे अनिवार्य आहे.

अविस्मरणीय मैफल
अनुभवण्यासाठी
क्यूआर कोड स्कॅन करा.

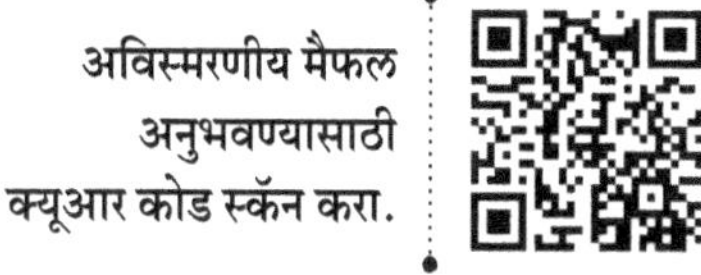

माझा संगीत प्रवास

'परंपरा' या शब्दाचं शास्त्रीय संगीत क्षेत्रातलं महत्त्व अनन्यसाधारण असंच आहे. संगीत ही गुरुमुखी विद्या असल्याने शास्त्रीय संगीत हे मौखिक परंपरेनं गुरुमुखातून एका पिढीकडून दुसऱ्या पिढीकडे सोपवलं जातं. प्रत्यक्ष गायनात आवाजलगाव, स्वरलगाव, स्वरोच्चारण, शब्दोच्चारण, बंदिशी व त्यांची लय, ख्यालाची आलाप, बोल-बनाव, तान इत्यादी अंगे यांसारखे अनेक मुद्दे प्रत्यक्ष गुरुमुखाद्वारे समजून घ्यावे लागतात. म्हणूनच संगीताला 'गुरुमुखी विद्या' हे नाव अगदी सार्थ आहे, असे निश्चितपणे म्हणता येईल. या क्षेत्रातील नवनिर्मितीचे मूळ हे परंपरेशी संबंधितच आहे आणि ते तसेच असलेही पाहिजे, अन्यथा ती 'निर्मिती' पाया पक्का नसलेल्या एखाद्या कोलमडू पाहणाऱ्या इमारतीसारखी भासेल. एकूण काय, 'परंपरा' सोडून चालणार नाही, हे निश्चित. आणि या लेखाचा गाभाही तोच आहे.

- डॉ. राम देशपांडे
drram_deshpande@yahoo.com

शास्त्रीय संगीतात ग्वाल्हेर, आग्रा, जयपूर आणि किराणा या प्रमुख घराण्यांच्या व्यतिरिक्त पतियाळा, भेंडीबझार, इंदूर, दिल्ली, रामपूर-सहसवान, मेवाती आदी उपघराणीही आहेत. प्रत्येक घराण्याची आपापली खास अशी वैशिष्ट्येही आहेत.

ग्वाल्हेर

- खुला व मोकळा आवाज
- संपूर्ण राग एकदम मांडण्याची क्षमता
- बेहेलावायुक्त आलाप
- सरळ आरोही-अवरोही तान
- रागस्वरूपाची शुद्धता

आग्रा

- नोम-तोमद्वारे राग मांडणे
- रागातील स्वरलगाव नेमके दाखवणे
- रागशुद्धता अत्यंत महत्त्वाची
- लयकारीकडे एकूणच गायकीचा कल
- ढंगदार बोल-बनाव-बोलबाट
- गमकयुक्त व विविध वजनांची तानक्रिया

जयपूर

- संपूर्ण आकारयुक्त आलाप
- रागस्वरूपाबाबत थोडी अस्पष्टता
- स्वर आणि लय यांचे नेमके संतुलन
- बलपेचयुक्त तानक्रिया
- अप्रचलित रागांचे गायन

किराणा

- टोकदार व नेमका स्वरलगाव
- शब्दोच्चार अस्पष्ट ; पण स्वरयुक्त

- आलापीमध्ये एकेका स्वराची क्रमवार बढत
- भावमधुर व सुरेल गायन
- वेगवान तानक्रिया

वरील चार घराण्यांची फारच ढोबळमानानी सांगता येतील, अशी ही वैशिष्ट्ये. परंतु, वाचकांना साधारणपणे अंदाज यावा म्हणून हा प्रयत्न. इतर उपघराण्यांची वैशिष्ट्ये प्रमुख चार घराण्यांतीलच एखादे अंग जास्त व एखादे कमी अशी सांगता येतील.

गायक कलाकारांमध्ये दोन प्रकारचे कलाकार असतात. एक म्हणजे, वरीलपैकी कुठल्या तरी एका घराण्याची पक्की तालीम घेऊन व त्या गायकीचे तंतोतंत जतन करून ती गायकी त्याच मूळ स्वरूपात श्रोत्यांपर्यंत पोचविणारे कलाकार. दुसरे म्हणजे विविध घराण्यांची तालीम घेऊन त्यातील विविध वैशिष्ट्ये आत्मसात करून एक नवी गायकी रसिकांसमोर मांडणारे कलाकार. दुसऱ्या प्रकारच्या कलाकारांना समाजाकडून जास्त मान्यता लाभली आहे, असे इतिहास सांगतो. आणि ते योग्यही आहे, असे वाटते. माझा प्रयत्न दुसऱ्या गटात सामील होण्याचा आहे व असेल, असे मुद्दाम नमूद करावेसे वाटते. विविध परंपरांचा सखोल अभ्यास करून त्यांचा संगम कसा करता येईल आणि तो संगम दर्जेदार व श्रवणीय कसा असेल, हा माझा प्रयास शब्दबद्ध करण्याचा प्रयत्न म्हणजेच प्रस्तुत लेख!

संगीताची परंपरा मला माझ्या कुटुंबाकडूनच लाभली आहे. माझे आजोबा (कै.) पं. दत्तोपंत देशपांडे हे शास्त्रीय गायक होते व त्या काळचे 'रेडिओस्टार' होते. माझे वडील (कै.) अमृतराव देशपांडे हेही उत्तम हार्मोनियम वादक होते. माझ्या लहानपणी आमचे संपूर्ण कुटुंब 'तुलसी-रामायण' गात असे. वडील हार्मोनियम साथ, तर मोठा भाऊ भालचंद्र देशपांडे हा तबलासाथ करीत असे. त्या वेळी

पं. राम देशपांडे

यवतमाळ येथे आमच्या कुटुंबाला 'रामायणवाले देशपांडे' म्हणूनच ओळखत असत. त्यातूनच माझ्या संगीताचा श्रीगणेशा झाला. आमचे रामायण ऐकायला यवतमाळचे श्री. प्रभाकर चेपे गुरुजी आले आणि त्यांनी 'या मुलाचा आवाज छान आहे, तेव्हा त्याला शास्त्रीय संगीत शिकण्यासाठी माझ्याकडे पाठवा, मी त्याला विनामूल्य शिकवीन,' असे सांगितले व माझे संगीत शिक्षण सुरू झाले. माझे वय त्या वेळी सात-आठ वर्षांचे असेल. संगीताचा क्लास व क्रिकेट खेळण्याची वेळ नेमकी एकच असायची. क्लासची वेळ झाली म्हणून माझी आई मला बोलवायला आली की मी रागारागाने पाय आपटतच क्लासला जायचो. कारण नेमकी माझी बॅटिंग मला मिळायची नाही. असो, पण त्या वेळी आईने जबरदस्तीने गाणं शिकायला पाठवले नसते तर आजचे संगीत क्षेत्रातील स्थान प्राप्त झाले नसते, हे नक्की.

चेपे गुरुजींकडे मी प्रारंभिकपासून तर उपांत्यविशारदपर्यंत गांधर्व महाविद्यालयाच्या परीक्षा पूर्ण केल्या. त्यानंतर चेपे गुरुजींनी स्वतःच मला पं. पनके गुरुजींकडे पाठविले. पनके गुरुजी हे गायनाचार्य पं. कृष्णराव शंकर पंडित यांचे शिष्य होते. पनके गुरुजींकडे माझे एकच वर्ष शिक्षण झाले व पुढे मी नागपूर येथे पं. प्रभाकरराव देशकर सरांकडे पुढील संगीताचे शिक्षण घेण्यासाठी रवाना झालो. माझे संगीत विशारद व संगीत अलंकाराचे शिक्षण देशकर सरांकडे झाले. त्यांनी माझी स्वरलय कडक शिस्तीत पक्की करून घेतली. रागनियम, आवाजलगाव, ताल-लय-ठेक्याचं मनात भान कसं ठेवावं, हे सरांनी मला शिकवलं. त्यामुळे मनातील भीती जाऊन आत्मविश्वास आला आणि पुढे मुंबईला शिकायला आल्यावर घराणेदार तालीम घेताना जड गेले नाही. याचे श्रेय देशकर सरांना जाते. देशकर सर हे डॉ. वसंतराव देशपांडे यांचे शिष्य. माझ्या गाण्यातील 'नखरा' याच परंपरेतून आला असावा, हे आता जाणवते.

त्यानंतर मुंबई येथे पं. यशवंतबुवा जोशी यांच्याकडून मला ग्वाल्हेर घराण्याची पक्की तालीम मिळाली. गुरुवर्य पं. यशवंतबुवा जोशी हे ग्वाल्हेर परंपरेतील एक ज्येष्ठ-श्रेष्ठ गायक. (कै.) पं. यशवंतबुवा मिराशी यांचे शिष्योत्तम. (कै.) पं. मिराशी बुवा हे प्रत्यक्ष गायनाचार्य पं. बाळकृष्ण इचलकरंजीकरांचे शिष्य (ज्यांनी ग्वाल्हेर गायकी महाराष्ट्रात आणली) अशा महान परंपरेतील यशवंतबुवांकडे शिकण्याचे भाग्य मला लाभलं, ही दैवीकृपाच मी समजतो. माझा मुंबईत राहण्याचा

प्रश्न डोंबिवलीच्या वैशंपायन कुटुंबाने सोडविला. मी त्यांच्याकडे तीन वर्षे त्यांच्या तिसऱ्या मुलाप्रमाणे राहिलो.

आमच्या बुवांना (कै.) पं. जगन्नाथबुवा पुरोहित (गुणिदास) यांची आग्रा घराण्याची ढंगदार गायकी शिकायला मिळाली. मारुबिहाग, मुलतानी, भैरव-भटियार आदी राग बुवा जेव्हा खास जगन्नाथबुवांच्या पद्धतीने गात, तेव्हा रसिकांची भरभरून दाद मिळत असे. (कै.) पं. छोटा गंधर्वांकडूनही सिंदे खांसाहेबांच्या परंपरेतल्या अनेक चिजा व लालित्यपूर्ण गायकी बुवांना मिळाली. (कै.) पं. के. जी. गिंडेबुवा आणि (कै.) पं. गजाननबुवा जोशी यांनाही बुवा गुरुस्थानी मानत. बुवांनी आपला 'शिष्यभाव' शेवटपर्यंत जपला. उच्च प्रतीची विद्वत्ता व त्याबरोबरच टोकाचा साधेपणा जो बुवांनी जपला, तोच आम्हा शिष्यांनाही जपता यावा, असे मनापासून वाटते.

बुवांकडून मला ग्वाल्हेर घराण्याची शुद्ध गायकी, खुला आकार, स्पष्ट शब्दोच्चार, रागशुद्धत्व, लयीचा पक्केपणा व तानेतही रागस्वरूप कायम ठेवण्याची वैशिष्ट्यपूर्ण पद्धत तसेच गुणिदासांची ढंगदार आग्रा गायकी व छोटा गंधर्वांची लालित्यपूर्ण व मधुर गायकी शिकायला मिळाली.

पं. उल्हास कशाळकर यांच्या गायनाचा मी नागपूर मुक्कामापासूनच भक्त व चाहता होतो. त्यांचे मधुर घराणेदार, प्रचंड तयारीचे व सुरेल गायन मला भावत असे. मुंबई मुक्कामी पहिल्याच दिवशी उल्हासजींच्या भेटीचा योगायोग जुळून आला आणि मी पं. यशवंतबुवांची परवानगी घेऊन उल्हासजींकडे शिक्षण घेण्यास सुरुवात केली. पं. उल्हासजी यांनी नागपूर येथून एम. ए. करून नंतर (कै.) पं. रामभाऊ मराठे यांच्याकडे गायनाचे शिक्षण घेतले व नंतर पं. गजाननबुवा जोशींकडून त्यांना ग्वाल्हेर, आग्रा व जयपूर घराण्यांची पक्की तालीम मिळाली. या तिन्ही

घराण्यांची गायकी नेमकेपणाने दाखवू शकतील, असे ते एक समर्थ गायक व गुरू आहेत, हे मी सांगायला नकोच. कारण आज संपूर्ण भारतात ते सर्वमान्य असे गवई आहेत.

उल्हासजींबरोबर मी गुरुकुल पद्धतीने मुंबईत चार वर्षे शिकल्यावर कोलकाता येथे संगीत रिसर्च ॲकॅडमीत 'गुरु शिष्य' म्हणून दाखल झालो. कोलकात्याला मी आणि गुरुवर्य उल्हासजी असे दोघेच राहत होतो. त्यामुळे तिथे गुरुजींना स्वयंपाकात मदत करणे व इतर सर्व कामे करणे आदी गोष्टींचा अनुभव मिळाला. गुरुजी रोज पालेभाज्याच खात असत, त्यामुळे पालेभाज्या चिरण्याचा चांगलाच रियाज झाला. आजही मी जेव्हा पालेभाजी उत्तम चिरतो, तेव्हा माझी पत्नी सौ. अर्चना म्हणते, की 'ही तुमच्या गुरुवर्य उल्हासजींची कृपा, बरं का!'

कोलकाता येथे पहिल्या तीन-चार महिन्यांत मला दिवसातून दोन ते तीन वेळा तालीम मिळत असे. इतर वेळेस गुरुजी रियाज करीत, तेव्हा मी ठेक्याला बसत असे. १९८८ ते १९९२ या चार वर्षांत मुंबई व कोलकाता मुक्कामी मी जेवढे उल्हासजींचे गायन ऐकले, तेवढे निश्चितपणे कोणी ऐकले नसेल. त्या काळात गुरुजीही खूप रियाज करीत असत. त्यामुळे तालीम व रियाज या दोनच गोष्टींनी आमचा दिवस भरलेला असे. उल्हासजींकडून मला गाण्यातील लोचदारपणा, स्वरांचं प्रेम, नाजूकपणा व ग्वाल्हेर-आग्रा-जयपूर या तिन्ही घराण्यांची नेमकी व खास वैशिष्ट्ये आत्मसात करता आली. पुढे माझ्या वडिलांच्या तब्येतीच्या कारणामुळे मला मुंबईस परतावे लागले. पण, त्यानंतर माझा मार्ग मीच शोधण्याचा प्रयत्न केला व म्हणूनच एक स्वतंत्र कलाकार म्हणून आज उभं राहू शकलो, याचा एक वेगळा आनंद व अभिमान आहे.

पै. उस्ताद खादिम हुसेन खांसाहेब यांचे पट्टशिष्य व आजचे आग्रा घराण्याचे ज्येष्ठ-श्रेष्ठ गायक पं. श्रीकृष्ण उपाख्य बबनराव हळदणकर (रसपिया) यांनी अत्यंत प्रेमाने आग्रा घराण्याची गायकी मला शिकवली. आग्रा घराण्याची अस्सल गायकी, ढंगदार व नजाकतयुक्त बोलबनाव, विविध तऱ्हेची लयकारी व तिहाया घेण्याची आकर्षक पद्धत आदी बबनरावांची खास वैशिष्ट्ये माझ्या गायकीत सामील झाल्याने गाण्याची रंगत वाढली, असे प्रांजळपणे वाटते. त्यांनी 'रसपिया' या टोपणनावाने केलेल्या बंदिशी-तराणे मला शिकवले व मी माझ्या मैफलीत

आवर्जून ते गात असतो.

पं. यशवंत महालेंजींकडून भातखंडे परंपरेतील गायकीची वैशिष्ट्ये, प्रचलित-अप्रचलित रागांमधील विविध अंगे व रागाचा सूक्ष्म अभ्यास कसा करावा, याचे मार्गदर्शन मला मिळाले. आणि माझ्या पुढील अभ्यासाला एक उत्तम दिशा मिळाली. पं. के. जी. गिंडे, पं. एस. सी. आर. भट साहेब, पं. बाळासाहेब पुछवाले, पं. दिनकर कायकिणी, पं. गोविंदराव दंताळे, पं. अण्णासाहेब रातंजनकर, पं. गोविंद नारायण नातूसाहेब आदी अनेक संगीततज्ज्ञांबद्दल व त्यांच्या कार्याबद्दल महाले कुटुंबाकडून मला नव्याने माहिती मिळाली. रागाकडे पाहण्याची व्यापक

माझी संस्मरणीय मैफल

माझे मित्र व संगीत अभ्यासक श्री. चंद्रा पै यांनी पुण्याजवळील 'जाधवगड' रिसॉर्टवर निवडक ६०-७० अशा अभ्यासू संगीतरसिकांसाठी दोन दिवसांचे संगीत शिबिर आयोजित केले होते. संगीताच्या विविध विषयांवर चर्चा करणे व उल्हास कशाळकर, पं. सुरेश तळवलकर आणि पं. पुरुषोत्तम वालावलकर अशा मान्यवर कलाकारांचे मार्गदर्शन व सहवास असा शिबिराचा कार्यक्रम होता. दुसऱ्या दिवशी रात्री कोणाची मैफल ठेवायची, यावर विचार सुरू होता व त्यात माझे नाव पुढे आले. वरील मान्यवर कलाकारांच्या व निवडक रसिकांच्या उपस्थितीत माझी मैफल झाली. या मैफलीत मी मुद्दामच कुणीच फारसा गात नाही. असा शिवरंजनी रागाचा ख्याल गायलो. हा राग मी पं. यशवंत महाले बुवांकडून शिकलो आहे. त्यानंतर पारंपरिक असा शंकरा राग व (कै.) कुमार गंधर्वांचे 'शून्य गढ शहर' हे निर्गुणी भजन गायलो. 'जाधवगड'च्या त्या निसर्गरम्य अशा वातावरणात गाण्याचा जो आनंद मला व रसिकांना मिळाला, तो केवळ अवर्णनीय आहे. गायन संपल्यावर पं. सुरेश तळवलकरजी म्हणाले, की ''रामचं गाणं ऐकल्यावर एकच सांगतो, की शास्त्रीय संगीताचं पुढे काय होणार, याची बुजुर्गांनी चिंता करण्याचे कारण नाही. कारण ते समर्थ अशा हातात सुरक्षित आहे.'' मला वाटतं, हा आशीर्वाद मला कायम प्रेरणा देत राहील व माझ्या जबाबदारीचीही जाणीव देत राहील, यात शंका नाही.

दृष्टी महालेजींकडून मिळाल्याने माझ्या गाण्यात शास्त्र आणि कला यांचा संगम मला साधता आला.

विद्वान संगीतज्ञ पं. वि. रा. आठवले यांच्या मार्गदर्शनाखाली 'मिश्रराग' या विषयावर संशोधन करून 'संगीताचार्य' (डॉक्टरेट) ही पदवी मला प्राप्त झाली, हे मी माझे भाग्यच समजतो. डॉक्टरेटचा अभ्यास करताना अनेक अप्रचलित राग आठवले. बुवांनी मोठ्या प्रेमाने मला शिकवले. आज ते राग मैफलीत गायल्यावर मला जेव्हा भरभरून दाद मिळते, तेव्हा ती दाद मनोमन मी आठवले बुवांकडे पोचवितो व त्यांना प्रणाम करतो. डॉक्टरेटचा माझा विषय होता 'हिंदुस्थानी शास्त्रीय संगीतातील राग मिश्रणाची संकल्पना' या विषयात आम्ही तीन गट केले होते.

मिश्रराग : दोन समान स्वर आणि प्रकृती असलेल्या रागांचे मिश्रण. उदा. काफीकानडा

जोडराग : दोन विभिन्न स्वर असलेल्या व विभिन्न प्रकृतीच्या रागांचे मिश्रण. उदा. बसंत-बहार

अंगराग : एखादा राग आपल्या चलनाने जातो; परंतु त्या चलनात विविध रागांची अंगे दिसून येतात असा राग. उदा. नंद.

या व्यतिरिक्त नवराग निर्मितीसाठी भाषांग, क्रियांग कसे उपयुक्त ठरते, मिश्ररागांची गायकी कशी असायला हवी व त्यासाठी गायकाकडे किमान कोणते गुण असायला हवेत या सर्व मुद्द्यांची चर्चा माझ्या शोधनिबंधात केलेली आहे.

या सर्व गुरुवर्यांकडून प्रत्यक्ष मिळालेल्या शिक्षणाबरोबरच पं. निवृत्तीबुवा सरनाईक, पं. राम मराठे, पं. कुमार गंधर्व, पं. मल्लिकार्जुन मन्सूर, पं. भीमसेन जोशी आदी गायकांचा प्रभाव माझ्या सांगीतिक व्यक्तिमत्त्वावर पडला आणि म्हणूनच ही सर्व मंडळीही मला गुरुस्थानीच आहेत.

पं. विनोद डिग्रजकर (कोल्हापूर) यांच्याकडून मी निवृत्तीबुवा सरनाईक यांच्या काही रचना शिकलो; तर श्रीमती नीला भागवत यांच्याकडून आरोळकर परंपरेतील 'टप्पे' शिकण्याची संधी मला मिळाली.

अशा तऱ्हेने माझ्या सांगीतिक जडणघडणीत अनेकांचा सहभाग आहे व त्या सर्वांचाच मी ऋणी आहे. या प्रदीर्घ शिक्षणानंतर 'माझा मार्ग' शोधायला मी सुरुवात

केली आणि त्याच मार्गावरून माझी पुढील प्रगती मी करीत आहे. साधनेतून अनेक नवीन गोष्टी शिकायला मिळत असतात. त्यांचा आनंद घेत साधनेत मग्न राहणे, हेच खऱ्या कलाकारांचे ध्येय असते, हे अगदी मनापासून सांगतो.

गायकी : माझे विचार

शिक्षणानंतर खरा विचार सुरू होतो आणि त्यातूनच आपली गायकी- स्वतःची एक ओळख कलाकाराला सापडते, असे मला वाटते. माझ्या गाण्याचा विचार करताना जाणवतं, की माझी आवाजलगावाची पद्धत माझ्यावर झालेल्या संस्कारांतून व मुख्यतः स्वतःच्या अभ्यासातून आलेली आहे. आणि म्हणूनच ती कोणासारखी नाही. मी गात असलेल्या बंदिशींमधून 'परंपरा' स्पष्टपणे दिसावी, असा माझा प्रयत्न असतो. माझ्या स्वतःच्या रचना मांडतानाही परंपरेचा धागा मी सुटू देत नाही. माझ्या आलापीवर किराणा घराण्याचा प्रभाव आहे व तो मी अभ्यासाने कमवला आहे, हे मुद्दाम सांगतो. मी शिकलेल्या सर्व घराण्यांची वैशिष्ट्ये दाखविताना आलापचारीमध्ये चैन, स्थिरता, संथपणा (ठेहेराव), स्वराचा टोकदारपणा व आनंद घेत गाणे हे वैशिष्ट्य आणण्यासाठी किराणा घराण्याचा अभ्यास करणे जरुरीचे आहे, असे मला ठामपणे वाटते. अर्थातच, किराण्याच्या या वैशिष्ट्यांबरोबरच ग्वाल्हेर-आग्रा-जयपूर घराण्याची पक्की तालीम आलापचारीत कशी दिसेल, याची काळजी मी नक्कीच घेतो. बोलबनाव व लयकारीत ग्वाल्हेर व आग्रा घराण्याच्या वैशिष्ट्यांचा जास्त विचार मी करतो, तर तानक्रियेत जयपूर घराण्याचा प्रामुख्याने विचार होतो. सरळतानेसाठी ग्वाल्हेर, तर लयकारीयुक्त ताना पेताना आग्रा पराण्याचा विचार होतो.

माझ्या मैफलीत ठुमरी, दादरा, भजन आदी रचना मांडताना पूर्णतः स्वतःचा विचार प्रमुख असतो. आपली सौंदर्यदृष्टी वाढवण्यासाठी सर्वश्रुत असावे लागते व विविध प्रकारचे संगीत खुल्या मनाने ऐकावे लागते. हे तत्त्व पाळल्याने माझ्या गायकीत सौंदर्यतत्त्वांचा तोच-तोचपणा येत नाही. माझी गायकी ही घोटीवपणावर आधारित नसून, 'क्रिएटिव्ह' अशी असावी, यावर माझा कटाक्ष आहे. परंपरेवर श्रद्धा व निष्ठा असल्याने या गायकीत परंपरेची तत्त्वे आपोआपच अंतर्भूत होतात; पण त्यांचे रूप मात्र नित्यनूतन असे असते. 'व्यक्ती तितक्या प्रकृती'

या म्हणीप्रमाणे 'गायक तितक्या गायकी' अशीही म्हण असायला हरकत नाही. गायनात कलाकाराच्या स्वतःच्या व्यक्तिमत्त्वाचे दर्शन जर होत नसेल तर त्याला 'कलाकार' तरी कसे म्हणावे? 'कलेला आकार देतो तो कलाकार' असे मानले तर दुसऱ्या कुणाची तरी कला (गायकी) श्रोत्यांपर्यंत पोचवणाऱ्यास फार तर 'पोस्टमन' म्हणावे लागेल. असो. माझ्या 'कलाकार' होण्याला मी वरीलप्रमाणे अनेक निकष लावले आहेत व त्या निकषांवर मी किती योग्य आहे हे तपासत माझी साधना सुरू आहे. शिष्य म्हणून १५-२० वर्षे पूर्ण केल्यावर साधनेचा हा प्रवास अविरत सुरू आहे आणि या साधनेतील माझे सहप्रवासी आहेत माझे शिष्य!

गुरुपद

संगीतक्षेत्रातील 'गुरुपद' हे फारच महत्त्वाचं आणि जबाबदारीचं पद आहे, असं मला वाटतं. गुरूपदाला आवश्यक असणारे सर्व गुण आपल्यात आहेत का? याचे आत्मपरीक्षण करूनच हे 'गुरुपद' स्वीकारले गेले पाहिजे. इथे गुरू आणि शिक्षक यांच्यातील भेद समजणे महत्त्वाचे आहे. केवळ अर्थार्जनासाठी विद्यादान करणारा तो 'शिक्षक' व आपल्यातील कलागुण शिष्यात संक्रमित करून त्याला कलाकार पदापर्यंत पोचविणारा तो 'गुरू'. शिष्याची प्रगती हेच एकमेव ध्येय जर गुरूचं असेल तर गुरूपदाला आवश्यक ते सर्व गुण आपोआपच गुरूमध्ये निर्माण होतील. प्रत्येक शिष्याच्या कुवतीनुसार त्याच्या शिक्षणाची दिशा व नियोजन व्हावयास हवे. सर्व शिष्यांना एकच मोजमाप लावून चालणार नाही. 'शिष्य' हे आपले नोकर किंवा गुलाम नसून, आपण करीत असलेल्या संगीतसाधनेतील सहप्रवासी आहेत, ही प्रामाणिक भावना गुरूच्या हृदयात असायला हवी. संगीत क्षेत्रातल्या गुरूंनी स्वतःला 'सद्गुरू' समजून वागू नये, असे मुद्दाम सांगावेसे वाटते. आपण विद्यागुरू फार-फार तर कलागुरू आहोत, हे समजून असले पाहिजे. ही गोष्ट जर सर्व गुरूंना समजली तर कलेच्या क्षेत्रातील गैरप्रकार पुष्कळच कमी होतील, यात शंका नसावी.

एकूणच काय, संगीत क्षेत्रातील गुरू हा मार्ग दाखवितो. त्या मार्गावरून ध्येयाप्रत पोचायचे असते ते शिष्याला. मी शिष्यांना नेहमी सांगतो की कलाकार घडण्यात गुरूची भूमिका २० टक्के, तर शिष्याची भूमिका ८० टक्के असते. एक

मात्र निश्चित की गुरूच्या २० टक्क्यांशिवाय शिष्य १०० टक्के यशस्वी होत नाही. म्हणूनच गुरूशिवाय संगीतक्षेत्रात तरणोपाय नाही. गुरू-शिष्य नात्याचं मर्म खऱ्या अर्थाने कोणीच जाणू शकत नाही. 'कला' एका व्यक्तीकडून दुसऱ्या व्यक्तीकडे संक्रमित करण्याचा आनंद हा देणाऱ्याला आणि घेणाऱ्याला दोघांना सारखाच मिळत असतो आणि हा आनंद कुठल्याही बाजारात विकत मिळत नाही. माझं गाणं शिष्यांपर्यंत पोचवण्याचा मी गेली १५ वर्षे जो प्रयत्न करतो आहे, तो हाच आनंद मिळवण्यासाठी. अनेक शिष्यांनी तसेच माझा मुलगा गंधार याने उत्तम गाऊन तो आनंद मला भरभरून दिला आहे व पुढेही देत राहतील, याची मला खात्री आहे.

राजेश परांजपे, निशाद बाक्रे, कौस्तुभ आपटे, विश्वजित बोरवणकर, आदित्य मोडक, अनिरुद्ध श्रीनिवासन, स्वप्नील चाफेकर आणि माझा मुलगा व शिष्य गंधार देशपांडे आदी सर्व शिष्य मंडळी आज दोन-अडीच तासांची मैफल यशस्वीपणे करू शकतात, हे मी अभिमानाने सांगू शकतो. पत्नी सौ. अर्चना देशपांडेही माझं शिकवण्याचं कार्य पुढे अत्यंत यशस्वीपणे करीत असून, 'गंधार म्युझिक अॅकॅडमी' या आमच्या गुरुकुलची संपूर्ण जबाबदारी ती सांभाळते. पण, माझ्या गायनाची ती एक अत्यंत स्पष्ट व परखड अशी विश्लेषक आहे. माझ्या कलाकारपदापर्यंत पोचण्यात तिचा सिंहाचा वाटा आहे.

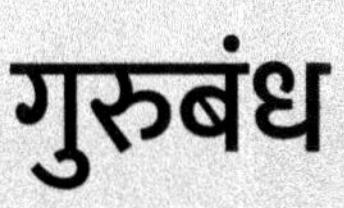

गुरुबंध

गानतपस्विनी मोगुबाई कुर्डीकर
व्यक्ती आणि कलावती

माईंना लयीचा अंदाज इतका खोल होता की, त्यांच्या गाण्यात स्वर आणि लय एकमेकांत एकजीव होऊन जायचे. जणू काही त्यांना वेगळे अस्तित्वच नाही. वेगवेगळ्या तालावरती माईंचे असामान्य प्रभुत्व होते. आडाचौताल, झूमरा, तिलवाडा, योगताल, पंचम सवारी अशा वेगवेगळ्या तालांत माई सहजतेने वावरत. आलापी करताना बोल गुंफणे माईंची खासियत होती. शब्द कसा टाकायचा, त्याचा मुलायमपणा कसा टिकवायचा, शब्द कधी उघडे पडू द्यायचे नाहीत, ते नेहमी स्वरावगुंठित करायचे, असा खूप मोठा अभ्यास होता. माईंच्या इतर समकालीन कलाकारांत याबाबत माई खूप पुढे होत्या. त्यामुळे बोलताना घेतानाही माईंची बोलतान नाचत येते, असे म्हटले जायचे. माई त्यांच्या गाण्यातल्या कितीतरी अशा गोष्टी मागे ठेवून गेल्या आहेत. अजून ती गाण्यातली प्रासादचिन्हे म्हणून ओळखली जातात.

- डॉ. अरुण द्रविड

arundravid1@gmail.com

माईंच्या म्हणजे गानतपस्विनी मोगुबाई कुर्डीकर यांच्या सहवासात गेलेला माझा दीर्घ काळ, त्यात त्यांचे मिळालेले कृपाछत्र, अशा सगळ्यांची आठवण आज मला येते आहे.

जेव्हा माझी माईंशी प्रथम ओळख झाली तेव्हा मी सुमारे बारा वर्षांचा होतो. मी त्यावेळेस माझे पहिले गुरुजी उस्ताद मजीदखां साहेबांकडे गाणे शिकत होतो. त्यावेळेस मला जयपूर घराण्याचे बारकावे कळत होते असे नाही. माईंच्या ग्रामोफोन रेकॉर्ड्स् मी

विदुषी मोगूबाई कुर्डीकर

त्यावेळेस खूप ऐकत असे. त्या रेकॉर्डसची मोहिनी माझ्यावर खूप होती. असे वाटायचे की, एवढ्या मोठ्या गानतपस्विनींना भेटायला जावे, त्यांचा आशीर्वाद घ्यावा. माझ्या सुदैवाने माझ्या भावाचा एक अंकोलेकर नावाचा मित्र होता. तो माईंचा मुलगा उल्हास (बाबू) याचा मित्र. त्याने मी आणि माझा भाऊ अशा दोघांना माईंकडे एक दिवस नेले. माई त्यावेळेस मुंबईत गोवालिया टँकजवळ राहायच्या. सायंकाळी ४ वाजता आम्ही सगळे माईंकडे गेलो. आम्ही बाहेरच्या खोलीत थांबलो होतो आणि आतून माई बाहेर आल्या. माईंचे प्रसन्न, तेजस्वी रूप, माईंच्या राहण्यातला साधेपणा याने मी एकदम थक्क होऊन गेलो.

माई आमच्यामध्ये बसल्या, गप्पा मारू लागल्या. मग अंकोलेकर यांनी माझी ओळख करून दिली. त्यांनी माईंना सांगितले, 'माई, हा मुलगा मजीद खांसाहेबांकडे गाणे शिकतो'. माई हसल्या. त्यांना त्याचे खूप कुतूहल वाटले. मला म्हणाल्या, 'थोडं गाऊन दाखव बरं.' मी सगळा धीर एकवटून तिथे असलेला तंबोरा जुळवला. त्यावेळेस माझा आवाज फुटलेला नव्हता. माझ्या आवाजाची पट्टीही त्यांच्या एवढीच होती. मी माझ्या कुवतीनुसार गाऊ लागलो. मी दहा मिनिटे भीमपलास गायलो आणि तंबोरा बाजूला ठेवला. माई हसल्या. मला म्हणाल्या, 'हे तुला मजीद खांसाहेबांनी शिकवलंय?' मी खजील होऊन हो म्हणालो. त्या नाराज होऊन म्हणाल्या, मला नाही तसे वाटत. माई म्हणाल्या, 'मजीद खांसाहेब म ध प अशी संगती भीमपलासमध्ये कधीही शिकवणार नाहीत.' माझ्याकडे त्या

विदुषी मोगूबाई कुर्डीकर विद्यादान करताना

रोखून पाहू लागल्या. मी पडलेल्या चेहऱ्याने लगेच कबूल केले की, मी माझ्या मनानेच तसे गात होतो. त्या हसल्या आणि मला त्यांनी बजावले की, ती संगती भीमपलासमध्ये पुन्हा कधीही आणायची नाही. माई पुढे असेही म्हणाल्या की, मजीद खांनी तुझा आवाज छान तयार करून घेतला आहे. जयपूर गायकीच्या पायाभूत अशा काही गोष्टी त्यांनी छान तयार करून घेतल्या आहेत. आता याच्यात खंड पडू देऊ नकोस. ही माझी माईंबरोबर पहिली भेट. माईंचे माझ्या हृदयातील स्थान अधिकच उंचावले. मला त्या वेळेस हे जाणवलेही नाही की, माई आणि माईंचे गाणे यांना माझ्या पुढच्या आयुष्यात फार महत्त्वाचे स्थान मिळणार आहे. मी माईंच्या गोतावळ्यातलाच एक होणार आहे.

दोन-तीन वर्षांनीच सुदैवाने मी माईंच्या पुन्हा जवळ आलो. माझा आवाज फुटला. आता गाणे शिकणारा मुलगा हे रूप जाऊन गाणे शिकणारा तरुण हे रूप आले. म्हणजे आता पुन्हा नवीन प्रश्न सुरू झाले. पहिल्यासारखे सगळे सोपे, सुलभ राहिले नाही. त्यात आणखी एक नवीन प्रश्न उभा राहिला. मजीद खांसाहेब थकत चालले. त्यांचेही वय झाले होते. मला नवीन गुरूचा शोध घेणे अपरिहार्य होते. माझ्या मनात फार होते, माझे स्वप्नच होते म्हणा ना की, माईंकडे शिकायला मिळावे. या वेळेस माझ्या मदतीला आले वामनराव देशपांडे. वामनराव माईंचे शिष्य, माझ्या वडिलांचे मित्र. माझ्या वडिलांनी त्यांनाच विचारले, 'अरुणला तुम्ही माईंकडे नेऊ शकाल का? तुम्ही काही शब्द टाकू शकाल का?'. वामनराव

माईकडे जाऊन आले. माई त्यांना म्हणाल्या, 'माझ्याकडे सगळ्या वरच्या स्तरावर पोहोचलेल्या शिष्या आहेत. (त्यावेळेस कमल तांबे, कौसल्या मंजेश्वर वगैरे शिष्या त्यांच्याकडे शिकत होत्या.) त्यांच्यात या तरुण मुलाला शिकवणे मला जमायचे नाही आणि माझेही आता वय होत चालले आहे'; पण या प्रकरणाली एक छान वेगळीच कलाटणी मिळाली. आश्चर्य म्हणजे माईना माझ्या त्या लहानपणाच्या पहिल्या भेटीची अजूनही आठवण होती. माई म्हणाल्या की, हा मुलगा आमच्या किशोरीकडे शिकू शकेल का विचारा. किशोरीताई त्यावेळेस नुकत्याच बाहेर कार्यक्रम करू लागल्या होत्या. माईंच्या पंखाखालून नुकत्याच बाहेर पडू लागल्या होत्या. मला इतका आनंद झाला की, माझा स्वतःवर विश्वास बसेना. अशा रीतीने माझ्या सांगीतिक आयुष्यातले दुसरे पर्व सुरू झाले. महत्त्वाची आणि अभिमानाची गोष्ट म्हणजे मी किशोरीताईंचा पहिला शिष्य झालो.

किशोरीताई त्या वेळेस माईंच्या घरीच राहायच्या. त्यामुळे माझ्या शिकण्यावर माईंचे बारीक लक्ष असायचे. माईंच्या स्वभावात ऋजुता ओतप्रोत भरलेली होती; पण स्वभावात वात्सल्यही होते. राहणी तर अतिशय साधी; पण त्यातही उमदेपणा असायचा. याच का इतक्या साध्या राहणाऱ्या माई की, ज्यांनी जयपूर गायकीचे हिमालयाएवढे प्रचंड गाणे आत्मसात केले? नुसते आत्मसात केले एवढेच नाही, तर त्याला एक काव्यात्मक छटा दिली, त्यात नजाकत भरली आणि त्याचे एक हृदयस्पर्शी स्वरशिल्प उभे केले.

माईना प्रसिद्धीचा सोस कधीच नव्हता. त्या कायम प्रसिद्धी पराङ्‌मुख राहिल्या. गाण्यातल्या राजकारणापासून तर त्या कायम निग्रहाने दूर राहायच्या. माईंनी कधीही कोणाचाही दुःस्वास केला नाही. अगदी ज्यांनी स्वतःहून माईंशी विरोधात्मक भूमिका घेतली त्यांच्याशीही कधी त्या रागाने, दुःस्वासाने वागल्या नाहीत. कधीही कोणावरही बोलण्यात शिंतोडा उडवला नाही. त्यांच्या व्यक्तिमत्त्वात प्रचंड तेज होते; पण कडवटपणा नव्हता. बोलण्या-वागण्यात गोडवा होता; पण तोंडपुजेपणा नव्हता. वागण्यात विनय होता; पण स्वाभिमानाला धक्का लागणार नाही याबाबत त्या कायम जागरूक असायच्या. माईना सगळ्या घराण्यांबद्दल, त्यातल्या कलाकारांबद्दल आदर असे. त्यांच्या ज्येष्ठ गुरू भगिनी सुरश्री केसरबाई केरकर यांच्याबद्दल त्यांना खूप आदर होता. मला आठवते, दिल्लीला सरकारतर्फे होणाऱ्या

एका कार्यक्रमात जयपूर घराण्याच्या सर्वश्रेष्ठ गायिका म्हणून माईंना बोलावणे होते. माईंच्या लक्षात आले की, त्या कार्यक्रमात केसरबाईंना बोलावणे नाही. माईंनी त्या आयोजकांना पत्र लिहिले. त्यात त्यांना फैलावर घेतले. 'माझ्या ज्येष्ठ गुरुभगिनी केसरबाई यांचा हा पहिला अधिकार आहे. त्यांना हे आमंत्रण आधी पाठवा'. केवढे हे मनाचे औदार्य! अब्राहम लिंकनचे एक प्रसिद्ध वचन आहे, 'दुःस्वास कुणाचा नको परी हो प्रीति सर्वांप्रती' ('With Malice Towards None, and Charity Towards All .....') अशा अर्थाचे ते वचन आहे, त्याची आठवण येते.

माईंच्या वागण्यात एक काटेकोर शिस्त होती. दुसऱ्यांना दिलेल्या वेळेबाबत त्या अतिशय दक्ष होत्या. आपल्यामुळे कोणाचा खोळंबा होणार नाही, याबाबत त्या कायम दक्ष असत. त्यांचा वक्तशीरपणा खरोखर वाखणण्यासारखा होता. कार्यक्रमाला त्या दिलेल्या वेळेच्या आधीच तयार असायच्या. वेळेबाबत बाहेरच्याप्रमाणे घरीही तशाच दक्ष असत. शिकायला येणाऱ्या शिष्यांच्या आधीच त्या तयार असत. त्यावेळेस ठेक्याला एखादा तबलजी असे; पण तो तबलजी आला नाही तर माई स्वतः डग्गा हातात घेऊन ठेका धरत. त्यावेळेस मी पवईहून शिकण्यासाठी किशोरीताईंकडे जात असे. कधी कधी किशोरीताई कार्यक्रमासाठी बाहेरगावी जात असत. मी जायचो; पण किशोरीताई बाहेरगावी गेलेल्या असायच्या. फोन लागला नाही, निरोप मिळाला नाही, असे काहीतरी व्हायचे. माईंच्या मनाचा मोठेपणा असा की, माई स्वतः अशा वेळी मला शिकवायला बसायच्या. हा एवढा लांबून आला आहे. त्याला विन्मुख पाठवायचा नाही, असा यामागचा विचार. म्हणजे इतका दुसऱ्याचा विचार करणे हा माईंच्या स्वभावाचाच भाग होता. आपल्या शिष्यांच्या वेळेबाबत किती गुरू इतकी काळजी घेत असतील?

माईंचे शिकवणे खरोखरच आदर्श होते. शिकवितांना त्या एखादी संगती सांगत. मग ती संगती अचूक आणि त्यांच्या मनासारखी येईपर्यंत त्या ती संगती पुनः पुनः सांगत राहत. बरं, हे करत असताना माईंनी कधीही चिडचिड केली नाही. शिष्यांना रागवल्या नाहीत. शिकवितांना इतकी चिकाटी ठेवणे फार कठीण आणि महत्त्वाचे असते. माईंचे आणखी एक वैशिष्ट्य म्हणजे शिकवितांना दुसऱ्या शिष्याने तेथे बसून ऐकले तरी माई कधीही हरकत घेत नसत. मला याचा खूप फायदा झाला. कारण किशोरीताईंकडून माझे शिकणे झाले की, संध्याकाळी कौसल्या मंजेश्वर,

कमल तांबे यायच्या. कधी कधी वामनराव देशपांडेही यायचे. मग मी अशा संधीचा पुरेपूर फायदा उठवायचो. त्यांच्या शिकवणीला मी पण थांबायचो. माई म्हणायच्या, 'अरे, तू पण ही अस्ताई आणि चलन मनातल्या मनात पाठ करून घे.' माईंचे असे शिकवणे, मी तेथे थांबणे, असे कितीतरी वेळा व्हायचे. अशा कितीतरी शिकवण्या मी ऐकल्या. खूप वेळा माई आत गात असत. मी बाहेर बसून ऐकत बसायचो. माईंचे ते आलाप, बोलताना आणि एखादे कलाशिल्प उभारत जावे, अशा त्या खास ताना. आजही या गोष्टी नुसत्या आठवल्या तरी त्यात मी तासन् तास हरवून जातो. माझ्यावर, माझ्या गाण्यावर या सगळ्या गोष्टींचा खूप परिणाम झाला. माझे गाणे माईंच्या सान्निध्यात राहून हळूहळू बदलत गेले. माझ्या गाण्याच्या पद्धतीवर याचा खूप प्रभाव पडला. खरे तर सुरुवातीला मजीद खांसाहेब आणि मग किशोरीताई यांच्याकडेच माझे शिक्षण झाले; परंतु माईंनी पण माझे गाणे तयार करण्यात अगदी नकळत खूप मोठा हिस्सा उचलला असेच म्हणावे लागेल. जयपूरचे कितीतरी अनवट राग, बंदिशी मी प्रत्यक्ष किंवा अप्रत्यक्ष रीतीने माईंकडून शिकलो. माझे संगीत विश्व या ऐकण्याने समृद्ध होत गेले. किशोरीताईंकडून मिळालेल्या खजिन्याला पूरक अशी ही जोड झाली.

मी किशोरीताईंकडे त्या काळात जे शिकलो त्याच्या जोडीने माईंच्या गाण्याचे बारकावे माझ्या गाण्यात थोडेफार शिरले. किंबहुना मला माईंच्या गाण्यातल्या त्या बारकाव्यांचे महत्त्व कळायला लागले. माईंच्या गाण्यात कितीतरी सुंदर सुंदर गोष्टी होत्या. माईंच्या पाठीमागे आज ते सगळे आठवताना माई जास्तच मोठ्या दिसायला लागतात. केवढ्या प्रचंड उंचीच्या सद्गुरूच्या छत्राखाली मी वाढलो याचा मला अचंबा वाटतो. माईंच्या गाण्यात मला काही बारकावे दिसले होते. माई स्वरांकडे फार बारकाईने बघत. स्वर लावताना तो त्या रागाचा भाव लक्षात घेऊनच लावलेला आहे ना, त्या स्वरात नेमक्या त्याला बिलगून येणाऱ्याच श्रुती आहेत ना, अशा सगळ्या गोष्टींकडे माईंचे लक्ष असायचे. अगदी सूक्ष्म कणही माई विसरत नसत किंवा त्याच्याकडे दुर्लक्ष करीत नसत. गाण्यातले सौंदर्य फार महत्त्वाचे आहे, याचे भान माईंना खूप होते. आवाजाच्या लगावात म्हणा, अलंकारात म्हणा, या सगळ्यात सौंदर्य ओतप्रोत भरून राहिले पाहिजे याकडे माईंचे लक्ष असे.

आवाजाच्या लगावात, पेशकारात स्त्री गायिकांनी स्त्रीत्व व्यवस्थित सांभाळले

पाहिजे, याबाबत माई जागरूक होत्या. माईंच्या स्वतःच्या गाण्यात स्त्री आवाजाचा नाजूकपणा, सौंदर्य ठसठशीत दिसे. माईंचे बोल, आलाप आणि बोलताना फार सुंदर, इतरांहून वेगळे होते. माईंचा त्यावर खूप विचार होता. शब्द मुलायमपणेच टाकले पाहिजेत, शब्द तोडतानाही त्याची गोलाई तुटता कामा नये, शब्दांचा भावार्थ बिघडणार नाही अशा पद्धतीनेच शब्द पूर्ण करायचे, अशा कितीतरी

विदुषी मोगूबाई कुर्डीकर यांचे समवेत त्यांची कन्या किशोरी आमोणकर

गोष्टी माई सांभाळायच्या. त्यामुळे माईंच्या शब्दांचा टपोरेपणा उठून दिसे. हे करताना बंदिशीचा भावार्थ आणि शब्दांचा आशय अधोरेखित करण्यासाठी माई शब्दाभोवतालचे स्वर कमी अधिक लांबवत असत. माईंच्या गाण्यात त्यामुळे शब्द कधी उघडे पडले नाहीत. स्वरावगुंठित शब्दांमुळे ती बंदिश आणि ते राग स्वरूप अधोरेखित भावनेची उत्कटता हृदयापर्यंत पोहोचवायचे.

माईंची नुसती आठवण केली तरी अशा कितीतरी गोष्टींचे महत्त्व नव्याने पटायला लागते. गमकांच्या ताना घेताना माईंचे मोठेपण मुद्दामहून लक्षात यायचे. गमकांच्या तानांसाठी माई खालच्या स्वरापासून वरच्या स्वरापर्यंत जाताना त्यामागची बले खूप नजाकतीने लावत जात आणि हे सगळे श्रम न करता सहजपणे येतंय असे वाटायचे. माईंनी याचा खूप विचार केलेला होता. प्रत्येक वेळी माई मुखड्याला येताना वेगवेगळी सौंदर्याकृती करत आणि समेवर येत; पण सगळे सुसूत्र चाललेले आहे हे कळायचे.

हे सूत्र न सोडणेही माईंच्या गाण्यातील एक मजा होती. माईंच्या गाण्यात दमसास लगेच उठून दिसे. श्वास केव्हा घ्यायचा, कसा वापरायचा आणि कसा संपवायचा, याचे माईंचे पक्के गणित होते. त्यामुळे तान त्यांना पाहिजे तिथेच त्या संपवायच्या. त्या तानेत त्यांना अभिप्रेत असलेले सगळे नक्षीकाम त्या त्यांना पाहिजे तशा आखीव, रेखीव पूर्ण करायच्या. दमसासाकरीता त्यांनी नुसतीच मेहनत केलेली नव्हती. त्या मेहनतीत त्यांचा एक स्वतंत्र विचार होता, अभ्यास

होता आणि त्यानुसारच त्या हे सर्व हक्काने, मिजासीत करत. तडजोड वगैरे शब्द माईच्या शब्दकोषात नव्हते. म्हणूनच माईचे गाणे इतके सुंदर झाले.

माईना लयीचा अंदाज इतका खोल होता की, त्यांच्या गाण्यात स्वर आणि लय एकमेकांत एकजीव होऊन जायचे. जणू काही त्यांना वेगळे अस्तित्वच नाही. वेगवेगळ्या तालावरती माईचे असामान्य प्रभुत्व होते. आडाचौताल, झूमरा, तिलवाडा, योगताल, पंचम सवारी अशा वेगवेगळ्या तालांत माई सहजतेने वावरत. आलापी करताना बोल गुंफणे माईची खासियत होती. शब्द कसा टाकायचा, त्याचा मुलायमपणा कसा टिकवायचा, शब्द कधी उघडे पडू द्यायचे नाहीत, ते नेहमी स्वरावगुंठित करायचे, असा खूप मोठा अभ्यास होता. माईच्या इतर समकालीन कलाकारांत याबाबत माई खूप पुढे होत्या. त्यामुळे बोलताना घेतानाही माईची बोलतान नाचत येते, असे म्हटले जायचे. माई त्यांच्या गाण्यातल्या कितीतरी अशा गोष्टी मागे ठेवून गेल्या आहेत. अजून ती गाण्यातली प्रासादचिन्हे म्हणून ओळखली जातात. जयपूर गायकीच्या पारंपरिक पद्धतीनुसार माई अति विलंबित लयीत कधी गायल्या नाहीत.

माईचे जयपूर गायकीला आणखी एक मोलाचे योगदान म्हणजे माईनी अनेक रागांत तराणे आणि काही द्रुत बंदिशीही रचायला आणि गायला सुरुवात केली. काही बंदिशी आणि तराणे त्या स्वतः मैफलीत गायल्या नाहीत; पण ते आपल्या शिष्यांना मात्र आवर्जून शिकवले. माईच्या गाण्याबद्दल तपशिलाने बोलू शकणारी, लिहू शकणारी अशी अनेक ज्येष्ठ अधिकारी मंडळी आहेत. मी माझ्याकडून सहजपणे दिसले, भावले ते लिहिले. माईचे गाणेच इतके मोठे होते की, त्यावर खूप लिहिण्यासारखे आहे.

माझ्यासारखे माईचे भक्त, प्रेमी यांनी भाग घेतलेला एक प्रकल्प आठवतो. माई कुर्डीच्या रवळनाथाच्या निस्सीम भक्त होत्या. सरकारने तिथे धरण बांधायचे ठरविले. त्या धरणाच्या पाण्यात ते देऊळ जाणार होते. त्याऐवजी वालकिनीला नवीन देऊळ बांधायचे ठरवले. त्यासाठी निधी उभारणे आवश्यक होते. आम्ही मग रंगभवनला त्यासाठी एक कार्यक्रम केला. त्या कार्यक्रमातून बांधकामासाठी काही पैसे उभे केले. मीही माझ्या परीने मोठमोठ्या उद्योग समूहांच्या जाहिराती आणणे वगैरे काम करून त्याला काहीसा हातभार लावला. त्या निमित्ताने मी

गोव्याला अनेक वेळा गेलो. तिथल्या कंत्राटदारांना भेटणे, प्लॅनबाबत चर्चा करणे वगैरे काम मी करायचो. बांधकामाच्या प्रगतीवर लक्ष ठेवायचो. त्या कामात मी पूर्ण देऊळमय होऊन गेलो होतो. अर्थात माझ्यासारखे अनेकजण त्या कामाला हातभार लावत होते. आम्ही सर्वजण हे माईंभोवती वावरत वावरत करत होतो. तो आमच्या आनंदाचा भाग होता. किशोरीताई यामागे अहर्निश लागलेल्या होत्या आणि आम्ही त्यांचे स्वयंसेवक होऊन त्यांना मदत करीत होतो. ते देऊळ बांधून पुरे झाले. तिथे काही धार्मिक विधी झाले.

आम्ही सगळे जण जमलो होतो. पूजा, होम-हवन झाल्यावर तिथल्या प्रथेप्रमाणे माईंच्या शिष्यांनी थोडे थोडे गाऊन आपली सेवा रुजू केली. मी स्वतः त्यात गायलो. सावनीकल्याण माईंचा आवडता राग. मी सावनीकल्याण गायलो. मला असे वाटते की, माईंना माझे गाणे आवडले. माई प्रसन्न चेहऱ्याने पुढे आल्या आणि मला म्हणाल्या, 'मी आज माझेच गाणे तुझ्या आवाजात ऐकले'. माईंनी माझे हे केवढे कौतुक केले! माझ्या सांगीतिक प्रवासात मला मिळालेला हा सर्वोच्च पुरस्कार आहे असे मी मानतो. अजूनही त्या प्रसंगाची आठवण झाली की, मी आनंदाने रोमांचित होतो.

माईंना त्यांच्या आयुष्यात शारीरिक आणि मानसिक कष्ट उदंड झाले. त्यांचे सगळे आयुष्यच कष्ट आणि दुःखद प्रसंग यांनी भरलेले होते. दुर्दैवाने माईंचे यजमान सात वर्षांच्या संसारानंतर अकाली स्वर्गवासी झाले. त्यानंतर अखंड पातिव्रत्य पाळून माईंनी ६, ४ व २ वर्षांच्या तीन चिमुकल्या अपत्यांना शाळा, कॉलेजपर्यंत शिकवून संगीताची अखंड साधना केली. कार्यक्रमांची आणि शिकवण्याची जी थोडी मिळकत होती त्यातून परखर्च, मुलांचे शिक्षण वगैरे सांभाळून धैर्याने आणि आपले निष्ठावंत चारित्र्य जपून जीवनाचा प्रवास केला. त्या सर्वांतून त्यांनी आपल्या तीन मुलांना वाढविले, मोठे केले. माईंना आई आणि वडील या दोन्ही भूमिका बजावायला लागायच्या आणि हे करून त्या पुन्हा किशोरीताईंच्या गुरूही होत्या.

माईंनी तो काळ कसा काढला असेल याची कल्पनाही करवत नाही. माईंच्या आयुष्यातला तो काळ व त्यातील दुःखद घटना याबद्दल लिहिणे मला योग्य वाटत नाही; पण माईंनी त्यामुळे कुठलाही कडवटपणा वागण्यात येऊ दिला नाही आणि विशेष म्हणजे या सगळ्यांची आपल्या मुलांना तोशिष पडू दिली नाही. आपली मुले

किंवा शिष्यगण यांच्या प्रति कर्तव्यात खंड पडू दिला नाही. माई अफाट धीराच्या होत्या. या सर्व काळात माईंच्या स्वभावातील शिस्त, करडेपणा, आध्यात्मिक वृत्ती, समर्पण इत्यादी गुणांनी माई आम्हाला संतत्वाला पोहोचल्यासारख्या वाटायच्या.

शेवटच्या काळात काही वर्षे माई त्यांच्या धाकट्या कन्या ललितातई यांच्याकडे वरळीला राहायच्या. माईबद्दल मला कायम ओढ वाटायची. माझ्यावर त्यांनी पुत्रवत प्रेम केले. आमच्यात त्यामुळे दुरावा कधीच निर्माण झाला नाही. बऱ्याच वेळा मी ऑफिसातून येताना माईकडे जायचो. माई काहीना काही कारणामुळे कायम निराश, अंतर्मुख असत. मी माझ्या परीने त्यांच्या मनावरचे मळभ दूर करण्याचा प्रयत्न करायचो. त्यांना गप्पात गुंतवून आनंदी करायचा प्रयत्न करायचो. त्यांच्या विद्यार्जनाच्या काळातल्या आठवणी, अल्लादियाखांसाहेब, हैदरखांसाहेब यांच्यासंबंधी त्या काही काही आठवणी सांगत. जयपूर घराण्याचे काही राग आणि बंदिशी यांचा विस्तार करताना करायची कलाकुसर असे काही काही मी विचारत असे. मग माई भरभरून बोलत. आनंदाने फुलून जात. त्या विषयावर बोलायला त्यांना मनापासून आवडे. त्यांची जुनी गाणी, त्यांचा रियाज, अल्लादियाखांसाहेब हे विषय म्हणजे त्यांच्या हृदयीचा आवडता ठेका होता.

तशा अवस्थेतही त्यांना मला काही शिकवायला आवडायचे. माझे पहिले गुरू मजीद खांसाहेबांनी मला नटकामोदमधील 'नेवर बाजो रे'ची अस्ताई शिकविली होती; पण अंतरा सांगितला नव्हता. माई माझ्या माहितीप्रमाणे मैफलीत नेवर बाजो रे कधीच गायल्या नाहीत. मी माईंना एकदा विचारले, 'माई मला नेवर बाजो रेचा अंतरा सांगाल का?' माईंना आनंद झाला. त्यांनी मला पुढच्या भेटीत तो सांगायचा शब्द दिला. त्यांच्या वह्या त्यांनी चाळल्या आणि पुढच्याच भेटीत माईंनी मला समोर बसवून 'नेवर बाजो रे'चा अंतरा सांगितला. नुसता अंतरा सांगितला नाही तर तो बसवून घेतला. अस्ताई अंतरा व त्याचे चलनवलन सगळे लखलखीत करून घेतले.

ही माईंची प्रेम करण्याची, वागायची पद्धत होती. खूप वेळा वाटते माई प्रेम आणि वात्सल्यासाठी जन्मलेल्या होत्या. तसे म्हणाल तर मी इंजिनिअर माणूस. मी काही मैफली करणारा माणूस नव्हतो. माझे गाणे हे स्वयंसुखाय या प्रकारातले; पण म्हणून माईंनी पंक्तीप्रपंच कधीच केला नाही. मला जे जे घेणे शक्य आहे ते ते

त्यांनी मुक्त हस्ताने दिले. कितीतरी वेळा मला म्हणायच्या, 'जे शिकलास ते कधी विसरू नकोस, गाणे वाढवत राहा, आपल्या घराण्याचे गाणे गात राहा, देव तुझं बरं करो.' माईंनी किती भरभरून आशीर्वाद दिला होता.

मी वरळीला माईंना भेटायला जायचो, त्या काळातील आणखी एक घटना मला आठवते. माझ्या वडिलांचा जन्म १९०८ चा. माईंचा १९०४ चा. माझ्या वडिलांचा शाळा-कॉलेजचा काळ (म्हणजे साधारणतः १९३०पर्यंतचा) सांगलीत गेला. ते मला सांगायचे की, शाळा सुटल्यावर घरी येताना रस्त्यावर एका दुमजली घरात कोणीतरी गवई एका स्त्री गायिकेला गाणे शिकवीत असत. माझे वडील तेथे खूप वेळ थांबत. ते गवई एखादी संगती सांगत आणि ती मुलगी लगेच तशीच्या तशी संगती सुंदरपणे पेश करी. माझे वडील तेथे काही काळ थांबत, मुग्ध होत आणि मग घरी येत.

वडिलांनी मला एकदा सांगितले 'माईंना विचार की, ते गवई कोण होते?' मी माईंना विचारल्यावर कळले की, तो काळ, सांगलीतला तो भाग, तेथे माई राहत आणि माईंना शिकवायला अल्लादियाखांसाहेब येत असत. म्हणजे त्या अल्लादिखांसाहेबांची तालीम घेणाऱ्या माईच होत्या. हे ऐकून माईंना खूप आनंद झाला. म्हणजे बघा, माईंचा त्या काळातला रियाज, शिकवणी माझे वडील रोज नकळतपणे ऐकू शकले! केवढा हा योगायोग!

माई जेव्हा थकायला लागल्या तेव्हा त्या किशोरीताईंकडे राहायला आल्या. किशोरीताईंनी त्यांची रात्रंदिवस सेवा केली. त्यांना हवे नको यावर त्या डोळ्यांत तेल घालून लक्ष ठेवत. माई त्यांचे सर्वस्व होते. त्या काळात त्यांनी माईंची सेवा एवढाच एक विषय डोळ्यांसमोर ठेवला होता. माई त्यांची आई होती, माई त्यांची गुरू होती, माई त्यांची मैत्रीण होती, मार्गदर्शक होती, माई त्यांची सगळं सगळं होती. किशोरीताईंनी माईंना चांगल्यातील चांगली वैद्यकीय सेवा दिली, सारखे हॉस्पिटलमध्ये नेणे-आणणे केले. त्यांनी काही काही करायचे बाकी ठेवले नाही. माझ्यासारखे माईंचे चाहते शिष्य हेही मदतीला होते; पण किशोरीताईंच्या पुढे आमचे करणे फार फिके होते. तो काळ कसोटीचा होता.

२००१ मध्ये फेब्रुवारीच्या पहिल्या आठवड्यात माई गंभीर आजारी झाल्या. माईंना हॉस्पिटलमध्ये हलविले. मी त्यावेळेस अमेरिकेत होतो; पण काही

कामासाठी, छोट्याशा भेटीसाठी मी मुंबईत आलो होतो. आल्या आल्याच मला कळल्यावर मी हॉस्पिटलमध्ये धावलो. माईंचा शेवटचा प्रवास सुरू झाला होता; पण माईंनी मला ओळखले. त्यांनी सुरकुतलेल्या हाताने माझे हात हातात घेतले आणि क्षीण आवाजात 'केव्हा आलास?' असे विचारले. मी माईंना म्हणालो, 'माई, लवकर बच्या व्हा म्हणजे आपल्याला घरी जाता येईल.'

मी खोटे बोलतोय, माझे मला कळत होते. कारण तब्येत जास्त जास्त खालावत चालली होती. माईंनी माझ्याकडे क्षीण नजरेने पाहिले आणि म्हणाल्या, 'देव तुझं बरं करो.' मी बाहेर जाऊन निराश अवस्थेत थांबलो आणि पाच-दहा मिनिटांतच बाहेर बातमी आली, माई गेल्या. माईंना भेटणारा मी शेवटचा माणूस. काय योगायोग बघा. जातानाही माई मला आशीर्वाद देऊन मगच गेल्या. जेव्हा जेव्हा याची आठवण येते तेव्हा तेव्हा अजूनही डोळे पाणावतात!

आजमितीला माईंच्या अनंत आठवणी मनात येत आहेत. माझ्या आयुष्यात माईंची जागा फार उंचावर आहे. त्यांनी माझ्यावर उदंड प्रेम केले. पुत्रवत प्रेम केले. आपल्या गुरूवर, आपल्या गाण्यावर अव्यभिचारी निष्ठा, अफाट कष्ट करण्याची आणि दुःख गिळण्याची सहनशीलता, अत्यंत कडक प्रामाणिकपणा, शिस्त आणि गाण्यातील सौंदर्य, नजाकत सहज फुलवण्याची हातोटी, अशा कितीतरी गुणांनी माई मला संतत्वाला पोहोचलेल्या वाटल्या.

माईंवर, माईंच्या गाण्यावर बारकाईने लिहू शकणारे त्यांचे अनेक शिष्य आणि सहकारी होते आणि आहेत. माझा अधिकार फार लहान आहे, याची मला जाणीव आहे. माईंच्या सर्वांत मोठ्या शिष्या आणि कन्या माझ्या गुरू गानसरस्वती पद्मविभूषण किशोरीताई यांचा अधिकार सर्वांत मोठा होता; पण मी माईंच्या कृपाछत्राखाली त्यांच्या गोतावळ्यातलाच एक म्हणून खूप वर्षे वावरलो आणि तेवढ्या हक्काने एवढे लिहिले.

पं. जितेंद्र अभिषेकी
यांच्या गुरुकुलाकडे जाताना...

पं. जितेंद्र अभिषेकी बुवा चालतं-बोलतं विद्यापीठ होतं, ते आज लक्षात आलं. त्याची कारणं त्यांच्या व्यासंगात दडलेली होती. बुवांचा पहाटे चारला दिवस सुरु व्हायचा. बुवा एक तानपुरा आडवा ठेवून वेगवेगळ्या थाटांत पलटे घोटत होते. वेगवेगळ्या घराण्यांतील बंदिशी व त्या कलाकारांचा विचार स्वतः समजावून घेत होते. मुलांनी हे करायला हवं, हे नुसतं न सांगता ते स्वतःच गात होते, स्वतः अभ्यासत होते. गाण्यात शॉर्टकर्ट नसतो, हा गुरुकुलात मला मिळालेला महत्त्वाचा धडा.

- पं. हेमंत पेंडसे

hemantpendse0@gmail.com

१९७० हे वर्ष असावं...

मी सात वर्षांचा असेन...

'सर्वात्मका सर्वेश्वरा' हे गाणं रेडिओवर लागायचे, तेव्हा काही कळत नसूनही खेळ थांबवून हे गाणं ऐकत राहावंसं वाटायचं. या गाण्यातून झालेला अभिषेक आजही रसिकांना अंतर्मुख करतोय. आता लक्षात येतं, की पं. अभिषेकी बुवांच्या गळ्यात परमेश्वराने एकाच वेळी सुरेल वाणी व भक्तीनं भिजलेला स्वर देण्याची किमया साधली होती. त्यामुळे त्यांनी गायलेल्या अनेक रचनांना अफाट लोकप्रियता लाभली होती.

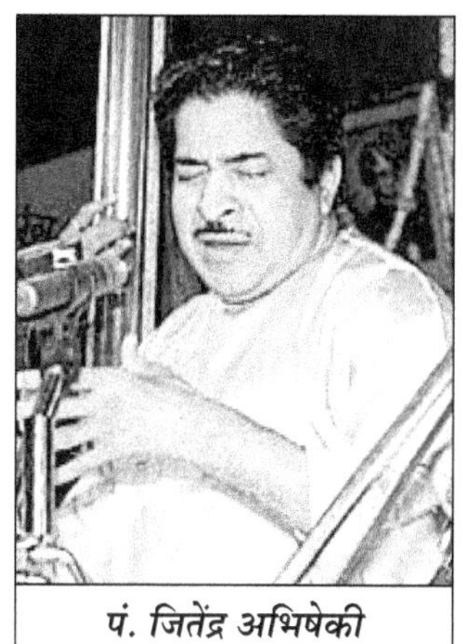

पं. जितेंद्र अभिषेकी

लहानपणी चौथ्या इयत्तेत मला गाण्याची गोडी आहे, हे प्रथम माझ्या मोठ्या बहिणीला कळलं असावं. मग मला हार्मोनियमला हात लावण्याची परवानगी देण्यात आली. दंगा, मस्तीखोरपणात माझे बालपणीचे रेकॉर्ड फार चांगलं नव्हतं. पण, एरवी मस्ती करणारा, दंगा करण्यात रमणारा मी संगीत सुरू असताना ते शांतपणे ऐकतोय, हे वडिलांना लक्षात आलं होतं. त्यामुळे संगीत काहीतरी याच्यावर चांगला परिणाम करू शकतं, असं त्यांनाही वाटू लागलं. माझ्यापासून होणाऱ्या त्रासातून वाचवण्यासाठी वडिलांनी आईची व्यथा जाणली असावी. त्यामुळे माझी रवानगी शालेय शिक्षणाबरोबर तबल्याच्या क्लासमध्ये झाली असावी. अशा तऱ्हेने भुसावळ येथे (कै.) वसंतराव बापट यांच्याकडे माझी सुरुवात तबल्याच्या क्लासने झाली.

पुढे शालेय शिक्षण घेताना संगीत स्पर्धांमधून मला बक्षिसे मिळू लागली व माझ्या बहिणीचे गुरू (कै.) मनोहर बेटावदकर यांचं लक्ष माझ्याकडे गेलं. मलाही आता गाणं आणि तबला ही दोन्हीही क्षेत्रं आवडीची वाटू लागली. मोठी बहीण रियाज करायची, तेव्हा मी तिथेच घुटमळत असे. त्यामुळे अनेक रागांतील सरगम गीतं माझी पटकन पाठ झाली होती व अनेक रागांची आलापीही पटकन ओळखता येऊ लागली होती. मग बेटावदकर सरांनी म्हणजे आमच्या मनूमास्तरांनी मला

त्यांच्या शेजारी बसवून गाणं शिकवायला सुरुवात केली, तेव्हा एक घटना घडली. भुसावळला म्युझिक सर्कलची स्थापना झाली. तिथे खूप दिग्गजांची गाणी व्हायची. आकूत वकील त्याचे सर्वेसर्वा होते. केवळ शास्त्रीय गायकांच्या मैफली होत असत. मला उत्साही कार्यकर्ता म्हणून बोलावलं जायचं, तेव्हा कोण आनंद व्हायचा. तानपुरे उचलणं, तबला- हार्मोनियम उचलणं, गायकाला चहा-पाणी नेऊन देणे अशी कामं करायला सुरुवात झाली.

माझ्या आठवणीत पं. भीमसेनजी, डॉ. प्रभाताई अत्रे, विदुषी मालिनीताई राजूरकर, पं. जितेंद्र अभिषेकी, पं. प्रभाकर कारेकर, पं. संगमेश्वर गुरव, पं. कुमारजी यांच्या कार्यक्रमाला चहा-पाणी देणे अशा कामाच्या प्रसंगी आम्ही बच्चेकंपनी निदान मदत तरी करू लागलो होतो. या आवडीमुळेच मग आमचे सर मनोहर बेटावदकर यांच्या घरी आम्ही बच्चेकंपनीने येणं-जाणं वाढवलं.

भुसावळच्या सांस्कृतिक जडणघडणीत म्युझिक सर्कल, रेल्वे गणेशोत्सव या संस्थांबरोबर बेटावदकर कुटुंब व त्यांचा मित्र परिवार, श्री. पटवारी सर यांचा मोठा वाटा होता. भुसावळ येथे शिवपुजे सरांच्या घरी १९६५ च्या सुमारास भारतरत्न लता मंगेशकर येऊन गेल्याच्या आठवणी जुने लोक सांगतात. तसेच, पूर्वी पं. जगन्नाथबुवा पंढरपूरकर, पं. वाडीकर बुवा, पं. जगन्नाथबुवा पुरोहित, पं. मल्लिकार्जुन मन्सूर अशी दिग्गज मंडळी येऊन गेल्याच्या आठवणीही लोक सांगतात. त्यामुळे भुसावळ हे तसे सांस्कृतिक दृष्टीने संपन्न होते. अशा दिग्गज कलाकारांची उठबस तरी नक्कीच होती.

अशीच एक भुसावळमधील आठवण. बेटावदकर सरांच्या घरी गेलो असताना पाईपाईत ते कुठेतरी निपाल्याचे दिसले. मलाही पेऊन गेले. आम्ही पोचलो आणि काही वेळातच पांढराशुभ्र लेंगा- झब्बा घातलेले एक काका बग्गीतून उतरले. सगळे जण अदबीने लगबग करून त्यांची खातीरदारी करीत होते. म्हणजे काका खूप मोठे गायक असावे, असे वाटले. मग मी त्यांची बॅग उचलायला गेलो, तर एकदम ओरडले, अरे, अरे, बेटा नको, नको, राहू दे, नको उचलू ते, नको उचलू ते, राहू दे, राहू दे. आवाज वरच्या पट्टीतला वाटला. एक शब्द दोनदा-दोनदा उच्चारण्याची मला गंमत वाटली. मग मनू मास्तरांनी बॅग उचलली. जड असावी. त्यात काही स्पूल टेप्स होत्या. मग भानगावकर काकांच्या घरी गप्पांची बैठक

जमली. अचानक तानपुरे निघाले. त्यांचे तानपुरेही वेगळ्या धाटणीचे वाटले. आणि त्या काकांनी तंबोरे लावायला इतका वेळ लावला की माझ्या बालबुद्धीला वाटले, यांना काही जमतच नाही बहुतेक.

मग थोड्या वेळाने एकदम आवाज आला... वा! वा..! तेही म्हणाले, व्वा व्वा, क्या बात है. मग मानेला हिसका देऊन सा लावला. आणि क्षणभर मी तो थरार अनुभवला. तेव्हा खळाळून हसणारे ते काका आता किती वेगळे दिसत आहेत, हे जाणवलं. हे तानपुरे वेगळे आहेत म्हणून छान वाटतात ऐकायला, असं मत मी नोंदवलं. तेवढ्यात मनू मास्तरांनी खूण केली, एकदम शांत बसायचं. मग जे काही ऐकून झालं, ते आठवून आजही थरारून जायला होतं. ते गायक होते विश्वविख्यात डॉ. कुमार गंधर्व. भानगावकर यांची आणि कोमकली कुटुंबाची मैत्री होती ते नंतर समजलं. एका सामान्य रसिकाच्या चाळीसारख्या घरात ते फार उच्च कोटीचे गायक असूनही अगदी या घरात समरसून जायचे. हल्ली स्टार हॉटेल, स्टार मित्र असतात तरुण कलाकारांचे... म्हणून हे गणित जरा मुद्दाम समजावून सांगावेसे वाटले. असो.

माझी मोठी बहीणच गाण्यातील पहिली गुरू आणि मी तिचा पहिला शिष्य आहे. तबलावादनात पुढे शिक्षण घ्यावे की गाण्यात? असा प्रश्न माझ्यासमोर होता. दोन्हीचे शिक्षण घेणे शक्यच नव्हते. त्या वेळी एक घटना घडली. मुंबईहून पं. राजा काळे आले होते. त्यांचे म्युझिक सर्कलला गायन ठरले होते. पं. जितेंद्र

अभिषेकी यांचे शिष्य आहेत, असं मनू मास्तरांनी सांगितलं होतं. अभिषेकी बुवांबद्दल नितांत आदर मनू मास्तरांना असायचा. 'कलाकारांचे कलाकार' म्हणून ते अभिषेकी बुवांचा उल्लेख नेहमीच करायचे. याही वेळी नेहमीप्रमाणे आकूत वकील व पटवारी सर यांनी मला कलाकारांना चहापाणी देण्यासाठी मदतीला कलाकारांबरोबर थांबायला सांगितलं. त्यादिवशी तानपुऱ्याला साथीला एकजण आला नसल्याने मीच बसलो. माझ्या दृष्टीने ते एकदम वरचं प्रमोशन होतं. पं. राजा काळे यांच्याबरोबर पं. विश्वनाथ कान्हेरे हार्मोनियमवर, पं. मंगेशदादा मुळ्ये तबल्याच्या साथीला होते.

पं. राजाभाऊंची हीच मैफल माझ्या आयुष्याला कलाटणी देणारी होती. मी पुढे गाणं की तबला करायचा, याचं उत्तर या मैफलीनं देऊन टाकलं.

हल्लीच्या भाषेत सांगायचं, तर आजवर आयुष्यात मी ऐकलेल्या टॉप टेन मैफलींपैकी ते एक अद्वितीय गाणं होतं. यमन, हंसध्वनी, भैरवी तर कळस होता. न भूतो- न भविष्यती असे राजा काळे यांचे त्या दिवशी गायन झाले. सुंदर, गोड, मधुर आवाजातील प्रचंड जोरकस; पण ताकदीचं, तरीही भावपूर्ण, पीळ पाडणारं गाणं कसं तयार झालं असेल? असा प्रश्न माझ्या मनात सतत यायचा.

पं. अभिषेकी बुवा यांचे गुरू आहेत हे कळल्यावर तर अभिषेकी बुवांची मैफल कधी ऐकता येईल, याची धडपड सुरू झाली. आणि लवकरच तो योग आला. जळगाव येथे नाट्यसंगीताचा जलसा होता. श्रद्धेय बालगंधर्व यांच्या नावाने ओपन नाट्यगृह बांधलं होतं. तिथं कुठल्या तरी निमित्ताने ती मैफल असावी. पं. कारेकर, पं. रामदास कामत, जयमाला बाई, पं. अभिषेकी, पं. कुमारजी असे अजूनही काही कलाकार होते. राजू वरणगावकर या तबलानादकांच्या ओळखीने त्याचा हात धरून जळगावला मोरोक्को हॉटेलवर पं. अभिषेकी बुवांची भेट घ्यायला गेलो. बुवा हॉटेलमध्ये काहीतरी वाचत आडवे पडले होते. खुणेनेच त्यांनी आत यायला सांगितलं. राजूला ते ओळखत होते. कसे आहात हो? ठीक आहे ना? एवढंच बोलून आमच्याकडे पाहून मंद स्मित केले. पुन्हा वाचू लागले. पण, बोलले काहीच नाहीत. नंतर बोलणे तर दोन्हीही बाजूने शून्यच होते. आमची पंधरा मिनिटे तर मौनावस्थेतच गेली. मग तिथे राजाभाऊ काळे आले आणि आमची मौनातून सुटका झाली. रूमच्या बाहेर गेलो. वरणगावकर यांच्याशी राजाभाऊ बोलले. नुकतीच

ओळख झालेले पं. राजाभाऊ काळे हे माझ्या दृष्टीने स्टार कलाकार असल्याने राजाभाऊंना व पं. जितेंद्र अभिषेकी यांना प्रत्यक्ष जवळून पाहण्याचे स्वप्न तिथेच पूर्ण झाले. त्या रात्री प्रोग्रॅमला मध्यांतर होताना पं. अभिषेकी बुवांचे गायन झाले. तेव्हा गायलेले 'काटा रुते कुणाला' केवळ अद्भूत होते. आजही आठवणीत आहे.

मग मध्यांतराला पं. अभिषेकी बुवा यांच्या गायनाने पडदा पडला. शेवटी कुमारजी यांच्या गायनाने समारोप होणार होता. त्यांच्या गाण्याला अभिषेकी बुवांनी चक्क विंगेत खुर्ची टाकली व ते ऐकू लागले. विंगेत आमची हालचाल झाल्यावर खुणेनेच आवाज करू नका, असे सांगितले. गुरुकुलात प्रवेश करण्याआधीच कार्यक्रम असेल तर त्या दिवशी कलाकाराने बडबड करू नये व दुसऱ्या कलाकारांचे गायनही जीवाचा कान करूनच ऐकायचे असते, असे दोन धडे मनावर कोरले गेले.

माझ्या दहावीनंतर मी चांगले गुण मिळाले म्हणून मुंबईला 'व्हीजेटीआय'ला प्रवेश घेतला व मंगेशदादाच्या ओळखीने बुवांच्या घरी पोचलो. फार मोठा फ्लॅट नव्हता. पण, बुवांचे व विद्याताईंचे मन खूप मोठे होते, हे पुढे लक्षात आले. मी १९७८ मध्ये दादरला गेलो होतो. बुवा, त्यांच्या मातोश्री, सुधाकरभय्या देवळे एवढेच राहत होते. विद्याताई, शौनक व मेखला लोणावळा येथे राहत होते. व पुढील शैक्षणिक वर्षी जूनमध्ये तेही लोणावळा येथून दादरला शिफ्ट होणार होते. मी ठाणे ते माटुंगा लोकलने प्रवास करून व्हीजेटीआयला (VJTI) जात होतो. दुपारी कॉलेज संपले, की दादरला पोर्तुगीजजवळच मयूर सोसायटीतल्या बुवांच्या फ्लॅटवर जात होतो. मग सकाळी कॉलेजला जायच्याऐवजी घरी जाऊ लागलो. मग तबलावादक येईपर्यंत तबल्याच्या साथीला बसू लागलो. अशा तऱ्हेने पं. अभिषेकी बुवांच्या गुरुकुलात माझी पहिली नोंद तबलावादक म्हणूनच झाली.

पुण्याला येणार का, असे विचारले तेव्हा भानावर आलो. हो म्हटलं. पुण्याला डेक्कन क्वीनने जायचे होते, तेही बुवांच्या सोबतच. तानपुरा वाजवायला तेही टीव्हीवर. मी आभाळातच होतो.

वाटेत लोणावळा स्थानकावर भेटायला विद्याताई, शौनक, मेखला आणि त्यांच्याकडे काम करणारा व तिथेच आउट हाऊसला राहणारा सदू असे आले होते. शौनक तर दुसरीतच असावा, मेखला अधूनमधून आईच्या कडेवरच होती.

गाडी सुटल्यावर मेखलाचा रडवेला चेहरा अजून आठवतोय. आम्ही रात्री पुण्यात पोचलो. सदाशिव पेठेत उद्यान प्रसाद मंगल कार्यालयाच्या वरच्या खोल्यांमध्ये राहिलो. नंतर लक्षात आलं, कितीही महागडे हॉटेल संयोजकांनी बुक केले असले तरी बुवा पुण्यातील बऱ्याच कार्यक्रमाला तिथेच राहायचे. त्यांचं ते आवडतं ठिकाण होतं. पूना बोर्डिंग हाउसला असलेले टिपिकल मराठी

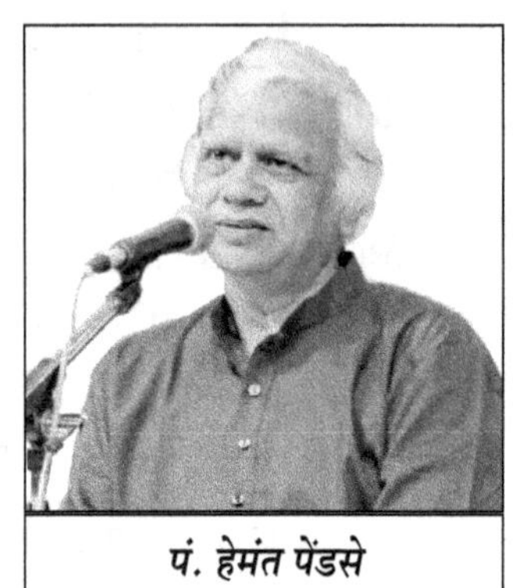

पं. हेमंत पेंडसे

जेवणही त्यांना विशेष आवडत होते. आम्ही पुण्यात आलो, तेव्हा रागमालिका असा कार्यक्रम होता. दूरदर्शनची निर्मिती असावी. कविवर्य सुधीर मोघे निवेदन करायला, तर गायला स्वतः बुवा व त्यांच्याकडे शिक्षण घेणारेच राजाभाऊ काळे, अरुण आपटे व गायिकांमध्ये उषाताई पंडित (देवकी पंडित यांच्या मातोश्री), अलका जोगळेकर, आशाताई खाडिलकर या होत्या. पं. पुरुषोत्तम वालावलकर व मंगेशदादा मुळे साथीला असा संच होता. प्रभात स्टुडिओत रेकॉर्डिंग झाले होते. आशाताई व उषाताई यांच्या मागे तानपुऱ्यावर मी होतो. तो कार्यक्रम टीव्हीवर दोन भागांत दाखवल्याचे आजही लक्षात आहे. पण, आता रेकॉर्डिंग उपलब्ध नाही, असो. बुवांच्या बरोबर पुढे असंख्य प्रवास झाले. पण, हा पहिलाच प्रवास आठवणीत आहे.

अभिषेकी बुवा चालतं-बोलतं विद्यापीठ होतं, ते आज लक्षात आलं. त्याची कारणं त्यांच्या व्यासंगात दडलेली होती. बुवांचा पहाटे चारला दिवस सुरू व्हायचा. बुवा एक तानपुरा आडवा ठेवून वेगवेगळ्या थाटांत पलटे घोटत होते. वेगवेगळ्या घराण्यांतील बंदिशी व त्या कलाकारांचा विचार स्वतः समजावून घेत होते. मुलांनी हे करायला हवं, हे नुसतं न सांगता ते स्वतःच गात होते, स्वतः अभ्यासत होते. गाण्यात शॉर्टकर्ट नसतो, हा गुरुकुलात मिळालेला तिसरा धडा.

गुरुकुल म्हटल्यावर त्यात बुवांच्या बरोबर त्यांच्या पत्नी विद्यातार्ई अभिषेकी यांचा तितकाच महत्त्वाचा वाटा आहे. जे बुवांच्या ताटात वाढलेलं असायचं, तेच आम्हा सगळ्यांना वाढलं जायचं. तेही बुवांच्या बरोबर सगळेच बसायचे.

१९८२ नंतर मी नोकरीस जायला लागलो. त्यामुळे विद्यातार्इ तेव्हा माझी वाट पाहत असत. मी आल्यावर आम्ही दोघे शेवटी जेवायला बसायचो. इतके शिष्य जेवणाबरोबरच घरात ठेवून घेणे ही अद्वितीय जगावेगळी गोष्ट इथल्याच गुरुकुलात घडली होती. कोणतीही सरकारी मदत नसताना हे घडत होतं. आता प्रत्येक क्षुल्लक गोष्टीकरिता सरकारी अनुदान मागण्यासाठी संस्था जाताना दिसतात, तेव्हा बुवांच्या गुरुकुलसाठी यात बुवांचा व अभिषेकी वहिनींचा किती त्याग आहे, हे लक्षात येतं. गुरुकुलात जे काही घडलं, त्यात विद्यातार्इ व कुटुंबातील सदस्यांचे मोठे योगदान आहे. कोणतेही शुल्क न घेता इतक्या लोकांना शिक्षण दिलं, खाऊपिऊ घातलं, संस्कार दिले व याची कोणीतरी दखल घ्यावी, असं कधीही त्या दोघांनाही वाटलं नाही.

बुवांची शिष्यपरंपरा फार मोठी आहे. मुंबईला असताना देवकी पंडित, राजाभाऊ काळे, अर्चनातार्इ कान्हेरे, आशातार्इ खाडिलकर अशी मुंबईकर मंडळी सायंकाळी शिकायला यायची. माझ्यासह सुधाकरभय्या देवळे, रमेश सुखटणकर, दरेकर अशी मंडळी घरीच राहूनच शिकत होतो. मी तिथे सुरुवातीला तबल्यावर ठेका देत असे. तिथं गाण्यात मी, दरेकर, चंद्रकांत तसे पिछाडीवरच होतो. पुण्यात मात्र सर्वांचं शिक्षण सुरू झालं. विशेषतः शौनकचंही इथेच शिक्षण सुरू झालं. पुण्यात डॉ. समीर दुबळे, सुधीर नायक, विजय कोपरकर, महेश काळे, मकरंद हिंगणे, विनोद पाल्येकर, गौरी व डॉ. विद्यातार्इ दामले, माधुरी जोशी अशी मंडळी यायला लागली. शुभाजी मुदगल तर दिल्लीहून यायच्या. विनोद डिग्रजकर, वसंतराव मराठे, देवकी पंडित, पं. राजा काळे असे यायचे आणि घर भरून व भारून जायचं. आजूबाजूला शिष्य असेल तर बुवांच्या चेहऱ्यावरही आनंद ओसंडून जायचा. गोव्यातून पुरुषोत्तम, महादेव, विनोद पाल्येकर तिघेही शिष्य गोव्याहून पुण्यात आले की त्यांना गोव्यातील बातम्या ऐकून सर्वांत जास्त आनंद व्हायचा. जणू गोव्याचा निसर्गच भेटायचा.

अशा गुरुकुलात गायन विषय निघाला की वातावरण गंभीर व्हायचे. रियाज आणि रियाज, किती तऱ्हेनं रियाज करावा? कलाकारानं आपला दिनक्रम कसा बांधून घ्यावा? बाहेरील व्यक्ती असल्यास किती बोलावं? मोजकं, माफक बोलणं कसं असतं, याचा वस्तुपाठ आम्हाला गुरुकुलात मिळाला. बुवांना भेटायला

कलाकार यायचे, तेव्हा कुठं-कुठं नवीन काय ऐकलं, याची चौकशी व्हायची. हल्ली कार्यक्रमाच्या चौकशा म्हणजे कोण-कोण स्पॉन्सरर आहेत, याचा कानोसा घेतला जातो. कार्यक्रमाच्या वेळी बुवा कोणाशीच बोलायचे नाहीत. कुठे बाहेर जायचे नाहीत. आपण बरं, आपले तानपुरे बरे अशी भूमिका असे. कार्यक्रमाला तास-तास आधी तानपुरे वाजलेच पाहिजेत, हा शिरस्ता. कुठल्याही वयापर्यंत वाचन आणि शिक्षण यात खंड पडला नाही. तुम्ही कलाकार म्हणून कसेही असाल, तरी विद्वान मंडळींचे गायन कसे ऐकावे, हे त्यांच्याकडून शिकलो.

१९८४ मधील दादरमधील एक प्रसंग... दुपारी तीनला रियाजाला बुवा बसले. अचानक चारला थांबले. म्हणाले, 'चला, तयार व्हा.' मला ते अहो-काहो का म्हणायचे ते आजवर समजू शकले नाही. टॅक्सी केली. दादर माटुंगा कल्चरल सेंटरला उतरलो. मला दोन भारतीय बैठकीची तिकिटे काढायला सांगितली. ते जरा मागेच थांबले. तिकिटे काढून मी त्यांना बोलावलं. मग आले. मग माझ्या लक्षात आले, की त्यांना कार्यक्रमाला फुकट जायचं नव्हतं. आत गेल्यावर लोकांची धांदल उडाली. संयोजक बुवांना कोचवर बसण्यासाठी विनंती करू लागले. पण, बुवा थेट त्या गायकासमोर मांडी घालून एकाग्रतेने गायन ऐकू लागले. अशा श्रीमंत मैफलीचे काय वर्णन करावे? श्रोत्यांमध्ये पं. अभिषेकी बुवा होते; तर व्यासपीठावरचे मैफलीचे गायक होते, अत्यंत लोकप्रिय नाट्यसंगीत गायक व नट कलाकार पं. छोटा गंधर्व. टॅक्सीतून परतताना म्हणाले, की छोटा गंधर्व यांना आम्ही विशिष्ट सीमारेषेत बांधून ठेवले आहे. त्या पलीकडे ते फारच मोठे संग्रह केलेले गवय्ये आहेत, हे समजायला आपण सगळे कमी पडलो. मला यातलं तेव्हा फार काहीच कळलं नाही. पण, त्यांच्या म्हणण्याचा मथितार्थ समजला होता. या प्रसंगातून मला खूप काही शिकायला मिळाले.

१९८५पर्यंत तर ते चतुरस्त्र मैफली करणारे अत्यंत व्यग्र व्यस्त कलाकार म्हणून त्यांना जग ओळखत होते. पुणे त्यांना मनापासून आवडायचे. म्हणून १९८५ नंतर पुण्यात आले. इथे आल्यावर त्यांनी तब्येत व प्रवास झेपेल असेच कार्यक्रम स्वीकारायचे ठरवले असावे. पण, सवाई गंधर्व महोत्सवात एका दिवसाची सांगता त्यांच्याच गायनाने व्हायची. मी १९७८ मध्ये गेलो, तेव्हा त्यांच्याकडे दादरच्या फ्लॅटमध्ये माणसांना जागा अपुरी असतानाही २०० तरी पुस्तकं होती. जवळच

हाताशी लागणारी पुस्तकं त्यांच्या आसनाच्या आजूबाजूला असायची. एक साधे वेताचे शेल्फ होते. वारंवार लागणारी सगळी पुस्तकं समोर दिसली पाहिजेत, हे त्यांच्या दृष्टीने गायकांसाठीचं योग्य इंटिरिअर. गायकाने वाचनाची सवय लावून घेतली पाहिजे, नाहीतर बडबडीत वेळ घालवून बसतो, असा त्यांच्या वागण्यातून मिळालेला धडा. त्या वेळी अभिनव गीतांजलीचे तीन खंड घेऊन ते वाचन करून बंदिशीचा अभ्यास करताना मी स्वतः पाहिलं आहे.

शनिवारी पुण्यातील बी. जे. वैद्यकीय महाविद्यालयाची रात्रीची जमलेली मैफल. मग रविवारी सकाळी गंगोळी यांच्याकडील तुफानी मैफल आणि रात्री उशिराने कोल्हापूर येथे झालेल्या मैफलीत गायन झाल्यावर दुसऱ्या दिवशी ओपल हॉटेलला झोपी गेलेले बुवा सकाळी नऊपर्यंत झोपतील, असा अंदाज होता. पण, बंडोपंत ड्रायव्हरला सांगितलं, सकाळी सहाला खांसाहेबांकडे जायचे आहे. अभिषेकी बुवा स्वतः मैफलीचे राजे असतानाही सेवकाप्रमाणे कोल्हापूर येथे बाबा म्हणजे अजीजुद्दीन खांसाहेब यांच्यासमोर बंदिशी शिकायला बसायचे. असे हे दृश्य मी डोळ्यांनी पाहिलं आहे. हा दुर्मिळ आदर्श आम्हाला जवळून पाहता आला. एका गुरूमध्ये माणुसकी, साधेपणा, मुद्दाम गाण्यासाठी बनविलेली अबोल वृत्ती, आदर्श गुरू, आदर्श शिष्य, कोठीवान गवई, अभ्यासक, अद्वितीय संगीतकार, उत्तुंग असा रचनाकार अशी अनेक आभूषणं असलेली ती असाधारण व्यक्ती होती.

समाजाने त्यांना खळखळून हसताना कदाचित पाहिलं नसेल. पण, कोल्हापूरला पं. विनोद डिग्रजकर यांचं घर त्याला जणू अपवाद होते. गोवा, कोल्हापूर इथं जणू ते लहान होऊन आनंदून जायचे. आता अशा अनेक आठवणींनी मन हेलावून जाते. पण, अशा गुरुकुलात राहायला मिळालं, हे जन्मोजन्मीचे भाग्य. अशा गुरूना व गुरुमाऊली विद्यातार्इ अभिषेकी यांना शतशः नमन..!

अविस्मरणीय मैफल
अनुभवण्यासाठी
क्यूआर कोड स्कॅन करा.

पं. मधुसूदन कानेटकर
एक गुरुतत्त्व आणि शिष्यतत्त्वही!

आयुष्यातील नकारात्मकतेतून सकारात्मकता कशी निघू शकते, याचं पं. मधुसूदन कानेटकर हे मूर्तिमंत उदाहरण आहे. त्यांच्या व्यक्तिमत्त्वाचा पैलू म्हणजे त्यांची शेवटपर्यंत टिकून राहिलेली मधुकर वृत्ती! नवीन राग, आवडलेली बंदिश शिकण्याची त्यांची भूक कधीच शमली नाही. सर्वांत महत्त्वाचे म्हणजे त्यांनी गाणं शिकण्यातला, शिकवण्यातला, ऐकण्यातला आनंद शिकवला. आपल्या आयुष्याकडे पाहण्याची एक वेगळी दृष्टी दिली. स्वतः स्वतःच्या आयुष्याला अर्थ द्यायला शिकवलं.

- मधुवंती देव
madhuvanti.deo@gmail.com

'आप्पा' म्हणून सर्वांना परिचित असलेले माझे गुरू पं. मधुसूदन कानेटकर संगीत क्षेत्रातील पितामह होते. मला त्यांच्याकडे शिकायला मिळाले. त्यांचे प्रेम मिळाले. मलाच नाही, तर माझ्या मुलाला, निनादलाही मिळाले. यासाठी त्या जगन्नियंत्याचे जेवढे आभार मानावे, तेवढे थोडेच आहेत. कलेच्या क्षेत्रातील गुरू आणि शिष्याचं अद्वितीय नातं, हा 'सांगण्याचा' विषय नाही, तो एक अनुभव आहे. शिष्यांच्या मनात आपल्या गुरूचं 'अढळ' असं स्थान असतं. कलेच्या क्षेत्रातील ही

पं. मधुसूदन कानेटकर

व्यक्तिपूजा अटळ आहे. गुरूने दिलेली विद्या, तिचं महत्त्व याची जाणीव असेल, तर शिष्य आयुष्यभर गुरूचा ऋणी असतो. गुरूचं स्मरण, हीच त्याची अभ्यासाची प्रेरणा असते.

आप्पांच्या मनात कोल्हापूरला एक विशेष स्थान होतं. कारण, त्यांची उमेदीच्या काळातली महत्त्वाची वर्षे ते कोल्हापूरला राहून गुरू पै. भुर्जीखांसाहेब यांच्याकडे जयपूर घराण्याच्या गायकीची तालीम घेत होते. शेवटपर्यंत, आम्हाला शिकवताना 'आमच्या खांसाहेबांचा' उल्लेख, त्यांचं स्मरण, त्यांची तालीम हे सर्व आप्पांच्या बोलण्यात सतत असायचे. त्या काळात मधूनमधून मुंबईहून कोल्हापूरला येणाऱ्या पै. अल्लादिया खांसाहेबांचा बहुमोल असा सहवासही त्यांना मिळाला. पै. अल्लादिया खांसाहेबांचे नातू पै. अजीजुद्दिन खांसाहेब यांच्याकडे तर आप्पा शेवटपर्यंत म्हणजे आप्पांच्या वयाच्या नव्वदीपर्यंत शिकत होते. खांसाहेबांकडून नवनवीन राग, जयपूर घराण्याच्या दुर्मिळ बंदिशी घेत होते.

गुरू पै. भुर्जी खांसाहेब, पं. अंतुबुवा जोशी, पं. गजाननबुवा जोशी, गुलूभाई जसदनवाला, पं. बी. आर. देवधर, पै. अजीजुद्दिन खांसाहेब आणि मानसगुरू मास्तर कृष्णराव, सुरेशबाबू माने, पै. विलायत हुसेन खांसाहेब या सर्वांमुळे आप्पांची सांगीतिक जडणघडण झाली.

आकाशवाणीतील नोकरीची वर्षे आणि निवृत्तीनंतरही आप्पा शिकतच होते. त्यांची अभ्यासाची तळमळ, जिथे-जिथे जे-जे उत्तमोत्तम दिसले, ते वेचून

मिळवण्याची धडपड, निसर्गातूनच नाही, तर Yanni, मोझार्ट यांच्या रचनांचाही आनंद घेण्याची वृत्ती, आम्हा शिष्याकडून कोणतीही सेवा, दक्षिणा याची अपेक्षा न ठेवता निरपेक्षपणे विद्यादान करण्याची त्यांची आस, त्यांनी दिलेल्या विद्येबरोबरच या गोष्टीही अंगात रुजवण्याचा प्रयत्न आम्ही शिष्य करीत आहोत.

आयुष्यात ज्यांचा आदर्श ठेवावा, अशी माणसं भेटणं फार दुर्मिळ होतंय. मी खूप भाग्यवान, मला गुरू असेच मिळाले! अशा ऋषितुल्य माणसाविषयी वाचनातून, ऐकण्यातून प्रेरणा घेऊन, मुलांनी आपलं आयुष्य घडवावं, असं मला वाटतं. कोल्हापूरच्या संगीत क्षेत्रातील बुजुर्गांना आप्पा माहीत आहेत. हल्लीच्या पिढीसाठी या लेखातून प्रेरणा मिळावी, ही सदिच्छा!

उपजीविकेसाठी कराव्या लागणाऱ्या तडजोडीतून आप्पांनी आकाशवाणीतील नोकरीचा सदुपयोग करून घेतला. ही एक मोठी संधी मानली आणि तिचं अक्षरशः सोनं केलं. मोठमोठ्या कलाकारांशी, साहित्यिकांशी सहवास केला. साहित्य, संगीत याविषयी विचारांची देवाणघेवाण केली. मधुकर वृत्तीने वेगवेगळ्या गवय्यांकडून त्यांना आवडलेले अस्ताई, अंतरे घेतले आणि आपली साधना वेगळ्या तऱ्हेने सुरू ठेवली.

कवी गिरीश यांसारखे पुरोगामी विचार करणारे वडील, त्यांच्यामुळेच आप्पांना संगीताचा व्यासंग करता आला. त्यांच्यामुळेच लहानपणापासून साहित्याचे संस्कार मनावर झाले. गाण्यात एक वेगळा भाव आला. अतिशय सुरेल, निकोप आवाज, सौंदर्यदृष्टी, उत्तम ग्रहणशक्ती, मेहनती, अभ्यासू वृत्ती, गुरूंचे आशीर्वाद यांसारख्या मैफलीचे गायक म्हणून नावारूपाला येण्यासाठी अनुरूप गोष्टी असल्या तरी आपली ती मनीषा त्यांना बाजूला ठेवावी लागली. पण, निराश न होता त्यांनी संगीताचा उत्तम व्यासंग केला. जयपूर घराण्याचे अनवट राग, पेचदार गायकी, बंदिशी असे गायकीचे व्याकरण आत्मसात केलेच. पण, तेवढ्यावर न थांबता त्या गायकीचे मर्म, सौंदर्यस्थळे शोधत राहिले. आकाशवाणीत भेटलेल्या मोठ्या मोठ्या गायक, वादकांच्या गायकीच्या छटाही त्यात मिसळत राहिल्या. अतिशय परिश्रमातून मिळवलेली, कमालीची सहजता हे त्यांच्या गाण्याचे वैशिष्ट्य होते.

गायक म्हणून मैफली करायच्या नाहीत, असे ठरवल्यावर त्या निर्णयावर ते अतिशय ठाम राहिले. कितीही आग्रह केला तरी घरगुती मैफलीलाही त्यांचा

ठाम नकार असायचा. त्यामुळे आम्हा शिष्यांना त्यांचं जे गाणं ऐकायला मिळालं, ते आमच्यापर्यंतच राहिलं.

एवढंच नाही तर सर्व मानसन्मान, प्रसिद्धी यापासूनही आप्पा खूप लांब राहिले. आपला शिष्य निवडताना त्यांनी ते अतिशय पारखून घेतले. पण, एकदा शिष्य म्हणून स्वीकार केल्यावर अतिशय अगदी जीव ओतून, काहीही हातचे राखून न ठेवता शिकवले.

मधुवंती देव

सांगलीत असताना राजेंद्र मणेरीकर, रेखा देशपांडे, सुनीता गुणे, ऋषीकेश बोडस, संजय दीक्षित, सुधाकरराव रानडे, अलकाताई देव-मारुलकर आणि मंजिरी असनारे-केळकर यांना, कोल्हापूरच्या वासंतीताई टेंबे आणि पुण्यात आल्यावर कुमुदिनीताई काटदरे, वर्षा जोशी-सोहोनी, अरुंधती भेडसगावकर, सौ. अंजोर दीक्षित, मंजिरी आलेगावकर, मी आणि निनाद देव आम्हाला शेवटपर्यंत, अगदी रुग्णालयातही विद्यादान सुरू होते. 'कोणतीही गायकी, परंपरा ही जखडून ठेवणारे जाचक बंध नसून, प्रेमाने स्वीकारलेले, मान्य केलेले बंध असावेत,' असं त्यांना पै. अल्लादिया खांसाहेबांनी सांगितले होते.

'जयपूर घराण्याची गायकी ही गायकाची बुद्धी, निर्मितीक्षमता खुलवणारी आहे. त्यामुळेच यात बंधनात स्वातंत्र्याचा अनुभव येतो आणि या घराण्याच्या प्रत्येक गायकाच्या गायकीची नाळ ही घराण्याशी जोडलेली असली, तरी गायकी प्रत्येकाची स्वतंत्र, वेगळी वाटते. त्यात फक्त ते घराणंच नाही तर त्या गायकाचं व्यक्तिमत्त्व दिसतं, जे व्हायला हवं,' असंही पै. अल्लादिया खांसाहेबांनी त्यांना सांगितलं होतं.

जयपूर घराण्याच्या लयीबद्दलही आप्पा आग्रही नव्हते. लयीशी कोणतीही झटापट न करता सहज खेळत-खेळत गावे, असे ते शिकवत. जयपूर घराण्याच्या गायकीतील सौंदर्यस्थळे, रागाची निकोप मांडणी, प्रवाही लगाव याबरोबरच ठुमरी, नाट्यगीतातले स्वरांचे वेगळे झोतही सांगायचे. रागगायन शिकायला

सुरुवात करण्याअगोदर सुगम संगीत गावे, असे त्यांचे मत होते. ठुमरी, दादरा, भावगीत यातील भाव, रस हा रागगायनात झिरपला की रागगायन रसपूर्ण होते, असे ते सांगत. पण, त्याबरोबरच रागाची ठुमरी न होऊ देण्यासाठी आग्रही होते.

आम्हा प्रत्येक शिष्याला एकसारखे न शिकविता त्यांनी शिष्याला, त्याच्या आवाजाला, त्याच्या मर्यादा आणि खासियत, त्याचा कल हे सर्व ओळखून त्याप्रमाणे शिकवले. मंजिरी असनारे-केळकरला गायिका म्हणून तयार केले. कोणाला भरपूर राग, बंदिशी दिल्या. कोणाला त्याबरोबर अभ्यास कसा करायचा, तेही शिकवले. राग वाचक, ताल वाचक, बंदिश वाचक असे विचार करायला शिकवले. कसे शिकवायचे हे शिकवले, आणि कसे शिकायचे हेही शिकवले. हे असे वेगवेगळ्या शिष्यांना वेगवेगळ्या पद्धतीने, वेगवेगळ्या विचारांनी शिकवण्याचा विचार त्यांना पै. अल्लादिया खांसाहेबांकडून मिळाला, असे ते सांगायचे. त्यांनी जे ऐकलं, जे शिकलं त्यावर कमालीचा विचार करून ते आत्मसात केलं. असं आपण ऐकलेलं, आवडलेलं, मूळ रागाच्या गाभ्याला, गायकीला धक्का न लावता आपल्या गाण्यात कसं आणि किती घ्यावं, यावर कसा विचार करायचा, हे त्यांनी शिकविलं.

त्यांनी खूप काही शिकविलं, आणि खूप काही आम्ही त्यांच्या जगण्यातून, त्यांच्या वागण्यातून शिकलो. शिक्षण सोडून कोल्हापूरला येऊन पै. भुर्जी खांसाहेब यांच्याकडे जयपूर घराण्याच्या गायकीची तालीम घेण्याचा त्यांचा निर्णय आणि त्यांचे वडील कवी गिरीश यांनी त्याला दिलेला पाठिंबा या दोन्ही गोष्टी जगावेगळ्या आहेत. यातून गाणं शिकण्याची त्यांची ओढ आणि जिद्द दिसतेच. त्याबरोबर त्यांना मानस, कलागुणांना ओळखून कवी गिरीशांनी त्यांना दिलेला पाठिंबा. सगळेच अद्वितीय!

या निर्णयामुळे आप्पांच्या आयुष्याला एक वेगळी कलाटणी मिळाली. त्या तालमीतूनच आप्पा घडले. अशीच आणखी एक मोठी कलाटणी त्यांच्या आयुष्याला मिळाली, जेव्हा त्यांनी ही तालीम सोडून आकाशवाणीत नोकरी करण्याचा निर्णय घेतला तेव्हा. अर्थात, हा निर्णय आप्पांना नाईलाजाने घ्यावा लागला होता. जयपूर घराण्याचे गायक म्हणून नावारूपाला येत असताना, 'छोटे भास्करबुवा'अशी त्यांची ओळख निर्माण होतानाचा हा निर्णय निराशाजनक होता,

यात शंका नाही. आयुष्यात असे अनेक निर्णय घ्यायला लागतात. पण, त्याने निराश न होता, मनाला खच्ची होऊ न देता आपलं आयुष्य कसं घडवावं हे यातून शिकण्यासारखं आहे. खांसाहेबांची तालीम सोडून अर्थार्जन करण्याची गरज आणि कलावंताच्या आयुष्यातील अस्थिरता, आर्थिक अनिश्चितता लक्षात आल्यावर आप्पांनी आकाशवाणीत नोकरी करायचं ठरवलं. ज्यामुळे संगीत क्षेत्रापासून ते फार लांब जाणार नाहीत. आणि संगीताची उपासना करता येईल. आणि मग आकाशवाणीत आगळी संगीत उपासना सुरू झाली. नोकरीत मनाविरुद्ध काम करतानाही या उपासनेतून त्यांनी एक वेगळी ऊर्जा मिळवली.

आयुष्यातील नकारात्मकतेमधून सकारात्मकता कशी निघू शकते, याचं हे मूर्तिमंत उदाहरण आहे. आप्पांच्या व्यक्तिमत्त्वाचा पैलू म्हणजे त्यांची शेवटपर्यंत टिकून राहिलेली मधुकर वृत्ती! नवीन राग, आवडलेली बंदिश शिकण्याची त्यांची भूक कधीच शमली नाही. माझे सासरे, गुरू पं. राजाभाऊ देव (दादा) हे आप्पांचे खूप जुने, खूप जवळचे मित्र! दादांनी केलेल्या बंदिशी आप्पांना खूप आवडायच्या. दादांची शुद्ध कल्याण रागामधली बंदिश आप्पांनी माझ्याकडून माझ्या मागे लागून शिकून घेतली. आप्पांची विद्यार्थिदशा कधीच संपली नाही. नव्हे, त्यांनी कधी संपू दिली नाही. शास्त्र सांगते, नवीन-नवीन शिकण्यामुळे मेंदू तरुण राहतो. याचा प्रत्यय आप्पांमुळे आला. म्हातारपणाची अनेक लक्षणं त्यांच्यात दिसायचीच नाहीत!

आयुष्याच्या शेवटी कर्करोगासारख्या दुर्धर रोगाबरोबर त्यांचं 'जगणं' यातूनही आम्ही खूप काही शिकलो. रोगाचं निदान झाल्याच्या दुसऱ्याच दिवसापासून त्यांनी आम्हाला शिकवायला सुरुवात केली. एका-एका शिष्याला वेगळं न शिकविता एकत्र शिकविलं, एवढाच काय तो फरक. रोगामुळे, अशक्तपणामुळे गाण्याची शक्ती नव्हती. त्यामुळे रागांचा तौलनिक अभ्यास सुरू झाला. कानड्याचे प्रकार, सारंगचे प्रकार, पूर्वी थाटातले राग असा अनेक रागांचा अभ्यास करता-करता आयुष्याची दोरी लांब झाली. डॉक्टरांनी दिलेली दोन-तीन महिन्यांची मुदतही वाढत गेली. शेवटी हॉस्पिटलमध्ये तर आप्पांनी मला केसरबाईंच्या जयजयवंतीचा अभ्यास शिकवला. रोगाची, वेदनेची कशाचीही चर्चाच आप्पांनी कधी केली नाही. चर्चा केली ती रागांची, वेगवेगळ्या रागस्वरूपांची!

जयपूर घराण्यातील अनेक रागांच्या भिन्न स्वरूपांबद्दल, पाठभेदांबद्दल बोलताना आप्पा म्हणायचे, ''कोण बरोबर, कोण चूक याबद्दल वादात वेळ घालवण्यापेक्षा त्या वेगळ्या स्वरूपाचा अभ्यास करा, त्याचा आनंद घ्या. कलेत गणितासारखं एक अधिक एक दोनच होत नाही, तीनही होतं, आणि ते बरोबरही व आनंददायी असतं.''

शेवटपर्यंत त्यांच्या सहवासातील प्रत्येक क्षणी आम्हाला त्यांच्याकडून काही ना काहीतरी तरी मिळालेच. काही आप्पांनी दिले, काही आम्हाला मिळाले! सर्वांत महत्त्वाचं म्हणजे, आप्पांनी आनंद शिकवला. गाणं शिकण्यातला, शिकवण्यातला, ऐकण्यातला आनंद शिकविला. आपल्या आयुष्याकडे पाहण्याची एक वेगळी दृष्टी दिली. स्वतः स्वतःच्या आयुष्याला अर्थ द्यायला शिकविलं. ३ फेब्रुवारी २००७ ला त्यांना देवाज्ञा झाली. रूढ अर्थाने ते आमच्यात नसले तरी आमच्यातच आहेत, ही जाणीवही आनंद देते. पुढील पिढीतल्या संगीत शिकणाऱ्यांना आणि शिकवणाऱ्यांनाही यातून काही स्फूर्ती व प्रेरणा मिळावी आणि आनंद मिळावा, ही सदिच्छा!

डॉ. वसंतराव देशपांडे घराणे
प्रवास एका घरंदाज गायकीचा

डॉ. वसंतराव देशपांडे यांच्याबाबत बोलायचं म्हटलं, तर त्यांच्या गळ्यावर त्यांची संपूर्ण हुकूमत होती. अत्यंत चपळाईने व सफाईदारपणे फिरायचा त्यांचा गळा. त्यामुळे उत्स्फूर्तता किंवा नावीन्य हे त्यांना सहजसाध्य झालं. त्यांचे सूर आक्रमक असले, तरी अत्यंत आश्वासक होते. अनेक घराण्यांची गायकी अभ्यासताना त्यांनी स्वतःला जे पटलं व त्यांच्या गळ्याला, गाण्याला जे शोभणारं ते व तेवढंच आत्मसात केलं. खूपच जिद्दीनं, चिकाटीनं, डोळसपणानं त्यांनी घडविलं होतं, स्वतःचं गाणं.

- पं. चंद्रकांत लिमये

seemaashoktade@gmail.com

'घेई छंद मकरंद' रेडिओवर गाणे ऐकले. माझ्या मनात 'घेई छंद'ची तान बसली आणि माझे विचारचक्र सुरू झाले. अशी तान मी कधीच ऐकली नव्हती. मी म्हणण्याचा प्रयत्न करून पाहिला. पण, जमेना... झालं, ठरवलं की ही गायकी शिकायची. त्या वेळी मी गायनाचार्य (कै.) पं. नारायणराव व्यास यांच्याकडे गायकी शिकत होतो. त्यांनाही 'तान के कप्तान' अशी पदवी लोकांनी दिली होती. एखादी अचंबित करणारी गोष्ट ऐकली की तो चमत्कार समजून लोक त्या चमत्कारास नाना उपाध्या लावतात. तसंच नानांना. पं. नारायणराव व्यास यांना त्यांच्या सुरांच्या भेंडोळीसारख्या लागणाऱ्या तानांमुळे लोकांनी 'तान के कप्तान' म्हणायला सुरुवात केली. योगायोगाचा भाग पाहा. माझ्या नंतरच्या आयुष्यात 'तान के कप्तान' म्हणून ज्यांची ख्याती होती, अशा फतेअली खान यांचे चिरंजीव दिल्लीचे उस्ताद आशिकअली खानसाहेब यांची प्रत्यक्ष तालीम लाभलेले बुवा- डॉ. वसंतराव देशपांडे मला गुरू म्हणून लाभले.

तानाची, सुरांची, सरगमची ही परंपरा थेट तानसेन म्हणजे पं. तन्ना मिश्र व त्याही आधी पं. स्वामी हरिदास यांच्यापर्यंत जाऊन पोचते. मुघलांच्या खप्पामर्जीपासून वाचण्यासाठी अनेक उत्तम गायक मुसलमान बनले. पण, संगीताची ही धरोहर त्यांनी अखंड प्रवाहित राखली व अनेक गायक, गायिका, बंदिशकार यांच्या अविरत प्रयत्नांमुळे ती चैतन्याने सळसळती राहिली. भारतीय शास्त्रीय संगीताच्या याच अभिजात परंपरेतला एक अनमोल हिरा म्हणजे डॉ. वसंतराव देशपांडे. काय नि किती सांगू त्यांच्याबद्दल! त्यांनीच गायलेलं ते नाट्यपद आहे ना 'तेजोनिधी लोहगोल...' बस्स! अगदी तसंच! त्या तेजोमय भास्करासारखं... आपल्या गुरांचं रागाग्न्य त्यांनी निर्माण केलं व अनेक रसिकांच्या मनावर अनेक वर्षे अधिराज्य गाजवलं... असे माझे बुवा डॉ. वसंतराव देशपांडे. त्यांचा जवळजवळ १२ वर्षांचा गुरू म्हणून अत्यंत निकटचा, जिव्हाळ्याचा सहवास मला लाभला. त्यांचे नाटकाचे दौरे, घरगुती कार्यक्रम, प्रसिद्ध महोत्सवातल्या मोठ्या किंवा छोटेखानी मैफली आणि त्यानंतर त्यांच्या गप्पांच्या मैफली हे सगळं जवळून अनुभवता आल्याने कलाकार व माणूस म्हणूनही मला जास्त कळाले, असं मला वाटतं. बुवांची गायकीच वेगळी होती. आवाजाचा लगाव, स्वरांची फेक, रागातलं जाणं-येणं, बोलबनाव, ताना, सरगम, काहीही अगदी काहीही असू देत, प्रचलित

गाण्यापेक्षा त्यांचं गाणं कानांना वेगळंच लागत असे. राग कसा चालवायचा, त्यातल्या सुरांचं जाणं-येणं कसं आहे, एवढाच विचार म्हणजे गाणं नव्हे. सूर, लय, ताल आणि प्रतिभा यांचा सुंदर कलात्मक मिलाफ म्हणजे गाणं. सगळ्या बंदिशी उत्तम असतातच, असं नाही. पण, बुवांचा स्पर्श झाला की मध्यम दर्जाची बंदिशही उत्तम व्हायची. अनेकांकडे अनेक घराण्यांचं गाणं ते

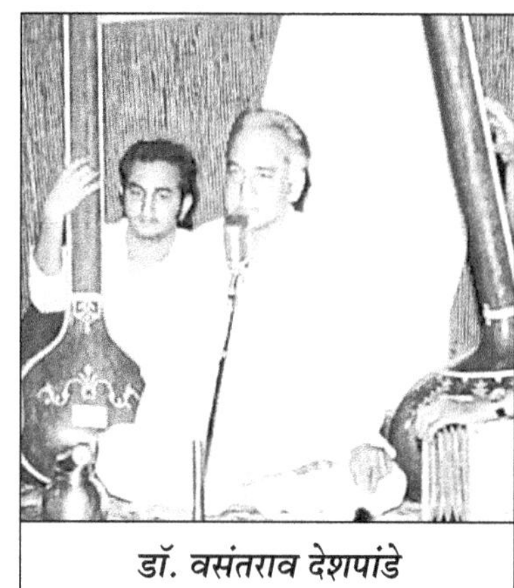

डॉ. वसंतराव देशपांडे

शिकले. पण, एकाच घराण्याची छाप पडली, असं त्यांच्याबाबत होत नाही. त्यांना गाण्यातल्या अनेकविध गोष्टींचं दर्शन घडलेलं होतं, संगीतातले अनेक पैलू त्यांना उलगडले होते. त्यामुळे किराणा घराण्याचं गाणं म्हणजे सुरेलपणा किंवा सुरांना गोंजारणं, जयपूर म्हणजे तालातली उपज घेऊन जलद; पण सुरेल गाणं, ग्वाल्हेर म्हणजे पक्के आडाखे बोलबनाव किंवा एकंदरीतच सर्वांगीण गाणं असा ठराविक चौकटीतला विचार न करता यापलीकडे जाऊन काय करता येईल, ढाचा बदलला तरी गाणं प्रवाही, आकर्षक, रंजक, कसदार कसं राहील, याचा सर्वतोपरी विचार त्यांनी आपल्या गाण्यात अमलात आणला होता.

खरं सांगायचं तर या लेखाला, माझ्या व्यक्त होण्याला मर्यादा आहेत. फुल नाकासमोर धरणं आणि त्या सुवासाचं फक्त वर्णन करणं यात जो फरक आहे ना तसंच हे! बुवांना संगीताचं मर्म सापडलं होतं. त्यामुळे अनेक गोष्टी ते एकाच बंदिशीत समाविष्ट करत. सुरांना पटकन साद घालण्याची अत्यंत हुकमी style होती त्यांची. पाल्हाळ लावून मुद्द्यावर येणं ही त्यांची पद्धतच नव्हती. सुरुवातीलाच त्यांच्या डोक्यात संपूर्ण चित्र स्पष्ट असायचं. त्यांच्या मैफलीत राग लगेच establish व्हायचा. आडलय घेऊन किंवा अर्ध्याच ओळ जलद घेऊन विस्मयकारकपणे समेवर येणं असं बुवा करायचे. सम गाठताना ती रचना गातानाच वेगळ्या गोष्टी करणं, बोलबनाव करताना अत्यंत डौलदारपणे विनासायास सम गाठणं किंवा बोल न तुटता पूर्ण म्हणूनच समेवर येणं ही त्यांची

अशी खास वैशिष्ट्ये होती. त्यांची सरगम तुम्ही लक्षपूर्वक ऐका. त्या सरगमलाही स्वतःचं डिझाईन असायचं, ती सरगम लयीत टाकणं त्यासाठी वेगवेगळे दर्जे वापरणं, त्यातली रंजकता खुलवणं, एका लयीचं चलन सुरू करून दुसरंच चलन मधे सुरू करून ते पूर्ण करणं त्यांना सहजसाध्य होतं.

ते स्वतः उत्तम तबलजी होते. लछछन महाराज, अच्छू महाराज, बिंदादिन महाराज अशा चार गुरूंकडे ते कथक शिकलेले होते. त्यामुळे वेगवेगळ्या लयींचं मिश्रण करणं किंवा एकाच बंदिशेत वेगवेगळ्या लयी करून दाखवणे हे त्यांना जमत असे. शिवाय, कथ्थक शिकल्याने ठुमरी, नाट्यसंगीताला पोषक असा अभिनयाचा जो भाग असतो, तो त्यांच्या गाण्यात add झाला. पण, हे सगळं जरी असलं, तरी त्यांच्या गाण्याचा मूळ गाभा म्हणजे आवाज लावणे. अत्यंत निर्मळ, निखळ, सहज असा सूर आणि स्वच्छ व मोकळा आवाज लावता यायला हवा.

बुवांबाबत बोलायचं म्हटलं तर त्यांच्या गळ्यावर त्यांची संपूर्ण हुकूमत होती. अत्यंत चपळाईने व सफाईदारपणे फिरायचा त्यांचा गळा. त्यामुळे उत्स्फूर्तता किंवा नावीन्य हे त्यांना सहजसाध्य झालं. त्यांचे सूर आक्रमक असले तरी अत्यंत आश्वासक होते. अनेक घराण्यांची गायकी अभ्यासताना त्यांनी स्वतःला जे पटलं व त्यांच्या गळ्याला गाण्याला जे शोभणारं ते व तेवढंच आत्मसात केलं. खूपच जिद्दीने, चिकाटीने, डोळसपणाने घडवले होतं त्यांनी स्वतःचं गाणं.

नागपुरातल्या शंकररावजी सप्रे गुरुजींकडे ग्वाल्हेर गायकीचं शिक्षण घेताना मा. दीनानाथ मंगेशकर यांच्या गायकीचे दर्शन त्यांना घडलं, शिकायलाही मिळालं. त्यांच्यासारखा आक्रमक व फडकता सूर टाकण्याचा आविष्कार त्यांनी आयुष्यभर जोपासला. त्यानंतर थेट लाहोरात उ. असदअली खांसाहेब या अवलिया उस्तादाने त्यांच्याकडून सहा महिने फक्त मारवा पिसून घेतला. तालीम फक्त सहा महिने मिळाली. पण, त्यानिमित्त सुरांची फेक, संपूर्ण राग स्वरूपाचा अंदाज घेणं, अनेक अंगांनी रागाचा विचार करून त्या रागाची पेशकश करणं या संदर्भातली ताकद बुवांनी कमावली. पंजाबमध्ये बुवा उ. आशिकअली खांसाहेब जे 'तान के कप्तान' म्हणून ओळखल्या जाणाऱ्या उ. फतेअली खांसाहेबांचे चिरंजीव होते. त्यांचीही गायकी शिकले. त्यांच्याकडून बुवांनी वैविध्यपूर्ण बंदिशी व वैशिष्ट्यपूर्ण ताना आत्मसात केल्या. तिथे उ. अल्लारखा खांसाहेब हेही त्यांच्याबरोबर शिकत

होते. त्यानंतर पुण्यात (कै.) सुरेशबाबू माने यांनी मोकळ्या मनाने, सढळ हस्ताने व आपुलकीने त्यांना शिकवले. कितीही जलद तान फेकली तरी गळ्यातला सूर सुटता कामा नये, हा संस्कार सुरेशबाबूंनी रुजविला. त्यांच्याकडेच बुवा झुळझुळणारी व अत्यंत मुलायपणे पेटी वाजवण्यास शिकले. भेंडी बाजारवाले उ. अमानअली खांसाहेबांकडे बुवांचे गंडाबंधन झाले. त्यांची वैशिष्ट्यपूर्ण मेरखंड गायकी व स्तिमित करणारी सरगम आपल्याला यायलाच हवी, असा ध्यास त्यांनी घेतला. त्यांच्याकडे शिकताना उ. आमिर खांसाहेब हे त्यांचे सहध्यायी होते.

पं. कुमार गंधर्व हे बुवांचे गुरुतुल्य मित्र. कुमारजींच्या गायकीत लयीच्या फ्रॅक्शनमध्ये सूर टाकला जातो व त्या सुराची आस लयीच्या पुढच्या मात्रेपर्यंत राहते. या सुरांच्या हुकमीपणाने बुवा दीपून गेले व त्यांनी कुमारजींकडे चार वर्षे शिक्षण घेतले. अशा तऱ्हेने पतियाळा, पंजाब, किराणा, ग्वाल्हेर, भेंडीबाजार अशा अनेक घराण्यांच्या गायकींचा बुवांनी अभ्यास केला व या सर्व दिग्गजांच्या तालमीतून त्यांच्या गायकीचे अजब रसायन घडले. या सर्व गुरुजनांची तालीम मिळाली, त्याआधी त्यांचा जीव पूर्णपणे गुंतला होता, तो मा. दीनानाथराव यांच्या गायकीत. मग त्या ओढीनं त्या शोधात ते लाहोर, पंजाबमध्ये खूप फिरले. तिथेच त्यांनी उ. बडे गुलामअली खांसाहेबांचं गाणं, बरकतअली यांची ठुमरी उदंड ऐकली. तिथल्या इतर अनेक दिग्गज कलाकारांचं गाणं, वाजवणं त्यांनी जाणीवपूर्वक ऐकलं व त्यातलं नेमकं सौंदर्यस्थळ हेरून ते स्वतःच्या गाण्यात त्यांनी समाविष्ट केलं.

पाहा, गाण्यातल्या सगळ्या गोष्टी आत्मसात केल्यावरच नवीन काही निर्माण होऊ शकतं. उदाहरणार्थ- सुरेशबाबू माने हे किराणा घराण्याचे ज्येष्ठ गायक, त्यांच्याकडे बुवा दहा वर्षे शिकले. आता दहा वर्षे म्हणजे तसा खूपच मोठा कालावधी. पण, बुवांना कोणी किराणा घराण्याचे म्हणतं का? सुरेशबाबूंच्या गाण्याचे संस्कार घेऊन, त्यातलं त्यांना स्वतःला जे भावलं, ते त्यांनी आत्मसात केलं. पण, त्यांच्यासारखं गाण्याची त्यांनी सवय लावून घेतली नाही. कोणाच्या गायकीतलं नेमकं काय उचलायचं, आपल्या गायकीत ते कशा प्रकारे समाविष्ट करायचं हे बुवांनी नेमकेपणाने हेरलं व हे सगळं करताना आवाजाचा लगाव मात्र स्वतःचाच ठेवला, जो उ. असदअली खांसाहेबांमुळे त्यांच्यात घट्टपणे रुजला होता.

आधी सांगितलं तसं बुवा व उ. आमिर खां हे गुरुबंधू होते. अमानअली

खांसाहेबांकडे मेरखंड पद्धत व सरगम उ. आमिर खांदेखील गात असत. पण, आपल्या गायकीत हा ढंग कसा वापरावा, याचा स्वतंत्रपणे विचार बुवांनी केला होता. त्यामुळे गुरूचे एकच तंत्र, पण ते वापरण्याच्या दोन्ही शिष्यांच्या शैलीत फरक आहे. (आपलं भारतीय शास्त्रीय संगीत अशा प्रकारच्या गुरू-शिष्यांमुळेच समृद्ध आहे) आवाजाचा लगाव, सुरांवर जायची पद्धत, गायकीचं व्याकरण या सर्वांना एका विशिष्ट नियमात किंवा तत्त्वात त्यांनी बांधलं आणि या बेमालूम अशा मिश्रणातून एक स्वतंत्र गायकी त्यांनी निर्माण केली.

एक मात्र होतं, अतिशय कष्टाने त्यांनी हे सगळं गोळा केलं होतं. पतियाळा शैलीच्या शोधार्थ लाहोरमध्ये किंवा पंजाबात जेव्हा ते गाण्यासाठी वणवण करीत होते, तेव्हा त्यांच्या गप्पीष्ट, मिष्किल स्वभावामुळे त्यांचे स्वागतच होत असे. पण, गोष्ट गाण्याकडे आली की विषय बंद. कारण त्यांची स्मरणशक्ती अतिशय तल्लख होती व त्यांच्या बुद्धिमत्तेचा प्रकाश, अत्यंत चपळतेनं फिरणारा गळा यामुळे खांसाहेब लोकांना वाटे की हा मुलगा आपलं सगळंच घेऊन जाईल. त्याकाळी लोकांचा दृष्टिकोन अतिशय संकुचित होता. त्यामुळे बुवांना कोणाही एकाच किंवा एका घराण्याचं छत्र लाभलं नाही व त्यांची वृत्ती अशी बनली की ऐकायचं, लक्षपूर्वक ऐकायचं व त्या गाण्याचा निचोड आत्मसात करायचा. हा नकार, अपमान, अवघडलेपणा, ही कटूता त्यांनी पचवली व एका विलक्षण जिद्दीनं त्यांनी स्वतःचं गाणं घडवलं. तर अशी ही बुवांची आगळीवेगळी गायकी! जी ते अनेक वर्षे गात होते. पण, 'कट्यार काळजात घुसली' या नाटकामुळे ती आम जनतेपुढे आली व त्यातल्या विस्मयकारकतेमुळे लोक अक्षरशः दीपून गेले. कधीही ऐकायला गिळ्ळलं नाही, अशा मिश्रणाचं, कान तृप्त करणारं गाणं रसिकांना ऐकायला मिळालं. गेली अनेक वर्षे त्याच गायकीचा ध्यास, मनन, चिंतन व सादरीकरण करणं हा माझ्या आयुष्याचा निदिध्यास आहे. हा अविरत आनंद मला व सर्वच रसिकांना मिळावा, ही त्या जगन्नियंत्याच्या चरणी मनापासून प्रार्थना.

अविस्मरणीय मैफल
अनुभवण्यासाठी
क्यूआर कोड स्कॅन करा.

घराण्यांच्या स्वरवाटा

घराण्यांतील सौंदर्यमूल्ये आणि रागदारी संगीत

आपल्या गायकीचा, घराण्याचा गायकाला निश्चितच अभिमान असतो. त्या-त्या घराण्यातील बुजुर्ग, ज्ञानी गायकांनी गायकीसंदर्भात एवढे कार्य करून ठेवले आहे, की त्या सर्वांच्या समोर त्या घराण्यातील शिष्य नतमस्तक होतो. त्याला त्यांचा अभिमान वाटतो. त्यांच्या गायकीतील चांगल्या गोष्टी, भावलेल्या गोष्टी तो आपल्या गायकीत आणण्याचा प्रयत्न करतो. तो आपल्या घराण्याशी एकजीव झालेला असतो. अशा स्थितीत ज्या गायक कलाकारांनी इतर घराण्यांच्या गायकीतील चांगल्या गोष्टी आत्मसात करण्याचा प्रयत्न केला, त्यांनी आपली गायकी वेगळी आणि सुंदर बनवली.

- डॉ. विनोद ठाकूर-देसाई

vinod1122thakurdesai@gmail.com

शास्त्रीय संगीत ज्या वेळी मी शिकायला सुरुवात केली, त्या वेळी रागांबरोबर हळूहळू घराणी, त्यांची नावं, त्यांची वैशिष्ट्ये आदी गोष्टी माझ्या कानांवर पडू लागल्या. अशा प्रकारे संगीतातील घराण्यांप्रती माझं कुतूहल जागं होण्यास सुरुवात झाली. माझ्या मनाशी नेहमी एकच प्रश्न पडू लागला, की आपण जी गायकी शिकतोय किंवा गातोय ती कोणत्या घराण्याची गायकी आहे? जर ती एका विशिष्ट घराण्याची असेल तर त्या घराण्याची वैशिष्ट्ये कोणती? जर ती मिश्र घराण्यांची असेल तर ती प्रत्येक घराण्याकडून आपण शिकत असलेल्या गायकीत त्या-त्या घराण्यांची कोणती वैशिष्ट्ये समावेशीत झाली आहेत? अर्थात, हे प्रश्न माझ्या गुरुजींना जेव्हा मी विचारायचा प्रयत्न केला त्या वेळी त्यांचे एकच उत्तर असे, की 'मी जे म्हणतो किंवा मी जसं उच्चारण करतो तसं अनुकरण कर, तुला घराण्यांची वैशिष्ट्ये आपोआप कळतील.' जसजसा हा गानप्रवास सुरू झाला, तसतशी कंठसंगीतात जवळजवळ १६ किंवा १७ पेक्षा अधिक घराणी आहेत, याचे ज्ञान झाले.

पुढे आमच्या घराण्यात हे उच्चारण चालत नाही, आमच्या घराण्यात हा राग असा गायला जातो, आमच्या गुरूंनी ही बंदिश अशी सांगितली आहे, आम्ही विलंबित तीनतालमध्येच गातो, आम्ही झुमऱ्यात गातो, तर कोणी एकताल किंवा तीलवाड्यात गातो, अशा प्रकारची बुजुर्गांची किंवा घरंदाज तालीम घेणाऱ्यांची चर्चा, विधाने कानांवर पडू लागली; तर दुसऱ्या बाजूला संगीतातील घराणी आता नामशेष होत चालली आहेत, घराण्यांच्या भिंती आता कोसळल्या आहेत, मी या घराण्याचा हा रंग घेतला आहे, ज्या घराण्याचं जे चांगलं आहे, ते आपल्या गायकीत घ्यावं, घराण्यांच्या पलीकडे जाऊन गायकीचा विचार करावा वगैरे बाजूही कानांवर पडू लागल्या. घरंदाज गायकी म्हणजे पाठांतराची गायकी असे मुळीच नाही. घराणे या शब्दातच घरंदाजपणा हा अर्थ निहित आहे. घरंदाजपणा हा शिस्तीवर अवलंबून असतो. शिस्त ही परंपरेतून आलेली असते. परंपरेचे काही नियम असतात, एक पद्धत किंवा रीतिरिवाज असतात. घराण्यांच्या अगोदर प्रबंधगायन आणि धृपदगायन या गानविधाही काटेकोर आणि नियमबद्ध होत्या. धृपदाच्या चार 'बाण्या' किंवा शैली आहेत. धृपदाचे स्थायी, अंतरा, संचारी आणि आभोग असे चार भाग असतात.

या परंपरेतूनच ख्याल गायकी हळूहळू प्रचलित झाली. या गायकीत धृपदाच्या

उ. राशीद खां

बाण्यांप्रमाणे घराणी अस्तित्वात आली. काही धृपद गायकांनी धृपद गायकी सोडून ख्याल गायनास सुरुवात केली. काही धृपदे त्यातील संचारी व आभोग हे भाग वगळून केवळ स्थायी अंतरा घेऊन ख्याल म्हणून प्रचलित झाली. धृपदातील शब्द, राग व तालातील नियमबद्धता, काटेकोरपणा यात ख्यालाने शिथिलता आणली.

संगीतात स्वर हा महत्त्वाचा घटक आहे. शब्दांचा काटेकोरपणा थोडा बाजूला सारून स्वरांद्वारे आकृत्या निर्माण करता येतील आणि कल्पनाविलासाला वाव मिळेल अशा एका घाटाचा उदय झाला. हा घाट म्हणजे आज प्रचलित असलेली ख्यालगायकी होय. संगीतातील आद्य घराणे म्हणजे ग्वाल्हेर घराणे. या घराण्याला घराण्यांची गंगोत्री मानतात.

ग्वाल्हेर घराण्यातूनच इतर घराण्यांचा जन्म झाला. जयपूर-अत्रौली, आग्रा, किराणा, पतियाळा, मेवाती, बनारस, भेंडीबाजार, इंदूर, रामपूर सेहस्वान अशी प्रचलित घराणी आहेत. खरं तर घराणी असावी किंवा नसावी, याबद्दल वेगवेगळी मते आहेत. त्या मतांचा ऊहापोह करण्यापेक्षा ख्यालगायन आणि घराणी यांतील सकारात्मक सौंदर्यमूल्ये कोणती? याबाबत विचार करणे अधिक योग्य ठरेल. त्याचबरोबर 'नवीन पिढीला घराण्यांचे सोयरसुतक नाही' हे विधानही तपासून पाहता येईल. कारण इंटरनेटच्या माध्यमातून अनेक बुजुर्ग, घरंदाज गायकांची ध्वनिमुद्रणे उपलब्ध झाली आहेत. नवीन पिढीलाही आपल्या पूर्वजांनी घराण्यांचा जो शास्त्रशुद्ध ठेवा जपून ठेवला आहे, त्या ठेव्याबद्दल आस्था आहे.

जुन्या पिढीकडून गायकीतील सौंदर्यमूल्ये त्यांना घ्यावी वाटतात. परंतु, यांत दोन बाजू आहेत. एक पिढी अशी आहे की ज्यांनी आपल्या एक किंवा मिश्र घराण्यांची गायकी असलेल्या गुरूंनी आखून दिलेल्या गायकीच्या चौकटीत राहून आपली गायकी, आपल्या पूर्वापार चालत आलेल्या गायनपरंपरेचा वारसा

जपणे, समृद्ध करणे यावर भर दिला आहे; तर दुसरी पिढी अशी आहे की ज्यांनी अनेक घराण्यांतून काही सौंदर्यघटक घेऊन आपली एक स्वतंत्र गायकी, आपलं एक अस्तित्व निर्माण करण्याचा प्रयत्न केला आहे. यात त्यांची गायकी कधी यशस्वी झाली आहे; तर कधी दिशाहीनही झाली आहे. वरील सर्व बाबी विचारात घेता घराण्यांनी

पं. जसराज

आपल्याला काय दिलं? याचा ऊहापोह करणे आवश्यक आहे.

खयाल गायकीतील उच्चारण

घराण्यांची सर्वांत मोठी देन म्हणजे खयाल गायकीतील उच्चारण **पंडित शरच्चंद्र आरोलकर** यांनी एका ठिकाणी खयालाबद्दल म्हटले आहे, की 'उच्चारणकलेचा सर्वोच्च बिंदू म्हणजे खयाल.' हे उच्चारण स्वरसमूहाचे असो किंवा स्वरांमध्ये लपेटलेल्या शब्दांचे असो. उच्चारण हे गुरूने केलेल्या संस्कारातूनच येते. या उच्चारणातील बेहेलावा अंग, गमक, आस, लय आदी घटक गुरूच्या तालमीतून येतात. पंडित दिनकर कायकिणी म्हणतात, की 'रागात जे स्वर आहेत, त्यांचे जे रागांग बनते, त्या रागांगात स्वराला काय संस्करण (treatment) करायचे आहे ते ठरते. हे संस्करण मिंडेच्या स्वरूपात असू शकते, आंदोलनाच्या स्वरूपात असू शकते, कणाच्या रूपाने दीर्घ किंवा ऱ्हस्व उच्चारणाच्या स्वरूपात असू शकते किंवा जोरकसपणा अथवा हळूवारपणाच्या स्वरूपात असू शकते.' अशा प्रकारचे संस्कार हे संगीत परंपरेतून आलेले आहेत आणि ही परंपरा घराण्यांच्या रूपाने जपली गेली आहे. ख्यालगायकीत बोलांचे उच्चारणही महत्त्वाचे आहे. पं. गोविंदराव टेंबे यांनी उस्ताद अल्लादियाखां साहेबांच्या बोल उच्चारण्याच्या पद्धतीबद्दल लिहिले आहे, की 'पाण्याच्या सौम्य लहरींवर सोडलेल्या कमळाच्या पाकळ्या जशा किंचित हेलकावे घेत तरंगतात, तसे त्यांचे बोल आंदोलीत असत.'

पं. वेंकटेश कुमार

संगीतातील घराणी म्हणजे शिस्त

घराण्यांमुळे गायकावर शास्त्रीय गायनाचे शिस्तबद्ध संस्कार होतात. पण, आज इंटरनेटमुळे अनेक घराण्यांचे किंवा अनेक गायकांचे विपुल प्रमाणात राग‌गायन ऐकायला मिळत आहे. त्यामुळे एकाच प्रकारच्या गायकीचे संस्कार विद्यार्थ्यांवर किंवा शिष्यावर होत नाहीत. त्यामुळे कधी-कधी अर्थपूर्ण रागाची मांडणी, रागाकृतींमधील सहसंबंध, प्रवाहीपणा, मजकूर (matter) यांचा अभाव दिसतो. सरगमचा अतिरेक, चमत्कृतीपूर्ण बेफाम तानबाजी, तबल्याबरोबरच्या झटापटी, उपशास्त्रीय ढंगाच्या हरकती, यामुळे कधी कधी ख्यालगायनातील भारदस्तपणा हरवलेला दिसतो. ख्यालगायनात उपज अंगाला खूप महत्त्व आहे. घरंदाज तालीम देण्यात काही तंत्रे त्या-त्या घराण्याने विकसित केलेली असतात. यात बंदिशीच्या माध्यमातून राग उलगडण्याची कला, तानपलट्यांचे विशिष्ट प्रकार, बंदिशीची दमखम, लयीचे आडाखे आदींचे ज्ञान गुरूकडून शिष्याला दिले जाते. या दृष्टीने घराणी खूप महत्त्वाची आहेत. थोडक्यात घराणी शिष्याला नजर देतात. शेवटी गाण्यात भाव, सुरेलपणा, लयदारपणा असणे खूप महत्त्वाचे आहे. रंजकता हा गाण्याचा स्वभाव आहे.

स्वरसप्तक

भारतीय संगीतातील स्वरसप्तक हे नैसर्गिक स्वरसप्तक आहे. स्वरांची साधना करण्यासाठी तानपुरा हे साधन आहे. एकेका सुराचा इतका सूक्ष्म विचार जगातील इतर कोणत्याही गायकीत झाला नसावा. रागात लागणारे स्वरांचे दर्जे हे रागाचे भावनिक अस्तित्व व वातावरण निर्मितीसाठी अत्यंत महत्त्वाचे आहेत. घराण्यांनी काही रागांमध्ये स्वरांच्या दर्जांचा आणि श्रुतींचा विचार करून

रागाचा आविष्कार उच्चकोटीला पोचवला आहे. घराण्यांनी आणि त्या घराण्यांच्या महान कलाकारांनी जपलेला स्वरांच्या दर्जांचा विचार हे पुढच्या पिढीचे धन आहे. त्याचबरोबर घराण्यांची दुसरी एक देन म्हणजे स्वरलगाव. प्रत्येक घराण्याने रागांमध्ये स्वरलगाव कसा असावा? याबद्दल स्वतंत्र विचार केला गेला आहे आणि तो

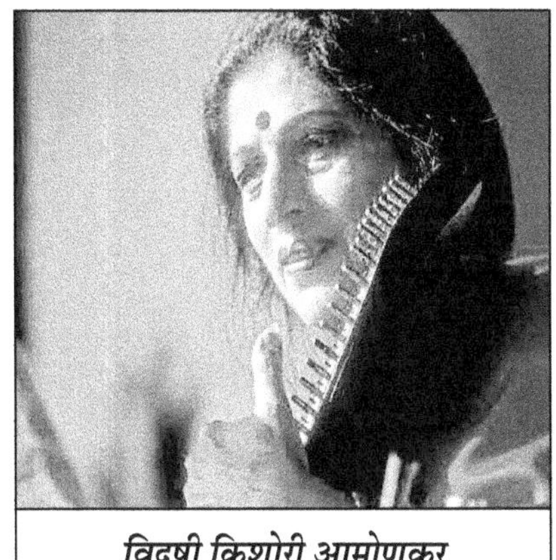

मौखिकरीत्या पुढच्या पिढ्यांपर्यंत चालत आला आहे.

लयीचे संस्कार

घराण्यांनी महत्त्वाचे संस्कार जर कोणते केले असतील तर ते म्हणजे 'लयीचे संस्कार'. त्यामुळेच प्रत्येक घराणे ठराविक तालाचा वापर विलंबीत ख्याल सादर करण्यासाठी करते. जसे जयपूर-अत्रौली घराणे विलंबीत तीनताल, आग्ऱ्याचा झुमरा, ग्वाल्हेरचा तिलवाडा वगैरे. ताल हा ठराविक लय कायम करतो. या विशिष्ट लयीची त्या त्या घराण्यातील बंदिश सादर करण्यासाठी किंवा आपल्या सौंदर्य कल्पनांची उपज करण्यासाठी गरज असते. त्यातून अर्थपूर्ण स्वरावली निर्माण होतात.

घराण्याच्या पलीकडेही गाण्याचा एक वेगळा आविष्कार असतो. आपल्या गायकीचा, घराण्याचा गायकाला निश्चितच अभिमान असतो. त्या त्या घराण्यातील बुजुर्ग, ज्ञानी गायकांनी गायकी संदर्भात एवढे कार्य करून ठेवले आहे की, त्या सर्वांच्या समोर त्या घराण्यातील शिष्य नतमस्तक होतो. त्याला त्यांचा अभिमान वाटतो. त्यांच्या गायकीतील चांगल्या गोष्टी, भावलेल्या गोष्टी तो आपल्या गायकीत आणण्याचा प्रयत्न करतो. तो आपल्या घराण्याशी एकजीव झालेला असतो. अशा स्थितीत ज्या गायक कलाकारांनी इतर घराण्याच्या गायकीतील चांगल्या गोष्टी आत्मसात करण्याचा प्रयत्न केला त्यांनी आपली गायकी वेगळी

डॉ. विनोद ठाकूर-देसाई

आणि सुंदर बनवली. भारतरत्न पंडित भीमसेन जोशी हे मूळ किराणाचे गायक. पण, त्यांच्या गायकीवर इंदौर घराण्याच्या अमीर खां साहेबांचा प्रभाव होता, तर तानेवर जयपूर-अत्रौली घराण्याच्या सूरश्री केसरबाई केरकरांचा प्रभाव होता, हे त्यांनी मुलाखतींतून आवर्जून सांगितले आहे. पंडित जितेंद्र अभिषेकी हे मूळ आग्रा घराण्याचे असूनही त्यांच्यावर ग्वाल्हेर, किराना व जयपूर-अत्रौली घराण्यांचा प्रभाव होता. याशिवाय त्यांनी वेगळा असा अभिषेकी ढंग गाण्यात आणला.

रामपूर-सहेस्वान घराण्याचे आजचे लोकप्रिय शास्त्रीय गायक उस्ताद रशीद खां यांनी मुलाखतींतून सांगितलं आहे, की त्यांच्या गायकीवर उस्ताद अमीर खां आणि पतियाळा घराण्याचे थोर गायक उस्ताद बडे गुलाम अली खां यांचा प्रभाव आहे. पंडित निवृत्तीबुवा सरनाईक यांच्यावरही मूळ संस्कार किराणा घराण्याचे होते. पुढे त्यांनी जयपूर-अत्रौली घराण्याची तालीम घेतली. परंतु, पुढे त्यांच्या गायकीवर वेगवेगळे संस्कार होऊन निवृत्तीबुवांची लयकारीकडे अधिक झुकणारी अशी स्वतंत्र गायकी निर्माण झाली.

गानसरस्वती श्रीमती किशोरीताई आमोणकर यांना आपल्या आई म्हणजे गानतपस्विनी मोगूबाई कुर्डीकर यांची तालीम होती. परंतु, त्यांनी सर्व घराण्यांचा अभ्यास केला. शिवाय, प्राचीन ग्रंथ आणि प्रदीर्घ असे स्वतःचे चिंतन यातून एक स्वतंत्र तसेच परमोच्च आनंद देणारी गायकी निर्माण केली. आज तरुण पिढीवर या गायकीचा खूप प्रभाव आहे. ग्वाल्हेर, आग्रा व जयपूर अशा तीन घराण्यांची गायकी असलेल्या पंडित गजाननबुवा जोशी यांचे शिष्य पंडित उल्हास कशाळकर यांनी मूळ गायकी कायम ठेवत इतर गायकीतून चांगल्या गोष्टी आत्मसात करून स्वतंत्र सौंदर्यमूल्ये असणारी गायकी आज ते सादर करीत आहेत. किराणा व

ग्वाल्हेर घराण्यांचे संस्कार असूनही स्वतःच्या उच्चारणाची विशिष्ट शैली निर्माण करून, तसेच उंच, भारदस्त व मधुर आवाजाचा योग्य वापर करून पंडित व्यंकटेशकुमार यांनी नवीन पिढीला आपल्या ख्यालगायकीने वेड लावले आहे. बनारस घराण्याचे पंडित राजन-साजन मिश्रा यांनी आपल्या दरबारी व भारदस्त खानदानी गायकीने गेली अनेक दशके प्रभावित केले आहे. त्यांचा रंगमंचावरील वावर, शब्द उच्चारण्याचा विशिष्ट ढंग, बंदिशीची मांडणी आणि अत्यंत सुरेल आवाज यामुळे एका आगळ्यावेगळ्या गायकीचा आविष्कार नेहमी ऐकायला व पाहायला मिळाला आहे.

पंडित जसराज यांची मेवाती घराण्याची गायकी हीसुद्धा अत्यंत प्रभावशाली गायकी आहे. या घराण्याचा नावलौकिक करण्यात पंडित जसराजजी यांचे फार मोठे योगदान आहे. या आणि अशा अनेक प्रभावशाली गायकांनी आपल्या घराण्याच्या पलीकडे जाऊन सौंदर्यकल्पनांचा अत्युच्य दर्जा कायम राखत अतिशय रंजक अशी गायकी सादर केली किंवा आजही करीत आहेत. शेवटी घराणी ही येणाऱ्या पिढ्यांवर संस्कारच करीत असतात. घराणी म्हटली की कर्मठपणा, शिस्त, नियम हे आलेच. पण, भारतीय अभिजात संगीत हे अथांग सागरासारखे आहे. म्हणून निर्मिती प्रक्रिया अखंड सुरू ठेवण्यासाठी घराण्यांच्या पलीकडेही जाऊन गायकीचा विचार केला पाहिजे.

आग्रा घराण्याची वाटचाल

डोलायला लावणारी, मति गुंग करणारी नोमतोम, स्वरलगावातून उभं राहणारं नाट्य, सौष्ठवपूर्ण बंदिशीची प्रस्तुती, बंदिशीच्या अंगाने गायन ही आग्रा गायकीची मुख्य वैशिष्ट्ये आहेत. धृपद-धमारची पक्की तालीम असल्याने हुकमी आणि आमद घेऊन (सूचक सांगीतिक विधान करून) डौलदार सम गाठणे, लयीशी सहजतेने खेळणे, बोलबाट, बोलबनाव, उत्स्फूर्त तिहाया ही या घराण्याची खास बलस्थानं आहेत. उपज अंगाने बंदिशीच्या प्रत्येक ओळीत दडलेले सौंदर्यबिंदू उजळणे, हेही या गायकीचं वैशिष्ट्य. या घराण्याच्या गायकांनी खास कमावलेले ढाले आवाज, खर्जाची भक्कम बैठक, तसंच, तार सप्तकातली पुकार यातून भारदस्तपणाचा आणि भव्यतेचा अनुभव मिळतो.

- डॉ. पौर्णिमा धुमाळे
drpournima.dhumale@gmail.com

एक प्रश्न मला नेहमीच विचारला जातो. तुमच्या आई डॉ. सुलभा ठकार किराणा (स्वरप्रधान) घराण्याच्या गायिका असताना आग्रा (लयप्रधान) घराण्याच्या पंडित **बबनराव हळदणकर** यांच्याकडे तुम्ही तालीम कशी घेतली? बहुतेक लोकांची आग्रा घराण्याबाबत असते तशीच माझीही कल्पना होती. लय-ताल पक्के व्हावेत, लयकारी शिकावी, अशाच उद्देशाने मी गुरुवर्य पं. बबनराव हळदणकर यांच्याकडे शिकायला गेले होते. मात्र, पहिल्या काही दिवसांतच जौनपुरी रागाची नोमतोम शिकविताना त्यांच्या आवाजातली पुकार, मींड, लागडाट याचा असा काही असर होत असे, की डोळ्यांत अश्रू उभे राहत. पुढे वेगवेगळ्या रागांमध्ये विलक्षण स्वरलगावांचे असेच अनुभव येत गेले आणि आग्रा घराण्यात स्वराचा किती सूक्ष्म आणि विस्तृत विचार केला जातो, ते लक्षात येऊ लागलं.

कोणतंही संगीत अर्थपूर्ण होण्यासाठी स्वरांना लयीच्या आधारानेच व्यक्त करावं लागतं. लयीबरोबर स्वरांचा स्पष्ट अथवा धूसर संबंध असू शकतो. प्रत्येक घराण्यात स्वर विस्तार आणि लय विस्तार या दोहोंना महत्त्व असतं. स्वरप्रधान म्हटल्या जाणाऱ्या किराणा घराण्याचे संस्थापक उस्ताद अब्दुल करीम खांसाहेब यांचं गायन बहुतांश मध्यलयीमध्ये, लयीला अतिशय चिकटून होतं.

गोबरहारी बानीच्या धृपद गायनाची त्यांची परंपरा होती. त्यामुळे त्यांच्या गायनात लयांगाचा सूक्ष्म विचार आढळून येतो. आणि दुसऱ्या बाजूला लयप्रधान म्हटल्या जाणाऱ्या आग्रा घराण्यात नोमतोम प्रस्तुत केली जाते. ज्यात स्वराचा अतिशय सूक्ष्म विचार केला जातो. ज्यामुळे रागाचा आविष्कार अत्यंत प्रभावी होतो. त्याचबरोबर नोमतोममध्ये लयांगाचं अस्तित्वही सतत जाणवत असतं. थोडक्यात, स्वर किंवा लय या घटकांच्या प्राधान्य क्रमावर घराण्यांची उभारणी झाली आहे, असे वाटत नाही. मग घराणी नेमकी कशावर आधारित आहेत? तर

- आवाजाची फेक किंवा लगाव (खुला, हळुवार, ठोस आदी)
- रागाचा आविष्कार करण्याचा दृष्टिकोन (थेट भिडणे, पदर उलगडणे, रचनात्मकता आदी)
- रागाचा आविष्कार करण्याचे तंत्र (उपज, मेरूखंड, क्रमशः विस्तार आदी)
- बंदिशीचे महत्त्व (मुखड्यापुरते, रागाची चौकट मांडण्यापुरते, बंदिशीलाच केंद्रस्थानी ठेवणे आदी)

- अपेक्षित परिणाम (अंतर्मुख होणे, दीपून जाणे, विस्मयचकित होणे आदी)

या तत्त्वांना धरूनच विशिष्ट राग, ताल आणि बंदिशींची निवड करणे हेही घराण्यांचे वैशिष्ट्य सांगता येते. थोडक्यात, सांगायचं तर स्वर, लय आणि शब्द या तीन घटकांचं उपयोजन कसं करायचं, या भूमिकेवरून घराण्यांची गायकी वेगळी होते. घराण्यांची मूलतत्त्वं काही पिढ्यांपर्यंत कसोशीने जतन केली गेली. मात्र, मागच्या ५० वर्षांत सगळ्याच घराण्यांचे चेहरेमोहरे

डॉ. पौर्णिमा धुमाळे

काहीसे बदललेले दिसून येतात. यामागे कलाकाराच्या 'स्व' प्रगटीकरणाची ऊर्मी, माध्यमांमुळे सर्व संगीताची उपलब्धता, एकूणच सामाजिक जीवनात कर्मठपणा किंवा रूढी/संकेत यांचे काटेकोर पालन करण्यात आलेली शिथिलता अशी विविध कारणे आहेत. या पार्श्वभूमीवर आग्रा घराण्याची वाटचाल पाहू.

आग्रा घराण्याचा इतिहास

तेराव्या शतकात अलाउद्दीन खिलजीने दौलताबादच्या देवगिरी राज्यावर स्वारी करून यादवांचा पराभव केला. अल्लाउद्दीन खिलजीच्या दरबारातील संगीतज्ञ अमीर खुस्रोंच्या विनंतीवरून देवगिरीचे राजगायक गोपाल नायक यांना बंदी बनवून दिल्लीला नेले. आगीर खुस्रोंनी गोपाल नायकांच्या प्रबंध गायकीचा जवळून अभ्यास केला. त्यांच्याशी चर्चा केल्या. कालांतराने त्यांना मुक्त केले. गोपाल नायक देवगिरीस परत आले. मात्र, त्यांचे शिष्य अलखदास आणि मलूखदास दिल्लीतच राहिले. त्यांच्या सहाय्याने अमीर खुस्रो यांनी प्रबंध गायन आणि पर्शियन संगीत यांचा मेळ घालून एक नवीन शैली घडवण्याचा प्रयत्न केला. हा ख्यालरचनेचा पहिला प्रयत्न मानला जातो. या मान्यतेत काही प्रमाणात तथ्य असू शकते. कारण अमीर खुस्रोंचे आध्यात्मिक गुरू, सूफी संत निजामुद्दीन औलिया किंवा अजमेरचे मोईनुद्दीन चिश्ती यांच्यावर रचलेल्या

अनेक रचना ख्याल संगीतात आहेत व आजही सर्व घराण्यांतून त्या गायल्या जातात. आग्रा घराण्यातही अशा बंदिशी आढळून येतात.

यानंतर बादशहा अकबराच्या काळात अलखदास यांचे वंशज सुजानदास हे नौहार बाणीचे ध्रुपद गायक म्हणून प्रसिद्ध होते. या काळात तानसेनपासून अनेक संगीतकारांनी धर्मांतर केले. त्याप्रमाणे सुजानदास हे सुजान खान झाले. त्यांचे पुत्र सुरग्यान खान हे बादशहा अकबराच्या दरबारी गायकांपैकी एक होते. औरंगजेबाच्या काळात संगीत कलेस प्रतिकूल परिस्थिती निर्माण झाल्याने दिल्लीतील संगीतकार जिथे आश्रय मिळेल, तिथे जाऊन राहिले. सुजान खान यांचे वंशज आग्र्यास येऊन स्थायिक झाले. तेव्हापासून पुढे या परंपरेचे गायक आग्रेवाले म्हणून ओळखले जाऊ लागले.

यानंतर मोहम्मद शाह रंगीलेच्या काळात (१६७०-१७४८) सदारंग-अदारंग यांनी अनेक उत्कृष्ट रचना केल्या आणि ख्याल गायनाला एका वेगळ्या उंचीवर नेऊन ठेवले. उच्च सांगीतिक मूल्यांमुळे या बंदिशींचा मोठ्या प्रमाणात प्रसार झाला. बदलत्या काळाची पावले ओळखून अनेक ध्रुपद गायक ख्याल गायनाकडे वळले. साधारण याच सुमारास आग्रा घराण्यातही ध्रुपदाच्या जोडीने ख्याल गायनाची सुरुवात झाली असण्याची शक्यता आहे.

सुरग्यान खान यांच्यापासून पाचव्या पिढीचे गायक घग्गे खुदाबक्ष हे वर्तमान आग्रा घराण्याचे जनक मानले जातात. (१७९०-१८८०) घग्गे खुदाबक्ष यांनी ग्वाल्हेर घराण्यातील नत्थन पीरबक्ष यांची तालीम घेऊन ग्वाल्हेरची काही तत्त्वे आग्रा गायकीत आणली. येथे एक गोष्ट लक्षात घेतली पाहिजे, की खुदाबक्षांनी ग्वाल्हेर गायकी आग्र्यामध्ये आणली असली, तरी आग्रा घराण्यात ध्रुपद शैलीचे निष्ठेने जतन केले जात होते, आजतागायत केले जाते. त्यामुळे ध्रुपद शैलीचा प्रभाव आग्र्याच्या ख्यालावर स्पष्टपणे दिसून येतो. त्याचबरोबर सूफी परंपरेतल्या प्राचीन बंदिशी, सदारंग-अदारंग यांच्या बंदिशी तसेच या घराण्यातल्या कलाकारांनी स्वतः रचलेल्या बंदिशी या घराण्यात गायल्या जात होत्या. आजही आग्रा घराण्यात ग्वाल्हेरपेक्षा काही वेगळे ख्याल गायले जाताना दिसतात. त्यामुळे ग्वाल्हेरची काही तत्त्वं स्वीकारूनही आग्रा गायकीचे व्यक्तिमत्त्व वेगळं राहिलं.

खुदाबक्ष यांनी त्यांचे दोन पुत्र उ. गुलाम अब्बास खान व उ. कल्लन खान

तसेच पुतणे उ. शेर खान यांना तालीम दिली. उ. कल्लन खान जयपूरच्या राजदरबारात राहिले. उ. गुलाम अब्बास खान यांचं वास्तव्य आग्ऱ्यात होतं. उ. शेरखान यांनी संपूर्ण भारत गाजविला. मुंबईत त्यांनी सुमारे १५ वर्षे वास्तव्य केले आणि आग्रा गायकी लोकप्रिय केली. त्यामुळे पुढच्या काळात मुंबई आग्रेवाल्यांची कर्मभूमी ठरली. शेरखानचे सुपुत्र उ. नत्थन खासाहेब आणि त्यांचे पुत्र उ. अब्दुल्ला खांसाहेब म्हैसूरचे दरबार गायक होते. उ. गुलाम अब्बास खान यांचे नातू उ. फैयाज खांसाहेब बडोदा संस्थानचे राजगायक होते.

आग्रा घराण्याची गायकी

डोलायला लावणारी, मति गुंग करणारी नोमतोम, स्वरलगावातून उभं राहणारं नाट्य, सौष्ठवपूर्ण बंदिशीची प्रस्तुती, बंदिशीच्या अंगाने गायन ही आग्रा गायकीची मुख्य वैशिष्ट्ये आहेत. धृपद-धमारची पक्की तालीम असल्याने हुकमी आणि आमद घेऊन (सूचक सांगीतिक विधान करून) डौलदार सम गाठणे, लयीशी सहजतेने खेळणे, बोलबाट, बोलबनाव, उत्स्फूर्त तिहाया ही या घराण्याची खास बलस्थानं आहेत. उपज अंगाने बंदिशीच्या प्रत्येक ओळीत दडलेले सौंदर्यबिंदू उजळणे, हेही या गायकीचं वैशिष्ट्य. या घराण्याच्या गायकांनी खास कमवलेले ढाले आवाज, खर्जांनी भक्कम बैठक, तरोच तार राागंतली पुकार यातून भारदस्तपणाचा आणि भव्यतेचा अनुभव मिळतो. आम रागांपैकी रामकली, जौनपुरी, जयजयवंती, दरबारी कानडा, सोहनी हे या घराण्याचे खास आवडीचे राग. जोग, जोगकौन्स, झिंजोटी, नंद हे राग या घराण्याने इतके लोकप्रिय केले, की आज बहुसंख्य कलाकार हे राग आवडीने गातात. फैयाज खांसाहेब (प्रेमपिया), विलायत हुसेन (प्राणपिया) आणि जगन्नाथबुवा पुरोहित (गुणिदास) यांच्या बंदिशीही आज सर्व घराण्यांतले कलाकार प्रेमपूर्वक गातात. ख्यालाबरोबरच धमार, बंदिश की ठुमरी आणि दादरेही या घराण्यात गायले जातात.

आग्रा घराण्यातल्या स्त्री कलाकार

जोरकस अशा धृपद गायकीच्या भूमीवरच आग्रा घराण्याची गायकी आधारित असल्याने ही गायकी मर्दाना गायकी म्हणून ओळखली जाते. मात्र, रागप्रकृतीचा विचार करता आवश्यक तिथे मृदुता, आर्जव, लडिवाळपणा, स्वरांचा अनुनय या गायकीत जरूर पाहायला मिळतो.

सामाजिक परिस्थितीमुळे घराण्याच्या खानदानातल्या स्त्रिया संगीत कलेपासून वंचित राहिलेल्या दिसून येतात. पुढच्या काळात मात्र अनेक स्त्रियांनी आग्रा घराण्यात तालीम घेऊन नावलौकिक मिळविलेला दिसतो. उ. शेरखान यांच्या शिष्या जोहराबाई या आग्रा घराण्याच्या लोकप्रियता लाभलेल्या पहिल्या स्त्री कलाकार आणि आग्रा घराण्यात ध्वनिमुद्रिका देणाऱ्याही या पहिल्या कलाकार. जोहराबाईंचं ध्वनिमुद्रण उपलब्ध आहे. त्यांचा गुंजनयुक्त आवाज आणि प्रवाही, मींडयुक्त गायन ऐकल्यावर आग्रा गायकीच्या मधुरतेचा अनुभव येतो. उ. नत्थन खांसाहेबांच्या शिष्या

विदुषी ललित राव

उ. खादीम हुसेन खां

बाबलीबाईंचा मोठा दबदबा होता. भास्करबुवांच्या शिष्या ताराबाई शिरोडकर, उ. बशीर खांसाहेबांच्या शिष्या अपर्णा चक्रवर्ती आणि दीपाली नाग, पं. रातंजनकर आणि उ. विलायत हुसेन खांसाहेबांच्या शिष्या **सुमती मुटाटकर**, उ. अन्वर हुसेन खांसाहेबांच्या शिष्या अंजनीबाई लोलेकर, उ. खादीम हुसेन खांसाहेबांच्या शिष्या ललित राव यांनी आग्रा गायकी समर्थपणे पेलली.

आग्रा घराण्याचा अन्य घराण्यांशी संबंध

आग्रा घराण्याचे कलाकार विद्यार्जन करण्यात अतिशय तत्पर होते. अत्रौली आणि आग्रा घराण्यात विवाहाने कौटुंबिक संबंध निर्माण झाले होते. त्यामुळे

अतरौलीच्या उ. मेहबूब खांसाहेब-दरसपिया यांच्याकडून आग्रेवाल्यांना अनेक राग, बंदिशी प्राप्त झाल्या. आग्रा घराण्याचे सर्वाधिक लोकप्रियता लाभलेले महान गायक आफताब- ए- मौसिकी **फैयाज खांसाहेब** यांचा एवढा प्रचंड प्रभाव या काळात होता, की खुद्द दरसपियांचे पुत्र उ. अता हुसेन आणि नातू उ. शराफत हुसेन यांना उ. फय्याज खांसाहेबांकडे सोपवण्यात आलं; तर नातवंडं उ. खादिम हुसेन, उ. अन्वर हुसेन यांना उ. कल्लन खांसाहेबांकडे तालीम दिली गेली. अशा प्रकारे

विलायत हुसैन खां

अत्रौली घराण्याची दरसपियांची शाखा आग्रा घराण्यात विलीन झाली. अशाच कौटुंबिक नातेसंबंधातून किंवा गुणिजनांच्या सहवासाद्वारे मथुरा, दिल्ली, खुर्जा या घराण्यांची विद्या आग्रा घराण्याच्या कलाकारांनी संपादन केली.

अत्रौली घराण्याच्या दुसऱ्या शाखेच्या उ. अल्लादिया खांसाहेब यांच्याबरोबरही आग्रेवाल्यांचे अतिशय स्नेहाचे संबंध होते. त्यांच्या मुंबईच्या वास्तव्यात उ. विलायत हुसेन, उ. खादीम हुसेन यांना उ.अल्लादिया खांसाहेबांकडून काही रागांची तालीम प्राप्त झाली. अशा विद्या व्यासंगामुळे आणि दर पिढीने स्वप्रतिभेने त्यात भर घातल्याने आग्र्याच्या यमुनेप्रमाणे या घराण्याचं पात्र अत्यंत विस्तीर्ण आणि खोल झालेलं आहे.

आग्रा घराण्याचे विद्यादानातील कार्य

घराण्यातल्या शिष्याबरोबरच घराण्याबाहेरच्या शिष्यांनाही उत्कृष्ट तालीम दिल्याची दोन मोठी उदाहरणे म्हणजे उ. नत्थन खांसाहेब - पं. भास्करबुवा बखले आणि उ. फ़ैयाज खांसाहेब - पं. रातंजनकर. घराण्याबाहेरच्या शिष्यांना उदार हस्ते विद्या देण्याचं कार्य उ. विलायत हुसेन खां आणि उ. खादिम हुसेन खां यांनी केलं. मुंबईत घराघरांत आग्रा गायकी पोचवली. विलायत हुसेन यांनी आपले पुत्र उ. युनूस हुसेन, पं. जगन्नाथबुवा पुरोहित, पं. राम मराठे, पं. गजाननबुवा जोशी, पं. वि. रा. आठवले यांसह अनेक शिष्य तयार केले.

खुर्जा घराण्याच्या उ. अझमत हुसेन खांसाहेबांना उ. विलायत हुसेन खांसाहेबांकडून खूप विद्या मिळाली. पं. यशवंतबुवा जोशी, पं. जितेंद्र अभिषेकी, माणिक वर्मा यांसारख्या नामवंत कलाकारांना जगन्नाथबुवांनी तालीम दिली. उ. खादिम हुसेन खांसाहेबांच्या शिष्यांपैकी पं. बबनराव हळदणकर आणि विदुषी ललित राव यांनी अनेक शिष्य घडविले. उ. बशीर खांसाहेब, उ. अता हुसेन खांसाहेब यांनी बडोदा आणि कोलकात्यात आग्रा घराण्याचा प्रसार केला. उ. लताफत हुसेन यांचे शिष्य पं. विजय किचलू यांचं कोलकात्यात संगीत रिसर्च अॅकॅडमी (ITC) या संस्थेची स्थापना करण्यामागे मोठे योगदान आहे. पं. रातंजनकरांच्या अनेक शिष्यांमध्ये पं. के. जी. गिंडे, पं. दिनकर कैकिणी, एस. सी. आर. भट, चिदानंद नगरकर यांनी आग्रा गायकीच्या आणि एकूणच संगीताच्या प्रसारात उल्लेखनीय कार्य केलं.

वर्तमान आग्रा घराणे

सध्या आग्रा घराण्याचे खानदानी वारस म्हणजे मुंबईत उ. अन्वर हुसेन खांसाहेबांचे पुत्र- उ. राजा मिया, उ. शराफत हुसेन खांसाहेबांचे पुत्र- अहमदाबादचे उ. शौकत हुसेन आणि उ. अता हुसेन खांसाहेबांचे नातू- कोलकात्याचे उ. वसीम अहमद खान. बंगळूरूला ललित रावांच्या शिष्या भारती प्रताप आणि पं. कैकिणींच्या कन्या अदिती उपाध्याय, विजय किचलू यांच्या शिष्या कोलकात्याच्या शुभ्रा गुहा शिस्तीने आग्रा गायकी पेश करतात. महाराष्ट्रात पं. जितेंद्र अभिषेकी यांचे पुत्र पं. शौनक व अनेक शिष्य, पं. सी. आर. व्यास यांचे पुत्र पं. सुहासजी आणि अनेक शिष्य गुणिदास शाखेचं प्रतिनिधित्व करीत आहेत. आग्रा गायकीची असरदार नोमतोम, उत्स्फूर्त लयकारी आणि ढंगदार बंदिशी यांचे महत्त्व वर्तमान काळात पं. बबनराव हळदणकर यांनी पुन्हा प्रस्थापित केलं. वैशिष्ट्यपूर्ण धाटणीच्या बंदिशी रचून आग्रा घराण्याचं बंदिश निर्मितीचं कार्य पुढे नेलं. त्यांनी घडविलेल्या अनेक शिष्यांपैकी पं. अरुण कशाळकर आणि वि. शुभदा पराडकर ही विशेष उल्लेखनीय नावं, जे स्वतः आज या गायकीची पुढची पिढी घडवत आहेत.

पुण्यात वास्तव्यास असलेले पं. विवेक जोशी यांच्याकडेही आग्रा आणि ग्वाल्हेर घराण्याची अमाप विद्या आहे, जी ते अत्यंत सक्षमपणे पेश करू शकतात.

ही विद्या त्यांना त्यांचे वडील पं. मु. श्री. जोशी आणि पं. शांताराम पाडलोस्कर यांच्याकडून प्राप्त झाली. पं. पाडलोस्करबुवा (पं. रातंजनकर आणि उ. विलायत हुसेन यांचे शिष्य) अत्यंत विद्यावान असूनही फकिरी वृत्तीमुळे आणि नियतीच्या खेळामुळे 'अनसंग हीरो' राहिले. पं. विवेक जोशी यांच्याकडून गेली पाच वर्षे आग्रा आणि ग्वाल्हेर घराण्यातल्या आम व अनवट रागातल्या अत्यंत दुर्मिळ बंदिशींची गायकीसह तालीम मला प्राप्त होत आहे. (शब्दमर्यादेमुळे एकूणच या लेखात जुन्या आणि नव्या पिढीतल्या अनेक मान्यवर कलाकारांची नावं समाविष्ट करता आली नाहीत, याबद्दल क्षमस्व.) अशा प्रकारे देशाच्या विविध भागांत पसरलेल्या निष्ठावंत साधकांमुळे आग्रा गायकीचा दीप अखंडपणे तेवत राहील आणि हिंदुस्थानी संगीताचा प्राचीन वारसा जतन केला जाईल, याची खात्री वाटते.

स्वतःचे सांगितिक व्यक्तिमत्त्व घडविता आले पाहिजे...

पंडित सत्यशील देशपांडे हे भारतीय शास्त्रीय संगीतातील आघाडीचं नाव. पुण्यातल्या मित्रमंडळ कॉलनीत गेले, की त्यांचा 'छंदोवती' हा बंगला सार्‍यांचं लक्ष वेधून घेतो. बदलत्या काळातही या बंगल्याचा बाज आणि थाट जसाच्या तसा आहे. जशी गाण्यातली 'स्पेस' महत्त्वाची, अगदी तशीच रचना बंगल्याच्या अंतरंगातही. किंबहुना, या सांगीतिक माहोलाच्या पार्श्वभूमीवरच पंडित सत्यशील देशपांडे यांच्याशी संवाद रंगतो आणि तासाभराच्या या संवादात ते आपली मतं अगदी स्पष्टपणे मांडतात. गुरूचे 'गुडविल' घेऊन गायक होण्याचे दिवस केव्हाच संपले. स्वतःला एक प्रतिभावान गायक म्हणून सिद्ध करायचे असेल, तर स्वतःच्या पिंडाचा व सांगीतिक व्यक्तिमत्त्वाचा शोध घेता आला पाहिजे, तसेच ते विविध संस्कारांनी समद्ध केले पाहिजे, त्याच्या अनुषंगाने आपले गाणे फुलविता आले पाहिजे आणि ते कुठल्या छापील पुस्तकात शिकायला मिळणार नाही. घराण्यांची सौंदर्यमूल्ये टिकविताना आपली म्हणून एक स्वतःची शैली विकसित करणे आणि त्यातून आपले घराणे अधिक समद्ध करणे, ही वर्तमानाची खरी गरज असल्याचे ते आवर्जून सांगतात.

- पं. सत्यशील देशपांडे

satyasheeld@yahoo.com

खरं तर, भारतीय शास्त्रीय संगीताचा गेल्या पाच-सहा दशकांचा विचार केला तर पंडित सत्यशील देशपांडे या कालावधीतील विविध सांगीतिक प्रवाहांचे प्रमुख साक्षीदार आणि त्याचबरोबर आपले गाणे अधिक समृद्ध करणारे एक महत्त्वाचे संगीत उपासक. साहजिकच, त्यांचा एकूणच या विषयातला अभ्यास इतका दांडगा की ते अगोदरच कोणत्या विषयावर आणि किती वेळ बोलायचे आहे, हे जाणून घेतात. त्यांचाच वारसा पुढे नेटाने नेणारे त्यांचे पुत्र सृजनही शेजारी असतात. तेवढ्यात नातूही येथे येतो व 'मलाही गाणं येतं...' असे सांगत त्याचाही स्वराविष्कार सजतो आणि या साऱ्या संमोहित माहोलातच मग पंडितजी 'शास्त्रीय संगीतातील घराणी आणि वर्तमान' या विषयावर अगदी दिलखुलासपणे संवाद साधू लागतात. सामान्य माणसाला कळायला अवघड वाटणारा हा विषयही अगदी साधी-सोपी उदारहणे देऊन समजावून सांगायला ते सुरुवात करतात...

वैयक्तिक संवेदनेची अभिव्यक्ती...

पंडितजी सांगतात, की हिंदुस्थानी ख्याल संगीताचा इतिहास २००-२५० हून अधिक वर्षांचा आहे. ख्याल या संगीत प्रकारात पहिल्यांदाच तालाचा पूर्वार्ध आणि उत्तरार्ध अशी संकल्पना विकसित झाली. त्यामुळे झाले असे, की केवळ ख्यालात आपण मुखडा घेऊन समेवर येतो आणि तरीही आवर्तनात त्याच्यापेक्षा जास्त जागा उरते. असे दाक्षिणात्य संगीतात वा ध्रुपदात किंवा सुगम संगीतातही होत नाही. ख्यालाच्या तालांमध्ये समेवर येण्याचा फील येतो आणि मुखडा घेतल्यावर आवर्तनात जी जागा उरते, ती स्वतःच्या सौंदर्यविचारानुसार भरता येते. यामुळे वैयक्तिक संवेदनेची अभिव्यक्ती आणि राग पुरवण्याच्या विविध पद्धती अस्तित्वात आल्या. यांनाच घराणी म्हटली गेली. साहजिकच, घराण्यांचे खूप मोठे योगदान संगीतात आहे. मुळात आवर्तनातील उरलेली जागा भरायची गोष्ट कधीच १०० टक्के पूर्वनिश्चित नसते. ध्रुपदाचं पाठांतर होऊ शकतं, पण ख्यालाचं नाही. जे नवीन लोक आहेत, ते ख्यालही पाठ करून गावू बघतात. कारण, त्यांच्याकडे प्रतिभा कमी असते. प्रतिभेचे काही पीक काढता येत नाही. विशारद आणि संगीत अलंकाराच्या पदव्यांचे पीक काढता येते. पण, कलाकार हा उपजावा लागतो. सुरुवातीला आलाप, नंतर बोलआलाप, तान करा... हा जो

पाठांतराचा क्रम आहे, तो प्रत्येक प्रतिभावंत कलाकाराने झुगारून दिला आहे.

उस्ताद अमीरखां यांनी रागातल्या एका स्वराचा उरलेल्या स्वरांशी संवाद कसा साधला जाईल, या विचारातून आपलं गाणं फुलवलं. किराणा घराण्यात एक अशी म्हण होती, की 'सूर गया तो सिर गया, ताल गया तो बाल गया...' म्हणजेच तालाला त्यांनी दुय्यम स्थान दिले आणि सुरांच्या अंतरंगाचा शोध घेण्यासाठी आघातांना वगळून एक हळूवार अशी सूरप्रधान गायकी बनवली. त्याच्या विरुद्ध टोक म्हणजे आग्रा घराणं. या घराण्यानं आघातमय शब्दक्रीडेचे काम अधिक केलं. त्यातून या घराण्यानं गाणं फुलविलं. जयपूर घराण्यानं या दोन्हीचा सुवर्णमध्य साधण्याचं काम केलं. पण, शब्दक्रीडा टाळली. भेंडीबाजार घराण्यानं मध्यलयीत सरगमचा वापर करून लालित्यमय लयक्रीडेने बंदिश फुलवली. पण, या सर्व शैलींमध्ये केवळ गुरूने जे शिकवले, ते जसेच्या तसे कॉपी न करता ते गाणे आपल्या पद्धतीने फुलविता आले पाहिजे, या गोष्टीला फार महत्त्व आहे. खरे तर ही एक 'स्पेस मॅनेजमेंट वुईथ इमोशन्स' अशीच प्रक्रिया आहे आणि ती जमली, की मग गायकाला केवळ गाण्याचीच नव्हे, तर त्याच्या जगण्याचीही लय सापडते. थोडक्यात काय, तर प्रत्येक घराण्याच्या संस्थापकांनी आपापल्या परीनं आपलं गाणं फुलविलं आणि त्या-त्या घराण्यांची स्वतंत्र परंपरा सुरू झाली. ज्याला आपल्या पद्धतीने गाणे फुलवायचे आहे, त्याने होमवर्क म्हणून सर्वच घराण्यांतील बुजुर्गांच्या गाणं फुलवण्याच्या शैलींचा अभ्यास जरूर केला पाहिजे. मग, आपलं गाणं आपापल्या

पद्धतीनेच फुलविता येईल. कारण, वर्तमानात घराण्यांची पारंपरिक सौंदर्यमूल्ये जरूर टिकतील. पण, गुरूंची नक्कल अजिबात टिकणार नाही, हा माझा निष्कर्ष आहे, असे ते आवर्जून स्पष्ट करतात.

पंडित भीमसेन जोशी यांची पहिली मैफल का गाजली, तर ते गुरूंचीच आठवण करून देतात म्हणून. ही एक प्रकारची त्या वेळची आवश्यकता होती, ६०-७० वर्षांपूर्वींची. कारण त्या वेळी कुठल्याही प्रकारची संपर्कमाध्यमे नव्हती. आजची गोष्ट निराळी आहे. कारण, आज गुरूची आठवण करून देण्याची गरजच नाही. कारण गुरू 'यू ट्यूब'वर उपलब्ध आहे. त्यामुळे गुरूची नक्कल करणारे शिष्य आता लोकप्रिय होणार नाहीत. थोडक्यात काय, तर गुरूचे 'गुडविल' मिळण्याचे दिवस आता गेले. दुसरीकडे आपल्या शिक्षणपद्धतीतही अजून दोष आहेत. परीक्षार्थी होणारे आणि कलाकार होऊ पाहणारे असे दोन सरळ भाग केले पाहिजेत. अनेक जण परीक्षार्थी 'नेट' ही परीक्षा उत्तीर्ण होतात आणि तेच पुढे संगीत विभागाचे विभागप्रमुख होतात.

अशीच एका विद्यापीठाच्या विभागप्रमुखांची गोष्ट सांगतो. तिथे तौलनिक अभ्यास म्हणून एखादा राग विविध गायकांनी कसा गायला आहे, याविषयी सविस्तर मंथन करताना त्या-त्या कलाकारांची रेकॉर्डिंगही ऐकविली जायची. पण, त्या विभागप्रमुखांनी 'हे सर्व कन्फ्यूजिंग होत आहे. कारण हे सर्व कलाकार, पुस्तकात लिहिल्याप्रमाणे राग गात नाहीत' असे सांगितले.

थोडक्यात काय, तर नोटेशनची पुस्तके हे एक साधन असते आणि राग उलगडण्याची साधना वेगळी असते, हे अजूनही आपण समजून घेत नाही. मीठ एकाच प्रकारचे असतो. पण, विविध पदार्थांत त्याच्या वापरण्याच्या प्रत्येक सुगरणीच्या पद्धती वेगवेगळ्या असतात आणि म्हणूनच त्यांच्या पदार्थांचा स्वादही वेगवेगळा असतो. गाण्याचेही तसेच आहे. प्रत्येकाने ते आपापल्या पद्धतीने खुलवले तरच ते समोरच्याला अधिक भावत असते. म्हणूनच सौंदर्यमूल्ये टिकविणारी एक बँक यादृष्टीने आपण घराण्यांकडे पाहिले पाहिजे. पण, त्या बँकेतले धन हे आपण आपल्या पद्धतीने खर्च केले पाहिजे, तरच घराण्यांना न्याय दिल्यासारखे होईल, अशी अपेक्षा पंडितजी व्यक्त करतात.

आजकाल गायकाला संपर्क माध्यमामुळे वेगवेगळ्या भूमिकेत जाऊन जगता

येणे शक्य आहे. विविध घराण्यांची जी विविध सौंदर्यमूल्ये जोपासली गेली, त्याचा आपल्या पद्धतीने अभ्यास करून त्याची नक्कल न करता आपल्या पद्धतीने त्या सौंदर्यमूल्यांची मोट बांधली तरच घराण्यांना न्याय दिल्यासारखे होईल, हा अभिनव विचार आहे. त्यासाठी शिक्षणपद्धतीत आमूलाग्र बदल करायला हवेत. शिक्षणपद्धतीतील जो दोष आहे, तो आता शिकवितात, त्यांचा नाही. कारण, शिक्षणपद्धतीचा अभ्यासक्रम संगीत जनसामान्यांपर्यंत जावे म्हणून आखलेला होता. तो कलाकारांच्या निर्मितीसाठी नव्हता, असेही पंडितजी आवर्जून सांगतात. पुढे ते सांगतात, ''जेव्हा स्वातंत्र्याचे वारे वाहू लागले, तेव्हा ईस्ट इंडिया कंपनीचा एक सांस्कृतिक अधिकारी होता. त्याने भारताचे शास्त्रीय संगीत मागासलेले असल्याचे म्हटले. कारण त्याला त्याचे पाश्चात्य संगीत अधिक प्रगत आहे, लिहून ठेवलेले असल्याने जास्त प्रगल्भ असल्याची त्याची भावना होती. आपले शास्त्रीय संगीत किती 'ग्रेट' आहे, हे जगाला समजायला वर्ष १९६७ उजाडावं लागलं. त्यात पंडित रविशंकर यांचे मोठे योगदान आहे.''

पाश्चात्य संगीतविश्वातील महान व्हायोलिनवादक यहुदी मेनुहीन हा पंडित रविशंकर यांचा शिष्य झाला आणि त्याला आपलं शास्त्रीय संगीत हे पूर्वनिश्चित नसून, राग-तालांच्या चौकटीत जिथल्या तिथे ते उत्स्फूर्तपणे बांधलं जातं, हे समजलं व ही वस्तुस्थिती जगासमोर आली. थोडक्यात काय, तर कलेची किंवा कुठल्याही संस्कृतीची थोरवी काय आहे, ते महत्त्वाचे असते. ज्या संस्कृतीत स्वतःचे मत व्यक्त करण्याची, अभिव्यक्त होण्याची संधी मिळते ती संस्कृती श्रेष्ठ असते. पाठांतर केलेली संस्कृती स्थगित होते. पण, जिथल्या तिथे संगीत बांधण्याची सर्वाधिक संधी आपल्याला हिंदुस्थानी शास्त्रीय संगीतात मिळते. त्याला कारण म्हणजे आपली तालक्रिया आहे. पु. शि. रेगे यांची छान कविता आहे, 'आसमंत आहे नवा, इथे तिथेची फक्त वानवा...' आपल्या गाण्यात आवर्तन भरताना हे इथे-तिथे करताना आघातांच्या जागा बदलत राहतात आणि नवनिर्माण होत राहते.

'घरंदाज गायकी', एक दस्तावेज...

पंडितजींचे वडील वामनराव देशपांडे यांच्या भारतीय शास्त्रीय संगीतावर आधारित 'घरंदाज गायकी' या पुस्तकातून प्रत्येक घराणे हा एक सौंदर्यविचार आहे, हे

प्रथम सांगितले गेले व या ग्रंथातून घराण्यांचा तौलनिक अभ्यास करण्यात आला. हे पुस्तक १९६१ मध्ये प्रथम प्रकाशित झाले आणि लोकप्रिय झाले. म्हणूनच पुढे १९८५ मध्ये याच पुस्तकाची दुसरी, २०१२ मध्ये तिसरी आवृत्ती, तर पुन्हा २०१९ मध्ये या पुस्तकाचे पुनर्मुद्रण झाले. तसेच, या पुस्तकाचा हिंदी आणि इंग्रजी अनुवादही लोकप्रिय झाला. 'घराण्यांच्या चर्चेतील गुंतागुंतीचे प्रश्न', 'गुरू-शिष्य परंपरेपासून आवाज लावण्याच्या कृत्रिम व सहज पद्धती', 'घराण्यांची प्रतिज्ञा', 'बंदिश' व अंतर्गत 'कायदे', 'सुवर्णमध्यातील घराणी', 'घराण्यांच्या मर्यादा', 'नवीन घराण्यांची संभाव्यता', 'घरंदाज गायकीचे भवितव्य' अशा विविध अंगांनी या पुस्तकातून भाष्य केले आहे. हे पुस्तक नव्या पिढीने आवर्जून वाचावे, अशीही अपेक्षा पंडितजी व्यक्त करतात. या पुस्तकात 'गेल्या ५० वर्षांतली संगीताची वाटचाल' हा लेखही आहे. हा लेख वामनराव देशपांडे यांनी 'सकाळ'च्या सुवर्णमहोत्सवी वर्षानिमित्त १९८२ मध्ये प्रसिद्ध झालेल्या 'परिवर्तनाचे प्रवाह' या ग्रंथासाठी लिहिला होता.

१९३९ मध्ये दुसरे महायुद्ध सुरू झाले आणि एकूणच साऱ्यांच्या जीवनात आमूलाग्र बदल झाला. १९४७ मध्ये स्वातंत्र्य मिळाले आणि परकियांच्या वर्चस्वातून मुक्त झाल्याने आपली अस्मिता जागृत झाली. स्वातंत्र्याचा परिणाम म्हणून सर्व देशी संस्थाने सार्वभौम सत्तेत विलीन झाली आणि संगीतकारांचा राहिलासाहिला राजाश्रयही तुटला. त्यामुळे त्याला संपूर्णपणे लोकाश्रयी व्हावे लागले. याच काळात विज्ञानात अपरिमित वाढ झाली आणि त्यामुळे मायक्रोफोन, ध्वनिवर्धक, रेडिओ, बोलपट, टेपरेकॉर्डर, दूरचित्रवाणी संच, कॅसेट वगैरे विजेच्या नवीन यंत्रसामग्रीमुळे संगीतावर फार मोठा परिणाम झाला, असे ते या लेखात लिहितात. मात्र, त्याच्याही पुढे जाऊन या साऱ्या परिस्थितीनंतरही संगीतातील नवे प्रवाह आणि त्यातील विविध संधींवरही त्यांनी विस्तृत विवेचन केले आहे.

पंडितजी अन् नवनिर्मितीचा शोध...

वडील वामनराव देशपांडे यांच्यामुळे सत्यशील देशपांडे यांना लहानपणापासूनच पंडित भीमसेन जोशी, मोगूबाई कुर्डीकर, वसंतराव देशपांडे, पंडित कुमार गंधर्व अशा अनेक दिग्गज गायकांचा सहवास लाभला. कुमार गंधर्व यांच्याकडे शिकण्याची

संधीही त्यांना मिळाली. कुमार गंधर्व यांनी शिष्यांवर त्यांचे गाणे कधीच लादले नाही. त्याशिवाय, पूर्वी कुठल्याही मंचावरून कधीच न गायिलेल्या बंदिशी ते सादर करीत. साहजिकच, प्रयोगशील कुमार गंधर्व यांच्या तालमीतच पंडितजींना नवनिर्मितीचा ध्यास लागला. हिंदी काव्य आणि त्यातील भक्तिपरंपरेनेही त्यांना भुरळ घातली.

कुमार गंधर्व यांच्याकडील शिक्षणानंतर पंडितजी पुन्हा मुंबईत आले आणि त्यांच्या गायनाचे कार्यक्रम सुरू झाले, ते वर्ष होते १९७५. त्यानंतर दोनच वर्षांनी त्यांचे जगभर कार्यक्रम सुरू झाले आणि पुढे आठ ते दहा वर्षांत 'संवाई गंधर्व'पासून ते विविध जागतिक मंचावर त्यांना मोठी प्रसिद्धी मिळाली. याच दरम्यान त्यांनी संवाद फाउंडेशनचीही स्थापना केली. या माध्यमातून त्यांनी उत्तर भारतीय संगीतातील अप्रकाशित चीजांचा नोटेशनसह संग्रह केला. अनेक कलाकारांच्या तब्बल पाच हजारांहून अधिक तासांच्या रेकॉर्डिंग्ज आणि अडीच हजारांहून बंदिशींचे स्वरांकन (नोटेशन) त्यांच्या या संग्रहात आहेत. एकूणच, त्यांनी ख्याल गायकी साधनेने आत्मसात केली आणि ती तितक्याच सहजतेने गायली. 'लेकिन', 'विजेता' यांसारख्या चित्रपटांसाठीही त्यांनी गाणी गायिली.

एकूणच, त्यांच्याशी झालेल्या संवादात या साऱ्या गोष्टींबरोबरच भारताच्या स्वातंत्र्यापासून ते वर्तमान आणि भविष्यातील शास्त्रीय संगीताबाबत विस्तृत विवेचन होते. शास्त्रीय संगीत आणखी समृद्ध व्हायचे असेल तर स्वरांची साधना करणाऱ्या प्रत्येक गायकानं गुरूंकडून प्रेरणा घेत स्वतःच्या कौशल्यावर अधिक भर देणे गरजेचे असल्याचे ते अगदी स्पष्टपणे सांगतात. त्यासाठी 'लोकल टू ग्लोबल' संगीतातील अनेक दाखलेही ते विविध रचनांची तौलनिक मांडणी करताना देतात.

(मुलाखत व शब्दांकन : संभाजी गंडमाळे)

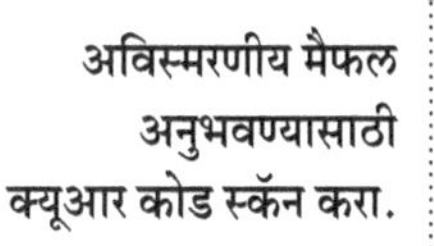

अविस्मरणीय मैफल
अनुभवण्यासाठी
क्यूआर कोड स्कॅन करा.

प्रवाही मेवाती घराणे

मेवाती घराण्यात गुरुजींपासून जे रिव्होल्यूशन झाले, त्यात त्यांना मागच्या गायकीत खूप एलिमेंट्स ॲड करायला संधी होती. मला अशी संधी खूप नव्हती, कारण माझ्याकडे आलेली गायकी मुळातच खूप प्रगत होती. माझ्या गायकीत तोच विचार मला माझ्या प्रतिभेने मांडायचा होता, हे मला आव्हान होते. त्यावर एक-एक पाऊल टाकत स्वत:चे वेगळे अस्तित्व निर्माण करू शकलो. माझ्या परीने मी मेवाती घराणे समृद्ध करण्याचा प्रयत्न करतो आहे आणि यापुढेही करीत राहीन.

- पं. संजीव अभ्यंकर

sanjeevabhyankar@gmail.com

घराणं म्हणजे काय ?— तर, कला ही दोन अधिक दोन म्हणजे चार अशी नसते. म्हणजे एक स्वरावली घेतली, तरी ती कशी सादर करायची, याचा प्रत्येकाचा दृष्टिकोन वेगळा असतो. एखादी व्यक्ती जोरकसपणे म्हणू शकते. एखादी व्यक्ती हळूवार म्हणू शकते ; तर एखादी व्यक्ती तीच स्वरावली लाघवी पद्धतीने म्हणू शकते.

उत्तम जेवणाची प्रत्येकाची कल्पना वेगळी असते. कोल्हापूरच्या जेवणात थोडा तिखटावर भर असतो. आता मला मिरची आवडत नाही, असे नाही. पण, मिरची खाणं हा काही माझा स्थायीभाव नाही. माझा स्थायीभाव आहे गोड खाणं. पण, कोल्हापूरला आल्यावर मी कधीतरी मिसळ खातो. प्रत्येक प्रांतात गेले, की त्यांच्या-त्यांच्या आवडीनिवडी वेगळ्या असतात. तसेच, कलेत सादरीकरणाचे विविध सांगीतिक दृष्टिकोन असतात. शास्त्रीय संगीतात रागाची मांडणी कशी करायची, याचा वेगवेगळा विचार म्हणजे घराणे.

घराण्यांची निर्मिती झाली, तेव्हा कोणा एका मूळ पुरुषाच्या नावाशी ते जोडले गेले. किराणा घराणं म्हणजे, अब्दुल करीम खांसाहेब यांच्यापासून सुरू झाले. अल्लादिया खांसाहेबांपासून जयपूर घराणं सुरू झालं. पण, या घराण्यांच्या मूळ पुरुषांनी त्यांच्या विचारांनुसार, त्यांच्या आवडीनुसार, त्यांच्या सौंदर्य कल्पनेनुसार, जी काही गायकी तयार केली, त्याला एका घराण्याचं नाव दिलं गेलं. चांगले कलावंत खूप आहेत. पण, प्रतिभावंत कलाकार फार कमी आढळतात. कॉन्ट्रीब्युशन करणारे कलाकार कमी दिसतात. प्रतिभावान कलाकार त्यांना मिळालेल्या गायकीत भर घालून आपल्या घराण्याला आणखी समृद्ध करीत असतात.

किराणा घराण्याचं उदाहरण घ्यायचं झालं तर पंडित भीमसेन जोशी यांची गायकी किराणा घराण्याचं एक रूप आहे. डॉ. प्रभा अत्रे यांची गायकी किराणा घराण्याचं एक वेगळं रूप आहे. अब्दुल करीम खांसाहेबांच्या पद्धतीने गाणारे, त्या पद्धतीचा आवाज लावणारे, त्याच पद्धतीने मांडणी करणारे कलाकार, ही तिसरी स्ट्रीम म्हणावी लागेल. तसंच, जयपूर घराण्याचंही आहे. अल्लादिया खांसाहेबांपासून पुढे गेल्यावर अनेक प्रतिभावंत कलाकारांचं गाणं ऐकलं, की हे लक्षात येतं. किशोरीताई आमोणकरांची एक वेगळी स्ट्रीम आहे. पंडित मल्लिकार्जुन मन्सूर यांची जयपूर घराण्याची वेगळी स्ट्रीम आहे. पण, तेही जयपूर घराणं आणि हेही जयपूर घराणंच.

तसेच, मेवाती घराण्याचे मूळ पुरुष उस्ताद घग्गे नझीर खांसाहेब. त्यानंतर पंडित नथ्थूलालजी व पंडित चिमणलालजी, नंतर पंडित मोतीरामजी व पंडित ज्योतीरामजी, त्यानंतर पंडित मणिरामजी आणि पंडित प्रतापनारायणजी व नंतर पंडित जसराजजी.

मेवाती घराण्यात माझे गुरू पंडित जसराजजी हे त्यांचे मोठे भाऊ पंडित मणिरामजी यांच्याकडे गाणे शिकले. पंडित मणिरामजी यांचे रेकॉर्डिंग उपलब्ध आहे. गुरुजींचे मोठे भाऊ पंडित मणिरामजी हे गुरुजींपेक्षा २० वर्षांनी मोठे होते. गुरुजी पाच वर्षांचे असतानाच त्यांच्या वडिलांचे निधन झाले. त्यामुळे मोठ्या भावानेच गुरू आणि वडील या दोन्ही भूमिका निभावल्या. त्यांच्याकडून जी गायकी गुरुजींकडे आली, त्यात गुरुजींनी खूप भर घातली. त्यामुळे ते गाणं वेगळंच आहे, असं वाटायला लागलं. ही मेवाती घराण्यातील पहिली उत्क्रांती होती. बाकीची घराणी तुलनेने जुनी आहेत. पण, गुरुजींकडे घराण्याची धुरा आली, त्या वेळी गुरुजींनी त्यांच्या शैलीने व त्यांची जी सांगीतिक दृष्टी होती, त्याने गायकीत खूप भर घातली. म्हणजे, क्रिकेटमध्ये रिव्हर्स स्वीप आला, त्याच्याआधीही क्रिकेट खेळले जायचे. पण, रिव्हर्स स्वीप ही दृष्टीच वेगळी होती. त्याच्यावर ऑब्जेक्शनही घेतले गेले. नीट मारता आला नाही तर आउट होईल, असे. पण, आता लोक अत्यंत तयारीने रिव्हर्स स्वीप मारतात. स्लीपच्या डोक्यावरून वरून बॉल काढणे, हे क्रिकेटमध्ये फार उशिरा आले. आपण जुन्या लोकांना विचारले तर ते म्हणतील, 'हे काय क्रिकेट आहे?' ऑफ स्टंपच्या बाहेर बॉल गेला, की तो सोडलाच पाहिजे. पण, आता फलंदाज शिताफीने स्लीपवरून चेंडू मारतात. फलंदाजाची ही वेगळी दृष्टी असते.

तसेच, आमच्या गुरुजींची सौंदर्यदृष्टी खूप प्रगत आणि काळाच्या पुढे होती. तुम्हाला एखादी वेगळी गायकी मांडायची असेल तर त्याला पूरक बंदिशी बांधाव्या लागतात. ती गरजच बनून जाते. म्हणून गुरुजींनी स्वतःच्या रचना तयार केल्या. सगळ्या घराण्यांचे मूळ स्रोत हे ग्वाल्हेर घराणे आहे. त्यामुळे पारंपरिक रचना आमच्या क्षेत्रात खूप गायल्या जातात. गुरुजींच्या आधी मेवाती घराण्यात पारंपरिक रचना गायल्या जाण्यावरच अधिक भर होता. ही गायकी ग्वाल्हेर घराण्याची 'ऑफ शूट' म्हणावी अशी होती. पण, ती वेगळी होती म्हणूनच त्याला मेवाती घराणे

म्हटले गेले. मात्र, गुरुजींची सौंदर्यदृष्टी आणखी वेगळी असल्याने त्यांना बंदिशी बांधायची गरज वाटली. मग स्वतःच्या गाण्याला पूरक अशा रचना त्यांनी केल्या. क्रिकेटमध्ये बाहेरील संघ भारतात आल्यावर आपण आपल्याला उपयुक्त असे स्पीनिंग ट्रॅक बनवतो आणि आपण ऑस्ट्रेलियात गेलो, की तिकडचे लोक त्यांना उपयुक्त असा फास्ट ट्रॅक बनवतात तसेच.

गुरुजींनी मेवाती घराण्याच्या गायकीत सरगमयुक्त लयकारीची भर घातली. शब्दांच्या नादाचा आलापीत सुंदर उपयोग केला. मींड खूप विविधतेने वापरली. तानांचा वापरही अत्यंत वैविध्याने केला.

मेवाती घराण्याची जी मूळची वैशिष्ट्ये होती, ती गुरुजींनी कायम राखली. ती कोणती, तर मींड. इंद्रधनुष्यासारखे दोन स्वर जोडणे याला म्हणतात मींड. दोन स्वरांना कट्सनी जोडणे म्हणजे कण. मींड आणि कणचा सौंदर्यपूर्ण वापर ही मेवाती घराण्याची खासियत. गुरुजींच्या आधीही हे होते. पण, गुरुजींनी त्यालाही मांडणीची वेगळी दृष्टी दिली. मींड, कण, सुरेलपणा, तिन्ही सप्तकांचा गाण्यात वापर ही मेवाती घराण्याची वैशिष्ट्ये होती. खर्ज, मध्य आणि तार सप्तकाचा आमच्या गायकीत सततचा वापर असतो. गुरुजींच्या आधीही मेवाती घराण्यात तो होता. पण, गुरुजींनी त्यांच्या नजरेतून गायकीतील मूल्ये पुढे नेली.

ते सौंदर्याचे भोक्ते होते. म्हणजे त्यांना धोतरही सुंदर आणि स्वच्छ हवे. त्याचे काठही जरीचेच हवेत आणि ते नेसलेही पाहिजे अगदी परफेक्ट. राजस असं व्यक्तिमत्त्व होतं ते. जे करायचे ते चांगलेच. अर्धे-मुर्धे काही नाही. स्वरमंडल अनेक जण वाजवितात. पण, गुरुजी स्वरमंडल अत्यंत नजाकतीने वाजवायचे. ते जे काही करतील, ते सुंदर आणि परिपूर्णतेकडे झुकणारेच असायचे. स्टेजवरचा वावर नीट हवा. तीन-चार तास लोक तुमच्याकडे पाहणार असतील, तर नीटच दिसायला पाहिजे. नीट राहण्याची प्रत्येकाची व्याख्या वेगळी असते. त्यात गुरुजींची व्याख्या अगदी राजस होती.

पूर्वी असे व्हायचे, की आमच्याकडे घराण्यात हे करीत नाहीत, ते करीत नाहीत, ते त्यांचं आहे, असा मतप्रवाह ठळक होता. पण, गुरुजी त्यात अडकले नाहीत. त्यांनी विविध सौंदर्यमूल्ये आपल्या नजरेतून गायकीत मांडली. ते म्हणायचे, ''बेटा इधर-उधरसे वैसा का वैसा लेनेसे गाना पॅची हो जाता हैं .'' त्यात एकसंध विचार

राहत नाही. तुमची प्रतिभाच तुम्हाला मार्ग दाखवत असते, असे ते मला सांगायचे. त्यांच्याकडे गाणे शिकल्यावर माझी बाहेर पडायची वेळ आली, तेव्हा ते म्हणाले, की तुझं गाणं वेगळं करण्यासाठी काही मुद्दाम प्रयत्न आणि घाई करू नकोस. तुझी प्रतिभाच करेल तुझं गाणं वेगळं. फक्त प्रतिभेला वेळ दे.

तयारीचा एलिमेंटही गुरुजींनी खूप ॲडव्हान्स केला. म्हणजे गळ्यातून काहीही निघत नाही, असे नाही. त्याला काही मर्यादा नाहीत. डोक्यात आले, की गळ्यातून येणारच. यामुळे गाणं खूप वाईड होतं. बंधने राहत नाहीत. आम्ही हे करीत नाही, ते करीत नाही असं नाही. मला पटलं तर करतो. जमत-बिमत नाही, असं काही नाही.

मेवाती घराण्याचे फाउंडेशन भक्तिरसप्रधान होते. त्याला पूरक असा गुरुजींनी हवेली संगीताचा अभ्यास केला. म्हणजे अष्टछाप कवी. सौराष्ट्राचा वल्लभ संप्रदाय. आपल्याकडे भागवत धर्म म्हटला, की ज्ञानेश्वर महाराज, तुकाराम महाराज, नामदेव महाराज, एकनाथ महाराज असे आपण म्हणतो. तसे तिकडे अष्टछाप कवींचा वल्लभ संप्रदाय. त्यांचे शब्द आपल्या उत्तर हिंदुस्थानी संगीताला फार पूरक असतात. अतिशय लाघवी शब्द असतात ते. त्या शब्दांचा नादही खूप सुंदर असतो. गुरुजींनी या हवेली संगीताचा खूप अभ्यास केला. हवेली संगीत म्हणूनही स्वतः वेगळ्या चाली देऊन त्या ते गायले. पण, शास्त्रीय बंदिशीतही त्यांनी त्या शब्दांचा अतिशय नादमय पद्धतीने वापर केला. जसा स्वर एक नाद घेऊन येतो, तसे शब्दही आपला नाद घेऊन येतात. या शब्दांच्या नादाचाही गुरुजींनी अतिशय समर्पक वापर केला. स्वरोच्चार कसे करावेत, याचाही एक मापदंड निर्माण केला.

मेवाती पराणे हे भक्तिरसप्रधान आहे. शृंगाररसही आहे त्याच्यात. पण, मधुरा भक्ती ही जास्त आहे. गुरुजींनी शृंगार रसही खूप गायिला. पण, त्याला राधाकृष्णाची जोड दिली. त्यामुळे त्याला आध्यात्मिक स्पर्श आहे. गाण्यांमध्ये एकच रस नसावा. जेवढे रस तुमच्या गाण्यात जास्त, तेवढे गाणे व्यापक होते. गुरुजींचं गाणं व्यापक होतं, सर्व रसांना न्याय देणारं. म्हणूनच तर ते रसराज पंडित जसराज म्हणून ओळखले जायचे. आणि ते खरंच होतं. दहा वर्षे मी त्यांच्या सोबत होतो. चारशे मैफलींना मी स्वरसाथ केली आहे. पण, रस नाही, असे गुरुजींचे एकही गाणे मी एकले नाही.

तुमच्याशी बोलताना स्वतःचं कौतुक स्वतःच करणं, मला योग्य वाटत नाही. पण, माझ्या बाबतीत बोलायचे तर मी पूर्वसंचित घेऊन जन्माला आलोय, असे माझे बालपण पाहिले तर लक्षात येईल. मी 'वंडरबॉय' म्हणून बाराव्या - तेराव्या वर्षी ख्याल गायन करून सर्वांना चकित केले होते. मी गुरुजींकडे गेलो, तेव्हा बाहेर मैफल करीत होतो आणि बालकलाकार म्हणून अतिशय तयार गाणे मी गात होतो. गुरुजींनी माझे गाणे ऐकायच्या अगोदर पंडित भीमसेन जोशी, हिराबाई बडोदेकर, गंगूबाई हनगल, पु. ल. देशपांडे, ज्योत्स्नाबाई भोळे, पंडित वसंतराव देशपांडे, पंडित जितेंद्र अभिषेकी या सर्वांनी माझं गाणं समोर बसून ऐकलं होतं. भीमसेन जोशी माझं गाणं ऐकून म्हणाले (त्या वेळी मी १३ वर्षांचा होतो), की हा ज्ञानेश्वरांच्या कुळातला आहे. हिराबाईंनी त्यांच्या घरी माझं तीन वेळा गाणं केलं. 'पुलं'ही माझ्याबद्दल खूप बोलले. 'पुलं' म्हणाले, की 'संजीव अभ्यंकर' हे नावच पुढे एक पदवी म्हणून वापरलं जाईल. आणि या सर्वांनी सांगितले, की हा गाण्यासाठी जन्माला आला आहे. याला पूर्णवेळ गाणंच करू द्या.

पहिली सहा वर्षे माझ्या आईने मला तयार केले. माझी आई डॉ. शोभा अभ्यंकर एम.एस्सी. बायोकेमिस्ट्री होती आणि संगीतात तिने पीएच.डी. केली. प्रचलित व अप्रचलित रागांचा तिचा अभ्यास खूप मोठा होता. त्यामुळे घरातच एक मोठा गुरू माझ्याकडे होता. त्याचबरोबर सहा वर्षे मी पंडित गंगाधरबुवा पिंपळखरे सरांकडे

पं. संजीव अभ्यंकर यांच्या गायनाच्या वेळी विविध भावमुद्रा

ग्वाल्हेर किराणा घराण्याची तालीम घेतली.

मी पंडित जसराजजींकडे शिकायला गेलो, त्याच्याआधी माझी आई त्यांच्याकडे गाणे शिकत होती. आणि माझा सांगीतिक पिंड गुरुजींच्या गाण्याशी जुळतो म्हणून आईने मला गुरुजींकडे गाणे शिकायला पाठविले. माझी शालेय शिक्षणातील गुणवत्ता खूप चांगली होती. मी चार्टर्ड अकाउंटंट किंवा इंजिनिअर सहज झालो असतो. गुरुजींनी माझ्या आई-बाबांना सांगितले, की हा पूर्ण वेळ कलेला वाहून घेणार असेल तरच मी त्याला गाणे शिकवेन.

आईने ग्रूम केल्यावर मी मैफल करायला लागलो. मैफल कशी मांडायची, हे आईच माझ्याकडून करून घेऊ लागली. पंडित गंगाधरबुवा पिंपळखरे म्हणजे ग्वाल्हेर-किराणा घराण्याचे पुण्यातील अतिशय ज्येष्ठ गुरू. ते माझ्या आईचेही पहिले गुरू. त्यांच्याकडेही मी गाणं शिकलो. त्यांनी माझ्याकडून गायकीचा छान दृष्टिकोन तयार करून घेतला. अनेक राग मी त्यांच्याकडे शिकलो. त्यांनी आणि आईने मला अशा टप्प्यावर आणले, की मला गुरुजींचे गाणे कळेल. प्रत्येकाला पूर्वसंचित असतंच. ते माझं स्ट्राँग होतं. मला नक्कीच असं वाटतं, की मागच्या जन्माची माझी साधना खूप स्ट्राँग होती. पण, म्हणून या जन्माचे कष्ट कमी पडले, असे नाही. कष्टाचे फळ मात्र उत्तम मिळाले. गुणवत्ता कमी असेल तर खूप जास्त मेहनत करून, खूप जास्त रियाज करून एखाद्या व्यक्तीला यश मिळेलच, असे नाही. गुणवत्तेला मेहनतीची जोड हे यशाचे सूत्र आहे.

गुरुजींनी मला प्रत्येक गोष्ट 'स्पून फिडिंग' करून सांगितली नाही. कित्येक गोष्टी मी माझ्या observation मधून शिकलो. ही निरीक्षणाची कला आहे. एका प्रमाणाबाहेर गुरू शिकवू शकत नाहीत. गुरू वाट दाखवू शकतात. त्यातून काय घ्यायचे, ते त्यांच्या शिष्यात ताकद किती यावर अवलंबून असते आणि प्रत्येक जण आपापल्या परीने ते घेत असतो. गुरुजींकडे शिकताना मला लक्षात आले, की मी जर त्यांचा शिष्योत्तम असेन, तरच ते मला सोबत ठेवतील. त्यासाठी आवाज जपलाच पाहिजे आणि तो हुकमी असावा. मग माझ्या लक्षात आलं, की दही, ताक, सफरचंद, केळ खाल्ले, की मला सर्दी होते. त्यामुळे बेस्ट टोन मिळत नाही. बटाटेवडे आणि समोसेही खाणे मी सोडून दिले. तळलेल्या पदार्थांची माझ्या घशाला ॲलर्जी आहे. त्यामुळे मी हे सर्व खाणं पंधराव्या वर्षींच सोडून दिलं. गुरुजींना जिंकायचे तर आपल्या

गाण्यानेच. त्यांचं माझ्या गाण्यावर प्रेम होतं. कितीतरी वेळा ते म्हणायचे, 'कितना मीठा गाना गाते हो बेटा तुम.' माझ्या सुरेलपणावरही प्रचंड प्रेम होतं त्यांचं. तर माझ्या गाण्यानं त्यांना जिंकण्यासाठी त्या वयात मी खूप मेहनत घेतली. तीन वेळचा रियाज मी कधीच बुडवला नाही. दहावीनंतर माझा आवाज बदलल्यावर तीन सेशनमध्ये मी रियाज करायचो.

त्या वेळी आई-बाबांनी मला सांगितलं होतं, की तुला गुरुजींसारखं गायचं आहे. त्यापेक्षा वर काहीच नाही. मी फक्त १४ वर्षांचा होतो. गुरुजी हेच मापदंड होते. म्हणजे, चित्रपट क्षेत्रात लतादीदींची आठवण आली म्हणजे, झालं ना? चित्रपटसृष्टीत सर्वोच्च काय तर ते लता मंगेशकर. तसंच हे. वयाच्या चौदाव्या वर्षी 'टार्गेट' काय तर गुरुजींसारखं गा म्हणजे झालं सर्वोच्च शिखर. या टप्प्यावर मी २३-२४ व्या वर्षीच आलो. माझे गुरुजी गाताहेत की मी गातोय, हे त्यांनाही कळेनासे झाले. ते म्हणायचे, 'कुठं माझा आवाज थांबतो आणि तुझा सुरू होतो, हे लक्षातही येत नाही.' इतकी एकतानता, एकरूपता होती. याच टप्प्यावर एक व्यावसायिक म्हणून बाहेर सगळीकडे माझे कार्यक्रम सुरू झाले. मी प्रतिभा घेऊन जन्माला आल्याने मी जे गात होतो, ते लोकांना आवडतच होते. गुरुजींच्या मागे गात असताना रसिक मला ऐकत होते. त्यामुळे मी माहीत होतो सर्वांना.

२०व्या वर्षी वाणिज्य शाखेच्या पदवीच्या तृतीय वर्षात असताना मी पुण्यात सवाई गंधर्व महोत्सवात सर्वप्रथम गायलो. २१व्या वर्षी 'एचएमव्ही'ने माझा अल्बम काढला. कलेच्या क्षेत्रात कोणी जर गुणवान असेल तर त्याच्याकडे सर्वांचे बारीक लक्ष असते. त्यामुळे 'वर्ड ऑफ माऊथ'ने तुम्ही दूरवर पोचता. विसाव्या वर्षीच पंडित भीमसेन जोशी यांनी मला सवाई गंधर्व महोत्सवात गायला बोलावले आणि माझे अल्बम निघाले. २३-२४व्या वर्षी माझ्या लक्षात आले, की जाणकारांचे असे मत होते, की मी आता स्वतःची वेगळी वाट शोधायला हवी. मग माझ्यासाठी वेगळेच आव्हान निर्माण झाले. बेसिक चॅलेंज नव्हतेच मला. मी ईश्वरदत्त सुंदर गात होतो. त्याच्यावर गुरुजींचे सुंदर संस्कार झाले होते. त्यामुळे पुढे मी काहीही वेगळे केले नसते, तरी जगाने माझे गाणे ऐकले असते. पण, ती माझी यशाची व्याख्या नव्हती. मला असे लक्षात आले, की माझ्या गाण्यात लोकांनी नॉस्टॅल्जियात जात गुरुजींना शोधले, तर ते मला ऐकणारच

नाहीत. गुरुजींना ऐकायला मिळावे म्हणून ते माझे गाणे ऐकायला येणार असतील तर त्याला म्हणतात नॉस्टेल्जियात राहणं. मला असे वाटले, की हे बरोबर नाही. हा नॉस्टेल्जिया लोकांच्या मनातून काढून टाकला पाहिजे. मी नॉस्टेल्जिया काढून टाकणार म्हणजे गुरुजींची आठवण होणार नाही का? ती होईल; पण आत्मीक रूपात होईल. त्यांचं गाणं ऐकायला मिळत नाही म्हणून किंवा त्यांचं गाणं परवडत नाही म्हणून माझं गाणं ऐकायला यायचं, असे होता कामा नये. म्हणजे मी माझ्या गुरूंची प्रतिकृती नाही आणि माझी स्वतंत्र जागा मी निर्माण करेन, असे आव्हान मी वयाच्या २५व्या वर्षी घेतले. आणि तेथून मी बाहेर पडलो. मी हा दृष्टिकोन ठेवला, की वडिलांकडून आपल्याला दोन फ्लॅट मिळतात की नाही, ते घ्यायचे आणि त्यात स्वतःचे दोन फ्लॅट वाढवायचे. म्हणजे आपली संपत्ती चार फ्लॅटची करायची. पण, त्यासाठी आधी घर सोडावे लागते. नाहीतर आहे त्याच घरात माणूस राहतो, सुखासीन होतो आणि आयुष्यभर तिथेच राहतो. जर मला माझी गायकी मांडायची असेल तर माझ्या बंदिशी हव्यात.

माझी पहिली बंदिश मी २५व्या वर्षी बांधली. पण, माझ्यासाठी आव्हान हे होते, की मी सगळ्यांना माहिती असलेली अतिशय सर्वश्रुत अशी गायकी मांडत होतो. त्यात जर काही वेगळे द्यायचे असेल तर ते नितांत सुंदर झाल्याशिवाय तुम्ही नाही देऊ शकत. माझ्यामागे तुलना होती ती सर्वांत श्रेष्ठ अशा प्रतिभावान माझ्या गुरुजींशी. ती आव्हानात्मक होती. त्याच्या बदली मी जी गायकी, बंदिश करेन ती त्यांच्याएवढीच सुंदर व्हायला हवी होती. ती होत गेली आणि जगानेही स्वीकारली.

मी माझा कॉन्सर्ट repertoire बदलला. सगळा संजीव अभ्यंकर केंद्रीत केला. गुरुजींच्या नावाने ज्या लोकप्रिय रचना होत्या, त्या मी माझ्या मैफलीत सादर करणे बंद केले. तिथे मी माझ्या रचना गाण्यास सुरुवात केली. मेवाती घराण्याच्या बंदिशींमध्ये आपोआपच माझे कॉन्ट्रीब्युशन होत गेले. फक्त कलेच्या जोरावर घर चालवायचं, इतक छोटं उद्दिष्ट, हे माझं कधीच नव्हतं. त्या ऐवजी मग मला इतर शैक्षणिक पर्याय उपलब्ध होतेच की. एवढी असुरक्षितता कशाला घेतली मग? मला कळत होतं हे सगळं. म्हणूनच मी नवनिर्मितीचा ध्यास घेतला.

गुरुजींनी जो मला contributory path दाखवून दिला, त्यात मला जर माझ्या सांगीतिक दृष्टिकोनातून गाणं मांडायचं असेल, तर माझ्या रचना पाहिजेत, असं मला

वाटलं. मग ते सुरू झालं. रचना बदलल्यावर मांडणी बदलते. मला जशी मांडणी हवी तशा रचना मी बांधल्या. माझ्या आवाजाचा सर्वोत्कृष्ट वापर कुठे व कसा होऊ शकतो, त्याला पूरक अशा रचना मी तयार केल्या. याला म्हणतात माझ्या पद्धतीने पीच बनवणे. पीचप्रमाणे मी माझी बॉटिंग नाही बदलली. मला हवं तसं पीच बनवलं. मग आपोआप माझी सांगीतिक दृष्टी बहरत गेली. मी अनेक कलावंतांना ऐकत होतो. पण, मी मुद्दाम कुणाचं उचललं नाही. माझी गायकी आपोआप बदलली गेली. ती मेवाती घराण्यात एक वेगळी गायकी म्हणून प्रस्थापित झाली आहे. धागा गुरुजींचाच; पण कॉन्ट्रीब्युशन आहे माझ्या गायकीचं. हा अगदी डिफिकल्ट पाथ होता. मी जे करायला गेलो, ते जर चांगलं झालं नसतं तर रसिकांनी मला स्वीकारलं नसतं. यशाच्या माझ्या व्याख्या फार वरच्या पातळीवरच्या होत्या. ही रिस्क मी २४-२५ व्या वर्षीच घेतली.

गुरुजींनी हवेली संगीताचा अभ्यास करून स्वतःसाठीचा Repertoire तयार केला, जो ते मैफलीत सादर करायचे. ते मराठी गायचे नाहीत. मी मराठी असल्याने मी माझा अभंगाचा Repertoire तयार केला. माझा लहानपणापासूनचा मित्र केदार पंडित हा अतिशय प्रसिद्ध संगीतकार. त्याने ३५० अल्बम केले आहेत. केदारने माझ्यासाठी खूप सुंदर रचना केल्या, बांधल्या. माझ्या गायकीला डोळ्यांसमोर ठेवून रचना केल्या. जसे भीमसेन जोशी यांच्या गायकीला डोळ्यांसमोर ठेवून रामभाऊ फाटक, श्रीनिवास खळे यांनी रचना केल्या तसेच.

मी नॉस्टॅल्जिक काहीच गायलो नाही. माझ्याच रचना किंवा माझ्यासाठीच बांधलेल्या रचना गायल्या. माझ्या स्वतःच्या रचना, माझ्या वेबसाईटवर म्हणजे www.sanjeevabhyankar.com वर आणि माझ्या यूट्यूब चॅनलवर फ्री डाउनलोड करायला ठेवलेल्या आहेत. त्याचा उद्देश एकच, की हे कॉन्ट्रीब्युटरी काम आहे आणि हे जास्तीत जास्त लोकांपर्यंत पोचावं. मी जे काही नवीन गाईन ते जर रसिक जनांनी प्रेमाने ऐकले तर तेच माझ्यासाठी यश होते. आणि आमच्या गुरुजींचेही हेच तत्त्व होते. त्यांच्या मनाला वाटेल तेच ते गायचे. उत्स्फूर्तता असे त्यात. कित्येक वेळा शेवटच्या क्षणी ते सगळे बदलायचे. ठरवलेले काहीच गायचे नाहीत. प्रचंड उत्स्फूर्त गाणं होतं त्यांचं. निसर्गतः माझेही तसेच आहे. असे अचानक उमटलेले गायन किती आनंद देऊन जाते... अनप्लॅन्ड. माझ्या तेव्हाच लक्षात आले, की

सगळे मटेरियल कायम तयार पाहिजे.

मेवाती घराण्यात गुरुजींपासून जे रिव्होल्यूशन झाले, त्यात त्यांना मागच्या गायकीत खूप एलिमेंट्स् अॅड करायला संधी होती. मला अशी संधी खूप नव्हती; कारण माझ्याकडे आलेली गायकी मुळातच खूप प्रगत होती. माझ्या गायकीत तोच विचार मला माझ्या प्रतिभेने मांडायचा होता, हे मला आव्हान होते. त्यावर एक-एक पाऊल टाकत स्वतःचे वेगळे अस्तित्व निर्माण करू शकलो. डिझाईन पूर्ण बदलले. इतके, की त्याच्यात कोणताच नॉस्टॅल्जिया उरला नाही. माझ्या गुरुजींची ही गरज होती म्हणून त्यांनी ते केले आणि त्यामुळे मेवाती घराणे समृद्ध झाले. माझ्या आयुष्यातही ती गरज निर्माण झाली. माझ्या परीने मी मेवाती घराणे समृद्ध करण्याचा प्रयत्न करतो आहे आणि यापुढेही करीत राहीन.

(मुलाखत व शब्दांकन : सुजितकुमार पाटील)

मैफल रंग

संतूरच्या स्वरवाटा

'आ सेतू हिमाचल' पसरलेल्या भारतभूमीच्या शीर्षस्थानी असलेल्या काश्मीर प्रदेशाने भारतालाच काय तर अखिल जगताला अनेक नवनवीन विषयांचे, ज्ञानाचे भांडार उपलब्ध करून दिले आहे. प्राचीन काळापासून हिमालय पर्वताची ही पवित्र, मंगलदायी आणि एकांत देणारी भूमी अनेक साधूसंत, ऋषिमुनींना त्यांच्या साधनेसाठी आकर्षित करीत गेली. त्यांनी येथे अनेक वर्षे तपस्या, साधना केल्यावर मिळालेल्या ज्ञानातून झालेल्या साक्षात्कारातून मिळालेल्या ज्ञानाची कवाडे जनसामान्यांच्या हितासाठी उघडी केली आणि आपले पुढील आयुष्यही त्याचा प्रचार व प्रसार करण्यात घालविले. याच भूमीत जन्मलेल्या अशाच एका ऋषितुल्य साधकाने अत्यंत कष्टाने आणि अविरत तपश्चर्येने शास्त्रीय संगीत जगताला पूर्णपणे अनभिज्ञ अशा एका वाद्याची ओळखच करून दिली नाही, तर अक्षरशः वेड लावले. हा असामान्य साधक म्हणजे पं. शिवकुमार शर्मा आणि त्यांनी संगीत जगताला दिलेले वाद्य म्हणजे 'संतूर'.

- डॉ. धनंजय दैठणकर
dddaithankar@hotmail.com

संतूर म्हटले, की शुभ्र हिमशिखरे, दऱ्याखोऱ्यातून खळखळ वाहणारे पाणी, प्रसन्न करणारी निसर्गचित्रे, हिरवीगार पर्वतराजी, पाण्यावर थुई-थुई नाचणारी कारंजी ही दृश्ये डोळ्यांसमोर उभी राहतात. अशा या संतूर वाद्याचा इतिहास, वाद्याची वैशिष्ट्ये, वाद्याच्या सादरीकरणाच्या अनुषंगाने केलेले बदल, त्याचा विकास आणि त्यातील कलाकारांचे योगदान हा प्रस्तुत लेखाचा विषय आहे.

भारतातील वाद्यसंगीतात शास्त्रीय, उपशास्त्रीय, लोकसंगीत, पारंपरिक

पं. शिवकुमार शर्मा

संगीतात वापरली जाणारी सुमारे ५०० विविध प्रकारची वाद्ये असावीत असा अंदाज केला जातो. या वाद्यांचा चार प्रकारांत अंतर्भाव केला जातो. ते प्रकार म्हणजे १) तारवाद्य, २) सुषिरवाद्य (Wind Instrument), ३) चर्मवाद्ये, ४) घनवाद्ये. ज्या वाद्यांमध्ये तारांचा उपयोग केला जातो ती तारवाद्ये. यामध्ये विविध प्रकारच्या वीणा, तंबोरा, सतार, सरोद, सारंगी, दिलरुबा, संतूर इ. वाद्यांचा समावेश होतो.

भारतात वाजवले जाणारे 'संतूर' हे काश्मीरमधील मूळचे लोकसंगीतात साथीसाठी वापरले जाणारे वाद्य. 'संतूर' हा मूळ पर्शियन शब्द. ज्याचा अर्थ १०० तारा असा होतो. भारतातील प्राचीन वैदिक ग्रंथात 'शततंत्री वीणा' असा एका वाद्याचा उल्लेख आढळतो हेच आजचे संतूर. शत म्हणजे शंभर, तंत्री म्हणजे तार आणि पुरातन काळात कोणत्याही तार लावलेल्या वाद्यास वीणा संबोधले जाई. जसे बाणवीणा, कात्यायनी वीणा, तुंबरू वीणा, विचित्र वीणा, सरस्वती वीणा, दत्तात्रय वीणा होत. असे मानले जाते की पहिल्या वाद्याची निर्मिती धनुष्यातून सोडलेल्या बाणाच्या ध्वनीतून झाली असावी. त्याला 'पिनाकी वीणा' म्हणत. ऋग्वेदात 'पिनाकी वीणा' हे शिवाचे वाद्य असल्याचा उल्लेख आढळतो.

संगीतशास्त्राचे अभ्यासक आणि संस्कृत पंडित यांना 'शततंत्री वीणा' ह्या वाद्याचा वेदकालीन ग्रंथात जो उल्लेख आढळतो त्यावरून हे वाद्य वेदकाळापासून

डॉ. धनंजय दैठणकर

अस्तित्वात होते हे दर्शविते. भारतात वाजवले जाणारे 'संतूर' १०० तारांचे आहे. इतर देशात ते १०० पेक्षा कमी किंवा त्यापेक्षा जास्त तारांचे आढळते. त्यामुळे त्याकाळी देश-विदेशात फिरणाऱ्या जिप्सी लोकांनी हे वाद्य भारतातून आशिया खंड आणि युरोपमध्ये नेले असावे असे वाटते. इतर देशांत हे वाद्य गेल्यावर त्या त्या देशातील संगीत आणि संस्कृतीप्रमाणे त्यांनी त्याच्या नावात आणि रचनेत बदल केले असावेत.

भारतात वाजवले जाणारे संतूर काश्मीरमधून आले आहे. काश्मीरमध्ये सूफी संगीताची पुरातन परंपरा आहे. सूफी संगीतात गायल्या जाणाऱ्या कवनांना 'सुफियाना मौसिकी' असे म्हटले जाते. त्या संगीताला साथ देण्यासाठी पूर्वीच्या काळी हे लोकवाद्य वापरले जाई. तेव्हा त्याला स्वतंत्र वाद्याचा दर्जा नव्हता. गायकाला साथ करत असताना हे संतूर गळ्यात दोरीने बांधून उभे राहून वाजवले जात असे. त्याकाळी अशी संगत करणारे 'मोहम्मद अब्दुल्ला तिब्बत बाकल' आणि 'मोहम्मद कलीन बाफ' हे काश्मीरी कलावंत नामवंत होते. या मूळच्या १०० तारांच्या संतूरमध्ये प्रत्येक स्वरांचे २५ गट्टू (किंवा घोडी/ब्रिज) असत व त्या प्रत्येक गट्टूवर चार तारा असत. यामध्ये साधारणतः एकूण दीड सप्तकाचे स्वर मिळत असत. जे त्या काळात साथ करण्यासाठी पुरेसे वाटत असावे. हे वाद्य वाजवण्यासाठी 'कलम' (Striker) नावाच्या दोन लाकडी काड्यांचा उपयोग केला जात असे. ही मूळची १०० तारांच्या संतूरची रचना.

असे हे मूळचे 'शततंत्री वीणा' हे वाद्य पं. उमादत्त शर्मा (पं. शिवकुमार शर्मा यांचे वडील) यांना श्रीनगर येथे नजरेस पडले. शर्मा कुटुंबीय जम्मूला वास्तव्यास होते व पं. उमादत्त त्यावेळी तेथे रेडिओ केंद्रावर काम करत होते. काही काळासाठी त्यांची श्रीनगर रेडिओ केंद्रावर बदली झाली आणि त्यांना तेथे संतूरचे प्रथम दर्शन घडले. पं. उमादत्त हे बनारस घराण्याचे गायक 'पं. बडेरामदासजी' यांचे शिष्य.

गायनाबरोबरच त्यांचे तबला, दिलरुबा, हार्मोनियम अशा इतर वाद्यांवरही प्रभुत्व होते. तसेच ते ज्योतिष शास्त्रातही पारंगत होते. त्यामुळे त्यांना 'हरफन मौला' असे म्हटले जात असे. त्यांना संतूर हे नवीन वाद्य विशेष भावले व जम्मूला येताना ते एक वाद्य घरी घेऊन आले व त्यांनी लहानग्या शिवकुमारला ते सुपूर्द केले. त्यावेळी त्यांचे वय १३ वर्षे होते. वयाच्या पाचव्या वर्षापासून त्यांनी वडिलांकडे गायन, तबला, व्हायोलीन शिकायला सुरुवात केली होती. ज्योतिषशास्त्राच्या गाढ्या अभ्यासामुळे पं. उमादत्तांना आपल्या मुलाचे भविष्य या वाद्यातच आहे हे दिसले. आणि त्यानुसार त्यांनी त्याला तालीम देणे सुरू केले. त्यांनीदेखील गुरूंची आज्ञा शिरसावंद्य मानून संतूरवर ध्यान केंद्रित केले. लवकरच हे वाद्य भारतात लोकप्रिय झाले. पण, त्यासाठी शिवर्जींना खूप कष्ट घ्यावे लागले.

शास्त्रीय संगीतात एकल वादनासाठी सिद्ध झालेल्या आजच्या अस्तित्वात असलेल्या संतूरविषयी आपण जाणून घेऊया. संतूर हे (trapezoid shape) म्हणजे मागील बाजूस रुंद व पुढील बाजूस निमुळते होत जाणारे लाकडातून तयार केलेले वाद्य आहे. पोकळ असलेल्या या पेटीच्या डाव्या बाजूस तार बांधली जाते (हूक) व उजव्या बाजूस तार पिळण्यासाठी खिळे (नेल्स) असतात. या तारा गट्टूवर (घोडी/ब्रिज) एकमागोमाग एक आलटून पालटून ठेवल्या जातात. प्रत्येक स्वरासाठी तीन तारा असतात त्या एकाच स्वरात लावल्या जातात. प्रत्येक तार स्वरात लावण्यासाठी स्वतंत्र खिळा (नेल) असतो. पेटीच्या वरच्या भागावर जेथे गट्टू ठेवला जातो त्याला 'साउंडबॉक्स' किंवा 'साउंडपोस्ट' म्हटले जाते.

भारतीय संतूर दोन्ही गट्टूंच्या रांगेच्या मधेच फक्त वाजवले जाते, हे याचे वैशिष्ट्य आहे. या वाद्यात रागानुसार तीन सप्तकांचे स्वर मिळतात जे भारतीय वाद्यसंगीत सादर करण्यासाठी पुरेशी आहे. 'कलम' हे लाकडापासून तयार केले जातात, तसेच संतूरवादनासाठी दोन्ही हातांचा उपयोग केला जातो. त्यासाठी कलम हे अंगठा, तर्जनी (Index Finger) आणि मध्यमा (Middle Finger) या बोटांमध्ये धरले जाते.

संतूर सोडून इतर सर्व तारवाद्ये ही छेडून किंवा तारांवर घासून वाजवली जातात. (उदा. सतार, व्हायोलीन, सारंगी इ.) पण, संतूर हे एक मात्र तारवाद्य आहे जे तारवाद्य असूनही कलमच्या साहाय्याने आघात करून वाजवले जाते.

एका मैफिलीत डॉ. धनंजय दैठणकर आणि पं. शिवकुमार शर्मा

सर्वसाधारणपणे संतूर 'अर्धपद्मासना'सारखी मांडी घालून मांडीवर घेऊन वाजवले जाते. त्यामुळे दोन्ही पाय आणि वरती वाद्य ठेवल्याने निर्माण होणाऱ्या नैसर्गिक पोकळीमुळे आवाज वाढण्यासाठी, घुमण्यासाठी तंबोऱ्यातील भोपळ्याप्रमाणे काम होते. अपवादात्मक परिस्थितीत स्टॅंडवर ठेवूनही वाजवता येऊ शकते. सध्या २९, ३१, ३३, ३५ स्वरांचे संतूर बनवता येते. परंतु २९ स्वरांचे संतूरही सर्वार्थनि वादनासाठी परिपूर्ण ठरू शकते.

अशा या भारतीय संतूरवाद्याच्या जातकुळीतील इतर देशात वाजवली जाणारी अनेक वाद्ये आहेत. ही सर्व वाद्ये Dulcimer या प्रकारात मोडतात. इराण आणि इराकमध्ये संतूर नानाचे वाद्य १८ गट्ट ब ७२ तारांचे आहे. चीनमध्ये यान चीन हे ४५ तारांचे वाद्य आहे. जर्मनीमध्ये हॅकब्रेथ (Hack breth) हे तब्बल १३५ तारांचे वाद्य आहे. आशिया खंडात 'सिंबाली', ग्रीसमध्ये संतुरी, हंगेरी, रुमानिया, रशिया येथे 'सिंबेलॉन' तर अमेरिकेत (Hammered Dulcimer) अशी वेगवेगळ्या रचनेत व नावाने वाद्ये आहेत. भारतीय संतूर हे फक्त दोन गट्टूंच्या रागांच्या आधारे वाजवले जाते. पण, इतर देशांतील वाद्ये गट्टूंच्या आजूबाजूलाही वाजवली जातात. त्यामुळे त्यांना जास्त सप्तकांमध्ये वादन करता येते.

साधारणतः इतर देशातील वाद्यांच्या काड्यांना पुढे कापडी वेष्टण असते.

त्याला Felt असे म्हणतात. माझ्या युरोपच्या एका दौऱ्यात रोम येथे रात्रीच्या वेळी एका बागेबाहेर नीरव शांतवेळी एक कलाकार Hackbreth हे वाद्य वाजवताना ऐकायला मिळाला. एका स्टँडवर ठेवलेले ते वाद्य तो खुर्चीवर बसून अत्यंत तयारीने निष्णातपणे आपल्याच धुंदीत वाजवत होता. त्याच्या वादनाने त्याने तेथील वातावरण आल्हाददायक आणि धुंद केले होते. येणारे-जाणारे थोडावेळ थांबून ऐकून त्याला दाद देत होते आणि त्याच्या बाजूला ठेवलेल्या बॉक्समध्ये पैसे टाकत होते. प्रत्येक देशाची ही वेगवेगळी रुजलेली संस्कृती आहे.

भारतीय 'संतूर' या लोकवाद्याचे शास्त्रीय संगीतासाठी एकल वाद्य करण्याचे आव्हान शिवजींनी कसे पेलले यातून खूप मोठी प्रेरणा घेण्यासारखी आहे. मूलतः त्यांनी २५ गट्टूंची संख्या वाढवून २९ केली व त्या प्रत्येक गट्टूवरील ४ तारांऐवजी तीन लावण्यास सुरुवात केली. त्यामुळे पूर्वीचे दीड सप्तकाचे संतूर तीन सप्तकाचे झाले. पूर्वीच्या संतूरला पितळी तारा वापरत त्याठिकाणी वेगवेगळ्या जाडीच्या स्टीलच्या तारा वापरण्यास सुरुवात केली. हे झाले रचनात्मक बदल.

यापुढे आव्हान होते वादन शैलीचे. संतूर हे Staccato या सदरातील वाद्य असल्याने एका स्वरावरून दुसऱ्या स्वरावर जाण्यासाठी (सांगीतिक भाषेत मिंड) त्यांचे संशोधन सुरू केले. त्यासाठी अनेक प्रयोग केले. सारंगीच्या गजातून जसा मिंडचा ध्वनी येतो ते डोळ्यांसमोर ठेवून त्यांनी एका स्वरावरून न थांबता कलमच्या साहाय्याने मिंड काढण्याचे तंत्र विकसित केले. ही मिंड इतर वाद्याशी तुलना न करता संतूरचीच खासियत आहे असे त्यांचे म्हणणे होते व ते त्याबाबतीत ठाम होते. पुढे संगीत रसिकांनीही या कौशल्याला मनापासून दाद दिली.

त्याबरोबरच हे आघाताचे वाद्य असल्याने त्यांनी वादनाची स्वतःची शैली विकसित केली. जी पुढे इतर अनेक वाद्यवादकांनी आपल्या वादनात अंगीकारली. हा त्यांच्या विद्वत्तेचा मोठा सन्मान आहे. सुरुवातीला शास्त्रीय संगीतातील अनेक दिग्गज हे या वाद्याला नाक मुरडत होते. तेच पुढील काळात त्यांच्या वाद्याचे आणि वादन शैलीचे मोठे चाहते झाले. याबरोबरच त्यांनी विकसित केलेली संतूरच्या तंत्राची लयकारी आणि नवनवीन छंदांची शैली ही वाद्यसंगीताला मिळालेली मोठी देणगी आहे.

तीन तालाच्या विविध मात्रांपासून सुरू होणाऱ्या बंदिशी तसेच रूपकमध्ये झपताल, झपतालात १६ मात्रा, ९ मात्रा ह्यांचे छंद वाजवणे यासारख्या आव्हानात्मक छंदांचे रागानुसार सादरीकरण करणे हे त्यांचे मोठे योगदान आहे. संतूरच्या तांत्रिक विकासाबरोबर संतूरचा टोन, आघात यावरही त्यांनी खूप विचार केला. या नाजूक, तरल अशा कलमच्या साहाय्याने केलेल्या संतूरचा नाद हा वैशिष्ट्यपूर्ण झाला आहे. संतूर हे मनःशांती, ध्यानधारणा, एकाग्रता यासाठी उत्तम वाद्य मानले जाते. जगातील अनेक मान्यवर सर्जन आपल्या शस्त्रक्रियेदरम्यान संतूरच्या CDs लावतात. त्यामुळे एकाग्रपणे शस्त्रक्रिया करता येते असे त्यांचे प्रतिपादन आहे.

सतारसम्राट उ. विलायत खांसाहेब एकाठिकाणी म्हणाले, ''पं. शिवकुमार शर्मा आणि उ. बिस्मिल्ला खां हे दोनच कलाकार असे आहेत ज्यांनी शास्त्रीय संगीतात पूर्वी अजिबात अस्तित्वात नसलेली त्यांची वाद्ये आज संगीत जगतात अशा उंचीवर नेली आहेत की ती आता स्वतंत्र वाद्ये म्हणून प्रस्थापित झाली आहेत. हे त्यांचे कार्य खूप मोठे आहे.'

शास्त्रीय संगीताबरोबर चित्रपटसंगीतातही वाजवून पं. शिवकुमारांनी हे वाद्य लोकप्रिय केले. १९५५ मध्ये व्ही. शांताराम ह्यांच्या 'झनक झनक पायल बाजे' या चित्रपटापासून सुरू झालेला हा 'सिलसिला' शिव-हरी यांच्या संगीत दिग्दर्शनाने शिखरावर पोहोचला. त्याकाळातील सर्व श्रेष्ठ संगीतकारांनी त्यांचे संतूर आपल्या गाण्यांमध्ये सुंदररित्या वापरून घेतले. त्यांची पं. हरिप्रसाद चौरसिया व पं. ब्रिजभूषण काब्रा यांच्याबरोबरची १९६८ मधील "Call of the Valley" ही ध्वनिगुद्रिका उच्चांकी खपाची ठरली व वाद्यसंगीतातील मैलाचा दगड मानली जाते.

याबरोबरच चित्रपट संगीतात त्यांनी काही गाण्यांमध्ये इराणी संतूरही वापरले. तेहरान येथे १९६८ मध्ये झालेल्या जगातील सर्व संतूर वादकांचा सहभाग असलेल्या 'शिराज फेस्टिव्हल'मध्ये इराणच्या शहांनी सप्रेम भेट दिले होते, तेच संतूर त्यांनी लोकप्रिय अशा 'शोले' चित्रपटातील 'मेहबूबा' तसेच बॉबीतील 'मैं शायर तो नही,' 'पत्ता पत्ता बुटा बुटा,' 'लगी आज सावनकी वो फुलझडी है' अशा अनेक गाण्यांत वापरले आहे.

संगीत जगतात असे मानले जाते की सलग तीन पिढ्यांमध्ये जे संगीत गायले वाजवले जाते त्यापासून पुढे त्याचे घराणे तयार होते. त्या न्यायाने पं. उमादत्त शर्मा, त्यांचे पुत्र पं. शिवकुमार शर्मा, त्यानंतर त्यांचे सुपुत्र राहुल शर्मा व शिवजींचे आम्ही शिष्य व त्यानंतर आमच्याकडे शिकणारी आजची तरुण पिढी ही 'संतूर' घराणेच दर्शवित आहे. आज शिवजींचे सुपुत्र राहुल, तसेच माझ्याबरोबर माझे ज्येष्ठ गुरुबंधू पं. सतीश व्यास, हरजिंदर पालसिंग, किरण पालसिंग, दिलीप काळे, ताकाहीरो अराई, प्रशांत सलील ही धुरा समर्थपणे सांभाळत आहेत. माझ्याकडे शिकणारे असंख्य विद्यार्थी, तसेच इतरांकडे शिकणारे तरुण हे सर्व आजची चौथी पिढी मानायला हरकत नाही.

पं. शिवकुमारांच्या परंपरेशिवायही पं. उल्हास बापट, पं. भजन सोपोरी, तरुण भट्टाचार्य हे कलाकार आपले स्वतःचे तंत्र विकसित करून संतूरवादक म्हणून रसिकमान्य झाले आहेत. असे हे ७० वर्षांपूर्वी काश्मीरबाहेर माहीत नसलेले संतूर आज भारतातील तसेच परदेशातही संगीत महोत्सवाचे अविभाज्य घटक झाले आहे. हे सर्व पाहता संतूर वाद्य प्रस्थापित करण्याचे पं. शिवकुमार शर्मा यांचे कार्य किती महान आहे, हे दिसून येते. त्यांच्यापासून सुरू झालेला हा संतूरचा सुमधुर नाद भविष्यकाळातही अविरत गुंजत राहील, हे निश्चित.

अविस्मरणीय मैफल
अनुभवण्यासाठी
क्यूआर कोड स्कॅन करा.

मैफलींचे रंगतदार अंतरंग

शास्त्रीय संगीताची एखादी मैफल प्रत्यक्ष ऐकायला जाणे हा एक वेगळाच अनुभव असतो. तीच मैफल आपण जेव्हा फेसबुकवर ऐकतो, तेव्हा प्रत्यक्ष मैफलीचा आनंद मिळत नाही. एकट्याने आनंद घेणे हे मैफलीचे प्रयोजनच नाही. म्हणून सवाई गंधर्व समारोह, तानसेन समारोह, त्यागराज फेस्टिव्हल अशा समारोहांत देश-विदेशातल्या कानाकोप्र्यातून रसिक शास्त्रीय संगीताचा सामूहिक आनंद लुटण्यासाठी आवर्जून हजेरी लावतात. १०० वर्षांपूर्वी मैफलींचे स्वरूप आजच्यापेक्षा खूप वेगळे होते.

- डॉ. विकास कशाळकर
vikaskashalkar@gmail.com

पूर्वी सण, उत्सव, सोहळे हे घरात किंवा वाड्यात आयोजित करून घरातल्या आणि शेजारच्या लोकांना बोलावून संगीताचा आनंद मनसोक्त लुटला जात असे. गायक व श्रोता यांच्यात आवडीनिवडीची देवाणघेवाण होत होती. कलाकार आणि श्रोते यांचे घरोब्याचे संबंध होते. मैफलीत आपुलकी होती.

पं. भीमसेन जोशी

'बाळ, अरे गेल्या वर्षी तू हमीर किती छान गायलास. या वर्षी कुठला राग ऐकवणार आहेस बरं? आणि हो! मागच्या वर्षीचा तो दादरा मात्र पुन्हा नक्कीच ऐकव बरं का!' खांबाला टेकून बसलेल्या आजीबाई अगदी सहजपणे फर्माईश करायच्या आणि तितक्याच आपुलकीने त्यांची प्रेमळ आज्ञा बाळासाहेब पूर्ण करायचे. बिदागीच्या आनंदापेक्षा श्रोत्यांच्या रसिकतेला त्या काळी किंमत जास्त होती.

हिराबाई बडोदेकर मैफलीला परगावी गेल्या, की आवर्जून यजमानांच्या घरीच उतरायच्या आणि त्यांच्या प्रेमळ स्वभावामुळे त्यांच्यातल्याच एक व्हायच्या. त्यामुळे रसिकांना आपले जवळचे कुणीतरी नातेवाईकच आले आहेत, असे वाटायचे. रात्री जेवणानंतर संगीताच्या चर्चेच्या मैफली रंगायच्या. आणि त्याबरोबर सामाजिक, कौटुंबिक विचारांचे आदान-प्रदान व्हायचे. महिला कलाकारांची खणा-नारळाने ओटी भरली जायची, भरजरी कपडेलत्ते दिले जायचे, घरच्या शेतातल्या तुरीच्या शेंगा गाठोड्यात बांधून देऊन पाठवणी केली जायची. 'पुढल्या वर्षी जरा जास्त दिवस राहायला या हं! जवळच विठोबाचं मंदिर आहे, आपण सगळेच दर्शनाला जाऊ या. पांडुरंगाच्या मंदिरात गाणं इतकं रंगतं, काय सांगू आणि यावर्षी नवीन अभंग ऐकवा' असे जिव्हाळ्याचे संवाद व्हायचे.

आता हा इतिहास झाला आहे. वाड्यातल्या मैफलींची रवानगी आता भव्य सजविलेल्या रंगमंचावर केली गेली आहे. प्रेमाने दिल्या जाणाऱ्या बिदागीची जागा आता प्रायोजित मानधनाने घेतली आहे आणि रसिकांच्या आपलेपणाची जागा

पं. विकास कशाळकर

आता शिष्टाचाराने घेतली आहे. गायकाच्या गाण्यानंतर दुसऱ्या कलाकारांचे जर गायन असेल तर ते ऐकण्यासाठी आवर्जून थांबणारे कलाकार आता दुर्मिळ झाले आहेत.

इतिहासाची पाने पलटली तर असे दिसते, की शास्त्रीय संगीतात वेगवेगळ्या संगीत सादरीकरणाच्या परंपरा निर्माण करण्याचे श्रेय राजांना आणि संस्थानिकांना जाते.

अल्लाउद्दीन खिलजी आणि अकबर बादशहाच्या काळापासून राजदरबारात संगीताची चढाओढ लावून श्रेष्ठत्व सिद्ध करण्याची संधी कलाकाराला समारोहात दिली जायची. तानसेनच्या काळात प्रत्येक वर्षी समारोह आयोजित केले जायचे. एकवर्षी हाजी सुजान यांचे धृपद गायन इतके सुंदर झाले की त्या समारोहात त्यांना 'दीपकज्योत' हा किताब बहाल करण्यात आला. आणि गोंडपूर हे गाव त्यांना बक्षीस म्हणून देण्यात आले.

नंतरच्या काळात महाराष्ट्रात औंध, सातारा, सांगली, मिरज, कुरुंदवाड या छोट्या-छोट्या संस्थानांत रात्र-रात्रभर शास्त्रीय संगीताच्या मैफली व्हायच्या. अनेक संस्थानांचे राजगायक त्यात हजेरी लावत असत. म्हैसूर संस्थानचा दसरा गदोत्सव प्रसिद्ध होता. त्यातील मैफली या शास्त्रीय संगीताच्या देवाण-घेवाणीचे मुख्य केंद्र असायचे. मानमरातब, पैसा, कपडेलत्ते, सोने-नाणे यांची बरसात इथे व्हायची. श्रोते संगीतात बुडून जायचे. त्यातल्या काही मैफली अविस्मरणीय झाल्या. अशा काही मैफलींचे किस्से संगीत जगतात खूप प्रसिद्ध आहेत.

ग्वाल्हेरला अशीच एक मैफल आयोजित केली होती. इथेच रुजलेली गायकी 'ग्वाल्हेर गायकी' म्हणून प्रसिद्ध होती. तिथे शिकणारे तरुण गायक तानबाजीत तयार होत होते. मैफल सुरू होण्यापूर्वी अशी बातमी पसरवण्यात आली, की

आज ग्वाल्हेर घराण्याची अनोखी 'कडक बिजली की तान', की जी कुणीच गाऊ शकत नाही, ती ऐकायला मिळणार आहे. झाले. पाहता-पाहता मैफलीचा हॉल तुडुंब भरला. गायकाचा छायानट राग सुरू झाला. तानांवर तानांच्या भेंडोळ्या सुरू झाल्या आणि गायकाने कडक बिजलीची दीर्घ श्वासाची तीन सप्तकातली तान सुरू केली. गाता-गाता तो रक्त

भार्गवराम आचरेकर गात असताना

ओकू लागला. त्याला ग्लानी आली. कठोर गुरू समोर बसले होते. ते गरजले, 'खून निकला तो क्या हुआ ? तान पूरी करो.' श्रोत्यांनी त्यांना बाजूला नेले म्हणून अनर्थ टळला.

दुसऱ्या एका मैफलीत एक गायक अतिशय गोड आवाजात सुंदर आलापी करीत होते. समोर एक धिप्पाड दाढीमिशा असलेला श्रोता बसला होता. तो लक्ष देऊन गाणं ऐकत होता. प्रत्येक आलाप ऐकला की चकचक आवाज करीत स्वतःच्याच थोबाडीत मारून घ्यायचा. मला राहावले नाही. मी जवळ गेलो. त्यांना म्हटलं, 'अहो, असे स्वतःलाच का मारून घेता ?' 'अहो, काय करू ? हा आलाप माझ्या गळ्यातून येत नाही म्हणून स्वतःलाच थोबाडीत मारून घेतो. आणि आता गाणं शिकण्याचं वयही राहिलेलं नाही..!'

एकदा 'कल्याणचे प्रकार' अशी एक सुंदर मैफल टिळक स्मारक मंदिरात चालली होती. शामकल्याण, हेमकल्याण, खेमकल्याण, राजकल्याण अशा अनेक रागांची मैफल रंगली होती. जेमिनी कल्याणबद्दल निरूपण करताना मी म्हटलं, की जेमिनी हे अपभ्रंश झालेले नाव असावे. कारण यमनला काही लोक जमन म्हणतात. त्यापासून जेमिनी नाव झाले. कारण हा दोन मध्यमाचा यमनकल्याणच आहे. त्या दिवशी सगळे गायक उत्तम तयारीने गायले. कार्यक्रमाची मनापासून तारीफ करून हळूहळू श्रोत्यांची पांगापांग झाली. एक श्रोता थांबला होता. तो जवळ आला आणि

म्हणाला, 'कार्यक्रम छान झाला. तुमचे निवेदनही चांगले होते. मात्र, शेवटी जो जेमिनीचा उल्लेख केला, तो मला योग्य वाटत नाही. या रागाची निर्मिती बहुधा जैमिनी ऋषींनी केली असावी. तुम्ही असं करा, भांडारकर संस्थेत जा आणि त्याचा शोध घ्या.' 'जाईन हं!' असं म्हणून मी त्यांची बोळवण केली. त्यांच्या चेहऱ्यावर समाधान झाल्याचे दिसले नाही. पंधरा दिवसांनी एक पोस्टकार्ड माझ्या घरी येऊन पडले. मी ते उत्सुकतेने वाचायला घेतले. त्यात लिहिले होते, 'आपण भांडारकर संस्थेत गेला नसालच. मी मात्र गेलो. जैमिनी ऋषींचे वाङ्मय वाचले. त्यात कळले, की त्याकाळी राग ही संकल्पनाच नव्हती. आपल्या माहितीस्तव.' असेही रसिक अभ्यासू श्रोते त्या काळी होते.

उत्तरेकडील एक गायक एकदा गाणं गायला आले. सायंकाळी सहाला गाण्याची मैफल सुरू झाली. पंडितजींनी राग पूर्वी गायला सुरुवात केली. मैफलीच्या मध्यभागी श्रोत्यांकडे तोंड करून त्यांनी पूर्वी रागाची आलापी सुरू केली. दोन-तीन आलाप झाल्यावर श्रोत्यांकडे न पाहता उजवीकडे पाहून ते गायला लागले.

आणखी चार आलाप झाल्यावर त्यांनी तबलावादकाकडे तोंड करून ख्याल गुरू केला. श्रोत्यांना वाटलं गायक तालात कच्चा आरोल म्हणून तिकडे तबल्याकडे पाहून गात असेल. थोड्या वेळाने दूत बंदिश सुरू झाली तर महाशय श्रोत्यांकडे पूर्ण पाठ करून गाऊ लागले. राग संपल्यावर एका श्रोत्याने विचारले, आपण असे सारखे आसन बदलून राग का गात होतात? 'अहो, त्याचं काय आहे, हा सायंकाळचा संधीप्रकाश राग आहे ना! म्हणून दृकश्राव्य माध्यमातून उजेडाकडून अंधाराकडे रागचलन कसे जाते, याचे प्रात्यक्षिक श्रोत्यांना दाखवीत होतो!' हे प्रात्यक्षिक पाहून श्रोत्यांची हसता-हसता पुरेवाट झाली.

बुऱ्हाणपूर इथे उस्ताद निसार हुसेन खां यांची गाण्याची मैफल होती. गाण्याला

भरपूर मंडळी जमली होती. खांसाहेबांचे गाणे उत्तरोत्तर रंगत गेले. श्रोत्यांची दाद घेत-घेत सांगीतिक विचारांची देवाणघेवाण अशा अवर्णनीय मैफलीचे ते बादशाह ठरले. त्या दिवशी खांसाहेब स्वतःवर खूप खूश होते. या मैफलीला त्या काळात भरपूर बिदागी मिळाली. ते दिवाळीचे दिवस होते. खांसाहेब म्हणाले, 'चलो! इस खुशीमें धूमधाम से दिवाली मनाएंगे!'

मग काय, संपूर्ण घरावर रोषणाई होईल इतके केरोसीनचे वेगवेगळ्या आकाराचे दिवे बाजारातून खरेदी करून आणले गेले. गाण्याइतकीच दिव्यांच्या रंगबिरंगी आरासला बघ्यांची दाद मिळाली. कधीतरी चुकून उपेक्षा झालेल्या या कलाकाराचे मन सुखावले.

दिवाळी संपली. मुक्कामी परतण्याची वेळ झाली. शिष्याने विचारले, 'खांसाहेब, दिवाळी संपली. केरोसीन संपलं. काचेचे एवढे दिवे काय करायचे?' खांसाहेब उच्चारले, 'राग गातानाच सुरांचा प्रकाश लागतो. एरवी नाही. दिवाळीच्या आनंदापुरतीच याच्या प्रकाशाची गरज होती. आण ते दिवे इकडे.' वाड्याच्या वरच्या मजल्यावरून निष्प्रभ दिवा त्यांनी खाली फेकला आणि पुढच्या प्रवासासाठी मार्गस्थ झाले. संगीताने वैराग्य प्राप्त होते ते हेच.

खूप पूर्वीची गोष्ट आहे. इटावा संस्थानातले दोन गायक दौऱ्यावर निघाले. पक्की तालीम मिळालेले हे दोन तरुण आपल्या तनाइताने लोकांची मने जिंकून घ्यायचे. संगीत क्षेत्रात त्यांचा बोलबाला खूप वाढला. तालमीतून मिळालेल्या रागांमध्ये नवनवीन प्रयोग करणे हे उत्तम कलाकाराचे लक्षणच आहे, ते त्यांच्यात होते. एका गावात काही निवडक रसिकांसमोर त्यांची मैफल सुरू झाली. सायंकाळची वेळ होती. राग मारवा त्यांनी गाण्यासाठी निवडला. निषादात तंबोरे जुळवले गेले. ध नी रे ग म ध, ध नी रे अशा आरोही अवरोही आलापीने त्यांनी श्रोत्यांना चकित करून सोडले.

रागविस्तार जसा पुढे पुढे सरकत होता तसतशी श्रोत्यांमध्ये अस्वस्थता वाढायला लागली. तानांचे आरोही अवरोही सवालजवाब सुरू झाले. या जुगलबंदीत क्लिष्ट लयकारीने लोकांना चकित केले. परमोच्च शिखरावर पोहोचण्याच्या क्षणीच एक श्रोता उभा राहिला आणि म्हणाला, ''आधी 'सा' लावा नाहीतर माझा इथेच जीव जाईल.''

या दोन कलाकारांनी मारवा रागात एक नवा प्रयोग केला होता, गाण्याचा जीवस्वर 'सा' हाच त्यातून वर्ज्य केला होता.जीवस्वर वर्ज्य केला तर रागातून अस्वस्थता निर्माण होते हे तत्त्व त्यातूनच अधोरेखित होते.

हल्ली संगीत मैफलीचे स्वरूप बदलले आहे. मैफलीत संवादाला आता स्थान नाही. मंचावर विराजमान झालेला गायक यांत्रिक माध्यमातून श्रोत्यांशी नाते जोडतो. 'बास ट्रेबल'च्या माध्यमातून कृत्रिम नजाकतीतून श्रोत्यांची भलावण करतो. गेल्या २५ वर्षांत श्रोत्यांची सूक्ष्म श्रुतीसंवेदना कमी झाली की काय, असे जाणवते. दोन तासांच्या मैफलीत एक तास मॉनिटरचे नियोजन करण्यात जातो. इलेक्ट्रॉनिक तानपुऱ्याशी तर आपण इतके समरस झालो आहोत, की त्याच्याशिवाय कलाकाराची समाधी लागतच नाही. विठ्ठलात आणि रामात भक्तिमय झालेले आजचे कलाकार श्रोत्यांना गायला लावून सामूहिक मैफल सजवितात. 'सबका साथ सबका संगीत' अशी एक नव्या युगाची नांदी सुरू झाली आहे. पडदा उघडल्यावर कोणते रूप दिसेल, याच्या प्रतीक्षेत आता श्रोते आहेत. जरा वाट पाहू या.

शास्त्रीय संगीताच्या प्रसारात आकाशवाणीचे योगदान

पंडित जसराजजींसारखे कलाकार अभिमानाने सांगायचे 'मैं तो आकाशवाणी का बनाया हुआ कलाकार हूँ !' तर भीमसेन जोशी सांगायचे, 'आकाशवाणीने थोडक्या वेळात चांगलं कसं गायचं, हे शिकवलं.' या बोलक्या प्रतिक्रिया आकाशवाणीचं शास्त्रीय संगीताच्या प्रसारातील योगदान अधोरेखित करतात. शास्त्रीय संगीतात युगल गायन, वादन नेहमीच ऐकायला मिळते व हा प्रकार शास्त्रीय संगीत लोकाभिमुख करण्यासाठी प्रभावी ठरतो. परंतु, नाट्यपद जुगलबंदीत सादर करणे किंवा शहनाई व तारशहनाईची जुगलबंदी असे अनोखे प्रयोग आकाशवाणीने जाणीवपूर्वक केले.

— पतंजली मादुस्कर

patanjali1952@gmail.com

प्रस्तुत लेखासाठीचे शीर्षक विचारात घेतले, तर प्रथम शास्त्रीय संगीत म्हणजे काय, हे लक्षात घेणे गरजेचे आहे. 'शास्त्राच्या कोंदणातील संगीत म्हणजे शास्त्रीय संगीत' अशी सुटसुटीत व्याख्या शास्त्रीय या शब्दाला अनुसरून करता येईल. शास्त्र या शब्दाच्या भीतीमुळे शास्त्रीय संगीत म्हणजे समजण्यास कठीणच अशी समजूत असल्याचे आढळते. त्यामुळे या संगीताचा प्रसार विविध मार्गांनी केला गेला. त्यापैकी आकाशवाणीचे योगदान याचाच विचार प्रस्तुत लेखात मांडण्याचा प्रयत्न केला आहे. आकाशवाणी माध्यम समाजात रुळण्याअगोदर शास्त्रीय संगीताच्या बैठकी या संस्थानिकांच्या दरबारात होत असत. ज्या सहजरीत्या सर्वसामान्यांना ऐकण्यास मिळत नसत. शास्त्रीय संगीताची आवड सर्वसामान्यांमध्ये निर्माण कशी होईल, यासाठी विविध स्तरावर प्रयत्न सुरू होते. त्यातीलच एक भाग म्हणजे आकाशवाणी माध्यम.

आकाशवाणीची सुरुवात १९२३ मध्ये झाल्याचा संदर्भ मिळतो. मात्र, १९२३ मध्ये निर्माण झालेली आकाशवाणी ही खासगी मालकीची होती. त्या माध्यमांचा उपयोग सर्वसामान्यांना होत नव्हता. परंतु , १९२७ मध्ये तत्कालीन ब्रिटिश सरकारच्या काळात शासनाच्या अधिपत्याखाली मुंबई येथे २३ जुलै १९२७ ला आकाशवाणी केंद्राची स्थापना झाली. ज्ञान, माहिती व मनोरंजन ही उद्दिष्ट्ये डोळ्यांसमोर ठेवून कार्यक्रमांची निर्मिती होऊ लागली व त्यासाठी सर्वसामान्यांचा सहभाग वाढला. त्यामुळे आकाशवाणी हे सर्वसामान्यांना आपले माध्यम वाटू लागले. याचाच फायदा शास्त्रीय संगीताच्या प्रसारासाठी झाला.

सुरुवातीला आकाशवाणीमधील अधिकारीच मोठमोठ्या कलाकारांना आकाशवाणीत कार्यक्रमासाठी आमंत्रित करीत. ज्यात गं. रागकृष्णबुवा, गोगूबाई कुर्डीकर, पद्मावती शाळिग्राम गोखले, उस्ताद अल्लाउद्दीन खां- सरोद, उस्ताद हाफिज अलीखां- सरोद वगैरे. हा सिलसिला पंडित एस. एन. रातांजनकर यांची स्वरचाचणी समिती अस्तित्वात येईस्तोवर सुरू होता. परंतु, स्वातंत्र्यपूर्व काळात बुखारीसाहेबांच्या काळात नामवंत कलाकारांना शास्त्रीय संगीत सादर करण्यासाठी आमंत्रित करण्यात येत असे. त्या काळातील ही ऐकीव घटना- बुखारी साहेबांच्या वरिष्ठांकडून त्यांना आदेश मिळाले की, शास्त्रीय संगीत जनसामान्यांना फारसे रुचत नाही. त्यामुळे शास्त्रीय संगीताचे कार्यक्रम प्रसारित करू नयेत. या आदेशाचे

पालन करण्यापूर्वी बुखारी साहेबांनी ज्या कलाकारांस शास्त्रीय संगीताच्या कार्यक्रम प्रसारणासाठी आमंत्रित केले होते ते कलाकार सकाळी राग मियाँ की तोडी व रात्री राग-मालकंस गाणार होते. बुखारीसाहेबांनी उद्घोषकास सकाळच्या रागास रात्री गायल्या जाणाऱ्या रागाचे नाव म्हणजेच मालकंस व रात्रीच्या रागास सकाळी गायल्या जाणाऱ्या रागाचे नाव म्हणजेच मियाँकी तोडी उद्घोषित करण्यास सांगितले व प्रसारण अधिकाऱ्यास सूचना दिल्या की ही मुद्दामहून केलेली चुकीची उद्घोषणा ऐकल्यावर जे दूरध्वनी येतील त्यांची नावे टिपून ती यादी सादर करावी. या उद्घोषणेच्या संदर्भात प्राप्त यादी बुखारीसाहेबांनी आदेशाला दिलेल्या उत्तराला जोडली आणि महानिदेशालयास पाठवून दिली.

आकाशवाणीवर शास्त्रीय संगीत विपुल प्रमाणात स्वातंत्र्योत्तर काळात प्रसारित होऊ लागले. १९५२ मध्ये बी. व्ही. केसकर हे माहिती व प्रसारण मंत्रालयाचे मंत्री झाले. ते एक दशक या खात्याचे मंत्री होते. शास्त्रीय संगीताबद्दल विशेष आस्था असल्याने १९५२ मध्ये संगीताचा अखिल भारतीय कार्यक्रम तर १९५४ मध्ये आकाशवाणी संगीत संमेलन सुरू केले.

१९५४ च्या दरम्यान युवकांतील सांगीतिक गुणवत्ता शोधण्यासाठी वार्षिक अखिल भारतीय आकाशवाणी संगीत प्रतियोगिता सुरू करण्यात आली. ज्या अंतर्गत उत्तर व दक्षिण संगीतातील सर्व प्रकारांसाठी चाचणी घेतल्या जातात. आज घडीला या स्पर्धेतील यशस्वी कलाकारांना रोख पारितोषिकासह आकाशवाणीची 'ब' श्रेणी प्रदान करण्यात येते. १९५३-५४ च्या दरम्यान स्थानिक स्वरचाचणी परीक्षा समिती तथा संगीत स्वर चाचणी समितीची स्थापना करण्यात आली आणि या स्वरचाचणी परीक्षेत यशस्वी कलाकारांना 'ब' श्रेणी, 'ब' उच्च श्रेणी, अ श्रेणी व अ उच्च श्रेणी (टॉप ग्रेड) प्रदान करण्यात येते. ही श्रेणी मिळालेल्या कलाकारांना आकाशवाणीवर कार्यक्रम प्रसारित करण्यास आमंत्रित करण्यात येते. दर्जेदार कार्यक्रमाच्या निर्मितीसाठी प्रयत्नांचा एक भाग म्हणजे त्या त्या विषयातील तज्ज्ञांना सहायक निर्माता म्हणून प्रथम नेमणूक देऊन पुढे निर्माता म्हणून बढती दिली. त्यात भाषण विभाग, नाट्य विभाग, महिलांसाठी कार्यक्रम, लहान मुलांसाठी कार्यक्रम, युवकांसाठी कार्यक्रम, कृषी विषयक कार्यक्रम, शास्त्रीय संगीत, सुगमसंगीत, लोकसंगीत, पाश्चिमात्य संगीत, कर्नाटक संगीत इत्यादी विभाग अंतर्भूत करण्यात

आकाशवाणीच्या संगीत संमेलनात सादरीकरण करताना

आले. या निर्णयामुळे कार्यक्रम निर्मितीच्या दर्जामध्ये वाढ झाली.

आता शास्त्रीय संगीताच्या कार्यक्रमांच्या निर्मितीचा उपयोग शास्त्रीय संगीताच्या प्रसारासाठी कसा होतो, याचा आढावा घेऊ या. शास्त्रीय संगीत सर्वसामान्यांपर्यंत पोचण्याचे माध्यम आकाशवाणी हे निर्विवाद आहे. शास्त्रीय संगीत व एकूणच संगीत प्रसारणाचे प्रमाण पूर्वी एकूण प्रसारण समयाच्या ६० टक्के होते. संगीततज्ज्ञ, कार्यक्रम निर्माता शास्त्रीय संगीताच्या प्रसारासाठी वेगवेगळे प्रयोग करीत. या संबंधात त्या काळातील संगीत निर्माता पं. दिनकर कैकीणींशी संवाद साधला असता, त्यांची एक आठवण- त्यांनी प्रबंध गान यावर कार्यक्रम केला. प्रबंध गान करताना प्रबंधाची रचना गातात. ज्या रचनेमध्ये सरगमपासून भजनापर्यंत सारे प्रकार गायले जातात. एक प्रबंधरचना तीन तास सादर केली जाते. अशा तीन ते चार प्रबंधरचना ज्यांच्या संग्रही आहेत त्यांना कोठीवाले गायक समजले जाई. असे दुर्मिळ कार्यक्रम तयार करण्याची परंपरा आकाशवाणीची आहे. अशा परंपरेचा आदर्श डोळ्यांसमोर ठेवून मी आकाशवाणी संस्थेमध्ये कार्यक्रम अधिकारी संगीततज्ज्ञ म्हणून पुणे आकाशवाणीमध्ये काम सुरू केले. पुण्यात काम सुरु केले तेव्हा आठवड्यातून एक दिवस श्रोत्यांच्या पसंतीवर आधारित आपली आवड हा ६० मिनिटांचा शास्त्रीय संगीताचा कार्यक्रम प्रसारित करण्यात

येई. शास्त्रीय संगीताची आवड श्रोत्यांमध्ये रुजवण्यासाठी हा चांगला प्रयत्न होता.

शास्त्रीय संगीत विभाग मी पाहत असल्याने दैनंदिन शास्त्रीय संगीताच्या प्रसारणासाठी आकाशवाणीच्या मान्यताप्राप्त कलाकारांना आमंत्रित करण्यात येत असे. या व्यतिरिक्त शास्त्रीय संगीतावर आधारित कार्यक्रम निर्माण करणे हा शास्त्रीय संगीताचा प्रसार करण्याचा एक प्रयत्नच होता. त्यामुळे वेळोवेळी वेगवेगळ्या कार्यक्रमांची निर्मिती करत असू. ज्यात सुबद्धसंगीत हा कार्यक्रम प्रसारित होत असे. यात कलाकाराचा पाच मिनिटांचा एक असे चार राग २० मिनिटांसाठी ध्वनिमुद्रित करत असे. अशा प्रकारच्या कार्यक्रमामुळे सामान्य श्रोता शास्त्रीय संगीत ऐकायला लागला. या कार्यक्रमात कंसाचे, कानड्याचे, भैरवाचे, तोडीचे, बिलावलचे, सारंगचे प्रकार ध्वनिमुद्रित केले. या शिवाय शास्त्रीय संगीतासाठी, शैक्षणिकदृष्ट्या महत्त्वाचे ठरू शकतील असे विविध कार्यक्रम निर्माण केले. आकाशवाणीचा उपयोग ज्यात एक राग - अनेक रूपे : १) राग चंद्रकंस, २) राग सावनी व त्याचे प्रकार, ३) घराण्यांच्या गवाक्षातून राग यमन, केदार, ४) गौरी पंचक - गौरी रागाचे विविध प्रकार सादर करण्यात आले. ही काही उदाहरणे होय.

इतर केंद्रांच्या कार्यक्षेत्रातील नामवंत कलाकारांना पाहुणे कलाकार म्हणून ध्वनिमुद्रित करताना बरेच अनवटराग ध्वनिमुद्रित केलेत जे आज आकाशवाणीचे संचित धन आहे. ज्यात राग ढक्का, कंकण, लच्छाश्री यांचा वानगीदाखल उल्लेख करता येईल. अशा अनवट रागांचे प्रसारण नियमितपणे आकाशवाणीवरुन होवू लागल्याने श्रोत्यांमध्ये लोकप्रिय झालेत. त्यामुळे कलाकार असे राग मैफलीतही सादर करू लागले. आकाशवाणीच्या माध्यमातून शास्त्रीय संगीत लोकांमध्ये लोकप्रिय झाले, असे निश्चितपणे म्हणता येईल. उभरत्या कलाकारांना आमंत्रित श्रोत्यांसमोर कार्यक्रम प्रस्तुत करण्याची संधी मिळावी म्हणून श्रृंखला संगीत सभांचे आयोजन करण्यात येई. अशा योजनेचा फायदा घेऊन महाराष्ट्रातील सांस्कृतिक ठेवा म्हणून जे नाट्यसंगीत ओळखले जाते किंबहुना, ज्याच्या माध्यमातून शास्त्रीय संगीत महाराष्ट्रातील श्रोत्यांपर्यंत पोचले ते नाट्यपद ज्या रागातील बंदिशीवर ठुमरी, दादऱ्यावर, गझलवर आधारित होते ते प्रकार व पद यांचीच संगीत सभा आकाशवाणीच्या सात केंद्रांवर आयोजित केली. ज्यामध्ये बहुतांश केंद्रांवर

श्रोत्यांनी नाट्यपद ज्यावर आधारित आहे त्या रागदारी बंदिश, उपशास्त्रीय प्रकार यांना वन्समोअर दिला. याचा शास्त्रीय संगीताचा प्रसार करण्याचा प्रयत्न म्हणून उल्लेख करता येईल.

शास्त्रीय संगीतात युगल गायन, वादन नेहमीच ऐकायला मिळते व हा प्रकार शास्त्रीय संगीत लोकाभिमुख करण्यासाठी प्रभावी ठरतो. परंतु, नाट्यपद जुगलबंदीत सादर करणे किंवा शहनाई व तारशहनाईची जुगलबंदी असे अनोखे प्रयोग आकाशवाणीने जाणीवपूर्वक केले. आकाशवाणी हे माध्यम शास्त्रीय संगीत लोकाभिमुख करताना विविध कलाकारांच्या मुलाखती प्रसारित करण्यात आल्या. ज्यामध्ये पं. भीमसेन जोशी, पं. जितेंद्र अभिषेकी, पं. डी. व्ही. काणेबुवा, पं. निवृत्तीबुवा सरनाईक यांचा उल्लेख करता येईल.

या शिवाय विविध सणांच्या निमित्ताने कार्यक्रमाची आखणी करताना शास्त्रीय संगीत श्रोत्यांपर्यंत कसे पोचेल याचा नेहमीच विचार केला जातो. उदाहरणार्थ १) जन्माष्टमीनिमित्त कृष्ण वर्णनाच्या बंदिशी सुयोग्य निवेदनासह प्रसारित करणे. २) होळीनिमित्त शास्त्रीय उपशास्त्रीय संगीताच्या रचना निवेदनासह प्रसारित करणे इत्यादींचा उल्लेख करता येईल.

संगीत पाठ हा कार्यक्रम ही संकल्पना काहीकाळ शास्त्रीय संगीताची आवड निर्माण करण्याकरता राबवण्यात आली होती. या कार्यक्रमास श्रोत्यांचा चांगला प्रतिसाद मिळाला. एकूण असे लक्षात येईल की १९२७पासून ते आजपर्यंत शास्त्रीय संगीताच्या प्रसारात आकाशवाणीने महत्त्वाची भूमिका बजावली आहे. पंडित जसराजजींसारखे कलाकार अभिमानाने सांगायचे 'मैं तो आकाशवाणी का बनाया हुआ कलाकार हूँ!'' तर भीमसेन जोशी सांगायचे 'आकाशवाणीने थोडवयायचेल्यात चांगलं कसं गायचं हे शिकवलं.'' या बोलक्या प्रतिक्रिया आकाशवाणीचे शास्त्रीय संगीताच्या प्रसारातील योगदान अधोरेखित करतात.

या शिवाय रसिकांच्या हृदयात स्थान मिळविलेले अनेक कलाकार आकाशवाणीत कार्यरत होते.

पं. जितेंद्र अभिषेकी : १९५२ ते १९६० दरम्यान मुंबई आकाशवाणी येथे कोकणी विभागात निवेदक होते व संगीत विभागातही काम करायचे.

प्रभा अत्रे : १९६० ते १९६८-६९ दरम्यान नागपूर व मुंबई येथे कार्यक्रम निर्मात्या होत्या.

पं. व्ही. जी. जोग : आकाशवाणी मुंबई येथे व्हॉयोलिन-निर्मिति होते.

उस्ताद हफिज अहमदखान : मुंबई, दिल्ली येथे निर्मिति होते.

पं. गजाननबुवा जोशी : इंदूर, लखनौ, मुंबई येथे संगीत सलाहकार होते.

अजून अशी बरीच मोठी यादी होईल. उदाहरणार्थ काही नावांचा उल्लेख या लेखाच्या निमित्ताने केला इतकेच. परंतु, इतके नक्कीच की शास्त्रीय संगीताच्या प्रसारात आकाशवाणीची भूमिका महत्त्वाची होती, आहे व भविष्यातही हे माध्यम आपले महत्त्व टिकवून ठेवेल.

लेखकांचे परिचय

पंडित विनोद डिग्रजकर

- वडील पंडित सुधाकरबुवा डिग्रजकर, पंडित जितेंद्र अभिषेकी, पंडित निवृत्तीबुवा सरनाईक यांच्याकडे संगीताचे शिक्षण
- सांगलीच्या वालचंद इंजिनिअरिंग कॉलेजमधून बी. ई. सिव्हिल पदवी प्राप्त
- १९७७ मध्ये अखिल भारतीय पातळीवरील आकाशवाणी संगीत स्पर्धेत प्रथम क्रमांकाचे सुवर्णपदक
- सांगली आकाशवाणीवरून ३० वर्षांहून अधिक काळ शास्त्रीय संगीताचे सादरीकरण
- श्री महालक्ष्मी सहकारी बँकेचे तीन वेळा अध्यक्षपद, वीस वर्षांहून अधिक काळ संचालक
- कोल्हापूर महापालिकेकडून कोल्हापूर भूषण पुरस्काराने सन्मानित

विदुषी श्रुती सडोलीकर-काटकर

- वडील आणि गुरू पंडित वामनराव सडोलीकर यांच्याकडून अभिजात भारतीय शास्त्रीय संगीताची तालीम
- मुंबईच्या श्रीमती नाथीबाई दामोदरदास ठाकरसी विद्यापीठातून संगीत विषयात पदव्युत्तर पदवी, विद्यापीठाच्या सुवर्ण महोत्सवात 'लक्षणीय माजी विद्यार्थिनी' म्हणून गौरव
- प्रतिष्ठेच्या विविध फेलोशिप, षण्मुखानंद संगीत सभेचा 'संगीत शिरोमणी' पुरस्कार, 'आयकॉन्स ऑफ महाराष्ट्र' पुरस्कार, 'स्वरयोगिनी प्रभा अत्रे पुरस्कार', 'गुरुगंधर्व' गुरुराव देशपांडे राष्ट्रीय पुरस्कार यांसह असे अनेक मानाचे पुरस्कार
- पॅरिसमधील 'गिफ्टेड विमेन ऑफ द वर्ल्ड' या सी.डी.साठी संपूर्ण जगातून निवडलेल्या ९ विशेष गायिकांमध्ये श्रुतीजींच्या आवाजाची निवड
- २००९ ते २०२० या काळात लखनौ येथील भातखंडे संगीत संस्थेत कुलपतीपद. २०२३ मध्ये कोल्हापूरच्या जिल्हाधिकाऱ्यांकडून त्यांना 'पहिला करवीर तारा पुरस्कार' प्रदान

डॉ. केशव चैतन्य कुंटे

- डॉ. केशव चैतन्य कुंटे (म्हणजेच चैतन्य कुंटे) हे हार्मोनिअम वादक, बंदिशकार संगीत रचनाकार, संस्कृती-संगीतशास्त्राचे अभ्यासक व गुरू असे बहुपेडी व्यक्तिमत्त्व
- अष्टपैलू कलाकार, 'संगीत अलंकार' (अ. भा. गांधर्व महाविद्यालय मंडळ) असून, इतिहास, भारतविद्या व पुरातत्त्वशास्त्र या विषयात एम. ए. व एम. फिल.
- 'प्रार्थनास्थळांतील संगीत - एक संगीत-संस्कृतीशास्त्रीय अभ्यास' या विषयावरील संशोधनासाठी त्यांना संगीत विषयातील डॉक्टरेट
- 'टप्पा गायकी' या विषयावरील संशोधनासाठी केंद्र सरकारच्या सांस्कृतिक मंत्रालयाच्या पाठ्यवृत्तीचे मानकरी
- एक बंदिशकार म्हणून प्रचलित व अप्रचलित रागतालांत अनेक गानप्रकारांच्या वैशिष्ट्यपूर्ण अशा सुमारे चारशे बंदिशींची रचना. पैकी तीनशे बंदिशी 'राग चैतन्य' या ग्रंथाच्या दोन खंडांत (२०२०) प्रकाशित
- 'भारतीय धर्मसंगीत' या विषयावरचा अभ्यासपूर्ण ग्रंथ मराठीतील पहिलाच ग्रंथ
- महाराष्ट्र कल्चरल सेंटर संचालित 'डॉ. अशोक दा. रानडे अर्काइव्हज' या पुण्यातील एकमेव संगीत संग्रह-अभ्यास केंद्राचे ते संस्थापक संचालक

पंडित सुहास व्यास

- वडील पद्मभूषण पंडित सी. आर. व्यास यांच्या अलौकिक बुद्धिमत्तेचे मार्गदर्शन
- ग्वाल्हेर, आग्रा आणि किराणा या तीन वेगवेगळ्या घराण्यांच्या पारंपरिक अनुशासनाशी संबंधित असले तरी स्वतःची एक शैली
- भारतातील तसेच परदेशातील प्रतिष्ठित महोत्सवांमध्ये सादरीकरण
- प्राचीन परंपरेचे मशाल वाहक तसेच भारतीय शास्त्रीय संगीताची नवजागरण चळवळ पुढे नेणारे म्हणून ओळख
- ऑल इंडिया रेडिओमध्ये श्रेणीबद्ध कलाकार, अनेक सीडी आणि कॅसेट टेप्स प्रकाशित
- अनेक विद्यार्थ्यांना प्रशिक्षण आणि भारतात आणि परदेशात व्याख्यानांचे प्रात्यक्षिक

विदुषी मंजिरी आलेगांवकर

- शालेय शिक्षण सुरू असताना कै. पं. नवनीतभाई पटेल यांच्याकडेही गायन शिकण्याचा योग. सुप्रसिद्ध लेखक, गायक आणि संगीत-समीक्षक कै. वामनराव देशपांडे यांची खास जयपूर घराण्याची अनेक वर्षे तालीम, कै. अप्पा कानेटकर आणि पं. हळदणकर यांचेही मार्गदर्शन
- शास्त्रीय संगीताबरोबरच सुगम संगीत, नाट्यसंगीत, उर्दू गझल, ठुमरी, निर्गुणी भजन, इ. संगीत प्रकारांचाही अभ्यास
- सुधीर फडके यांच्या 'सुलश्री' प्रतिष्ठानची आणि संगीत रिसर्च ॲकॅडमी कलकत्ता यांची प्रथम क्रमांकाची शास्त्रीय संगीतासाठीची शिष्यवृत्ती
- आकाशवाणी आणि दूरदर्शनच्या टॉप ग्रेड आर्टिस्ट
- भारतरत्न पं. भीमसेन जोशी यांच्या हस्ते 'कुमार गंधर्व पुरस्कार' देऊन सन्मान. यांसह अनेक मानाचे व प्रतिष्ठेचे पुरस्कार

डॉ. शुभांगी बहुलीकर

- बी.ए. (जर्मन, इंग्लिश), एम.ए. (इंग्लिश), एम.ए. (संगीत), बी.एड. (संगीत, मराठी), विद्यावाचस्पती (PH.D. संगीत- संगीतातील सौंदर्यशास्त्र)
- 'बंदिशीतील सौंदर्यशास्त्र' या पुस्तकास महाराष्ट्र सरकारचा पुरस्कार
- आंतरराष्ट्रीय 'Musicology Classical Music' पुस्तकात लेख प्रसिद्ध, राष्ट्रीय व आंतरराष्ट्रीय परिषदांमध्ये संगीतविषयक पेपर प्रसिद्ध
- भारतीय शास्त्र विचार आणि संगीत रत्नाकर ही दोन पाठ्यपुस्तके बी.ए. संगीत विषयासाठी रार रतन टाटा ट्रस्टतर्फे प्रसिद्ध
- सावित्रीबाई फुले, पुणे विद्यापीठातील गेल्या साठ वर्षांतील पहिली संगीत विषयातील पीएच.डी.
- गानवर्धनतर्फे कै. पं. जानोरीकर, कै. डॉ. सुहासिनी कोरटकर पुरस्कार, 'संगीत भूषण' पुरस्कार, ॲमस्टरडॅम विद्यापीठातर्फे आणि संगीत रिसर्च अकादमी, कलकत्तातर्फे डॉ. प्रेमलता शर्मा यांच्या नावे "Youngest Promising Music Researcher In India'' या पुरस्कारासह अनेक मानाचे पुरस्कार व सन्मान.

राजेंद्र कंदलगावकर

- ग्वाल्हेर घराण्याचे पंडित विष्णू घाग यांच्याकडून संगीताचे प्राथमिक शिक्षण, १९८०पासून किराणा घराण्याचे पंडित भीमसेन जोशी यांच्याकडून तालीम घेण्याचे भाग्य लाभले
- अखिल भारतीय गांधर्व महाविद्यालय मंडळ, मिरज येथे १९७८-७९ मध्ये 'संगीत अलंकार'मध्ये अव्वल स्थान
- आकाशवाणीचे ए ग्रेड कलाकार, १९९७पासून भारतातील विविध केंद्रांवर तसेच मुंबई दूरदर्शनवरही सादरीकरण
- संपूर्ण भारत आणि परदेशातील अनेक संगीत मैफलींमध्ये सादरीकरण
- महाराष्ट्र राज्य सरकार, मानव संसाधन विकास विभागाकडून फेलोशिप
- 'सुरमणी' सूर सिंगार संसद पुरस्कार, रामकृष्णबुवा वाजे स्मृती युवा गायक पुरस्कार गांधर्व महाविद्यालय, पुणे (२००४) यासह अनेक पुरस्कार व मानसन्मान

डॉ. समीर दुबळे

- एम.ए. (राज्यशास्त्र), पुणे विद्यापीठ पुणे, एम.ए.(म्युझिक), ललित कला केंद्र, पुणे विद्यापीठ पुणे, क्वालिफाईड लेक्चरर इन म्युझिक (युजीसी), पीएच.डी., इंदिरा गांधी ओपन युनिव्हर्सिटी, दिल्ली
- गुरुवर्य रामभाऊ माटे, पंडित जितेंद्र अभिषेकी, डॉ. अशोक रानडे यांचे शिष्य
- अनेक नाटकांना संगीत, संगीतकार म्हणून अनेक रचनांची निर्मिती
- सुजाण श्रोते घडवण्यासाठी नितीन अमिन यांच्यासोबत परिचय कार्यक्रम; देश-विदेशात अनेक कार्यशाळा
- आचरेकर प्रतिष्ठान संचलित पं. जितेंद्र अभिषेकी सघन गान शिक्षण केंद्रात गेली १५ वर्षे गुरू म्हणून नियमित कार्य. सध्या फ्लेम युनिव्हर्सिटीतील संगीत विभागात कार्यरत

पंडित डॉ. राम देशपांडे

- पं. प्रभाकर देशकर, नागपूर, पं. यशवंतबुवा जोशी, पं. उल्हास कशाळकर, पं. बबनराव हळदणकर, पं. यशवंत महाले अशा अनेक दिग्गज गुरूंकडून त्यांनी ग्वाल्हेर, आग्रा, जयपूर या तीनही घराण्यांची गायकी आत्मसात व स्वतंत्र शैली प्रस्थापित

- 'मिश्र राग' या विषयावर प्रबंध सादर करून गांधर्व महाविद्यालयाची डॉक्टरेट ही पदवी ५ सुवर्णपदकांसह प्राप्त, डॉक्टरेटसाठी पंडित वि. रा. आठवले यांचे मार्गदर्शन
- संपूर्ण भारतभर तसेच अमेरिका, इंग्लंड, हॉलंड, जर्मनी, दुबई, मस्कत, अबुधाबी, केनिया आदी देशांत संगीत मैफली
- बिर्ला कलाकिरण पुरस्कार, विद्यासागर पुरस्कार, संगीत रिसर्च अॅकॅडमी कलकत्त्याचा सर्वोत्कृष्ट गायकाचा पुरस्कार
- 'गानयोगी' या लघुपटाला संगीत, 'वंदे मातरम्' हे राष्ट्रगीत २४ रागांच्या रागमालेमध्ये संगीतबद्ध

पंडित डॉ. अरुण द्रविड

- अल्लादियाखांसाहेब यांचे शिष्यत्व लाभलेले उस्ताद मजीद खांसाहेब आणि गानतपस्विनी कै. मोगुबाई कुर्डीकर, गानसरस्वती किशोरी आमोणकर या तीन दिग्गज गुरूंचे मार्गदर्शन
- जयपूर अत्रौली घराण्याचे प्रमुख गायक म्हणून ते आज ओळखले जातात. जयपूर घराण्याला दिलेल्या अमूल्य योगदानाबद्दल अनेक पुरस्कार
- आजवर दीडशेहून अधिक मैफली
- आयआयआयटीमधून सुवर्णपदक आणि केमिकल इंजिनिअरिंगमध्ये डॉक्टरेट असा शैक्षणिक प्रवास

पंडित हेमंत पेंडसे

- हेमंत पेंडसे यांना १९७८पासून १९९८पर्यंत वीस वर्षांचा प्रदीर्घ काळ पं. जितेंद्र अभिषेकी यांचा सहवास. यात पहिली बारा वर्षे गुरुगृही म्हणजे गुरुकुल पद्धतीने शिक्षण
- भुसावळ येथे कै. वसंतराव बापट यांच्याकडे सुरुवातीला तबल्याचे शिक्षण व नंतर कै. मनोहर बेटावदकर यांच्याकडे गायनाचे प्राथमिक शिक्षण
- पं. जसराज गौरव पुरस्काराने सन्मान, आकाशवाणी उच्च श्रेणीचे संगीतकार
- कृष्णांजली, संस्कार यात्रा, लय विठ्ठल सूर विठ्ठल अशा कार्यक्रमांची निर्मिती

- शास्त्रीय संगीतामधील लहान मुलांसाठी अनेक सरगम गीतं, तराणे तसेच शास्त्रीय संगीत, भक्ती व भावसंगीतात अनेक रचना संगीतबद्ध. त्यांचे अनेक प्रसिद्ध कलाकारांकडून गायन

सौ. मधुवंती प्रफुल्ल देव

- बी.एस.सी., एम.ए. संगीत (एस.एन.डी.टी. विद्यापीठ)
- पं. जुक्कलकर, पं. गंगाधर पिंपळखरे, पं. राजाभाऊ देव, विदुषी श्रीमती अलका देव-मारुलकर, पं. मधुसूदन (आप्पा) कानेटकर, पद्मविभूषण गानसरस्वती श्रीमती किशोरी आमोणकर यांच्याकडून सांगीतिक शिक्षण
- विदुषी श्रीमती कुमुदिनी काटदरे व पं. अरुणजी कुलकर्णी यांच्याकडेही शिक्षण सुरू
- एस. एन. डी. टी. विद्यापीठाकडून 'गानहिरा' पारितोषिक
- गेली ३० वर्षे शास्त्रीय व सुगम संगीतात आकाशवाणीच्या कलाकार
- ललित कला केंद्र सावित्रीबाई फुले विद्यापीठ, पुणे येथे बी.ए. व एम. ए. (संगीत) साठी मान्यताप्राप्त गुरू

पंडित चंद्रकांत लिमये

- पंडित. डॉ. वसंतराव देशपांडे यांच्या गायकीचे उत्तराधिकारी
- 'संत गोरा कुंभार', 'संगीत सौभद्र', 'तो मी नव्हेच' 'संगीत संशयकल्लोळ', 'जगणे व्हावे गाणे', 'मखमली हे स्वप्न माझे', 'फिर तेरी रहा गुजर याद आयी' या नाटकांसह 'आजचा दिवस माझा' या चित्रपटात भूमिका, दि फर्म लँड या फ्रेंच चित्रपटातही भूमिका
- 'कट्यार काळजात घुसली' या अत्यंत लोकप्रिय नाटकात पं. वसंतराव देशपांडे यांच्यानंतर मुख्य भूमिका. या नाटकातील मुख्य भूमिकेसाठी महाराष्ट्र वैभव पुरस्कार
- ऑगस्ट २००० मध्ये वसंतराव देशपांडे संगीत सभा या चॅरिटेबल ट्रस्टची स्थापना, ट्रस्टतर्फे अनेक थीम-आधारित व अनेक दिग्गज कलाकारांचे कार्यक्रम.
- डॉ. वसंतराव देशपांडे आणि पं. कुमार गंधर्व यांच्या गायकीची सांगड घालून नव्या शैलीच्या शोधासाठी भारत सरकारकडून १९९७ मध्ये 'वरिष्ठ फेलोशिप' प्रदान.
- अखिल भारतीय मराठी नाट्य परिषदेचा 'स्वर रंग राज' पुरस्कारासह अनेक प्रतिष्ठेचे व मानाचे पुरस्कार

डॉ. विनोद विश्वनाथ ठाकूरदेसाई

- बी.ए. (अर्थशास्त्र-इंग्रजी), एम.ए.पीएच.डी. (संगीत), संगीत अलंकार, आकाशवाणीचे बी.हाय.आर्टिस्ट
- सहायक प्राध्यापक (शा. संगीत), प्र. विभागप्रमुख संगीत व नाट्यशास्त्र विभाग, शिवाजी विद्यापीठ, कोल्हापूर
- सुरुवातीला अनंत घाडी व तुकाराम घाडी यांच्याकडे शास्त्रीय संगीताचे शिक्षण
- त्यानंतर नूतन गंधर्व अप्पासाहेब देशपांडे, डॉ. भारती वैशंपायन, पं. अरुण कुलकर्णी यांच्याकडे, तर सध्या पं. विनोद डिग्रजकर यांच्याकडे शास्त्रीय संगीताचे शिक्षण
- श्रीमती सुशीलाबाई गानु पुरस्कार- गांधर्व मंडळ, मुंबई-राजर्षी छत्रपती शाहू महाराज अचिव्हमेंट ऑवॉर्ड- पीपल्स आर्ट्स, मुंबई तसेच नारद या भूमिकेसाठी उत्कृष्ट सहायक अभिनय व गायन पुरस्कार
- संगीत सौभद्र, स्वयंवर, संशयकल्लोळ, जयदेव आदी नाटकांत भूमिका. रत्नागिरी, गोवा, बेळगाव, कोल्हापूर, सांगली, पुणे आदी ठिकाणी तसेच आकाशवाणी सांगलीवरून शास्त्रीय संगीत सादर

डॉ. पौर्णिमा धुमाळे

- किराणा घराण्याच्या गायिका डॉ. सुलभा ठाकर यांच्याकडून आरंभीचे शिक्षण
- आग्रा घराण्याचे दिग्गज गुरू पं. बबनराव हळदणकर यांच्याकडून प्रदीर्घ तालीम
- सध्या विद्वान गायक पं. विवेक जोशी यांच्याकडून आग्रा-ग्वाल्हेर गायकीची तालीम
- युजीसीकडून फेलोशिप प्राप्त, अनवट रागांच्या अभ्यासासाठी भारत सरकारच्या सांस्कृतिक विभागाकडून शिष्यवृत्ती
- एसएनडीटी विद्यापीठ, पुणे येथे संगीत विषयाच्या प्राध्यापिका

पंडित सत्यशील देशपांडे

- १९७२ मध्ये कै. पं. कुमार गंधर्व यांच्या घरी देवास येथे सलग तीन वर्षे तालीम
- अनेक प्रसिद्ध-अप्रसिद्ध गायक व अभ्यासकांचे गाणे सांगीतिक विचारासह ध्वनिमुद्रित करून जतन करण्याचा उपक्रम फोर्ड फौंडेशनच्या सहाय्याने सुरू
- मुंबईत त्यांनी स्थापित केलेल्या 'संवाद फाउंडेशन संस्थेत कार्य सुरू, सुमारे

पाच हजार तासांपेक्षा जास्त संकलित ध्वनिमुद्रण व अनेक बजुर्ग गायकांकडून गोळा केलेल्या बंदिशींच्या अप्रकाशित अशा नोटेशन्सचा मोठा संग्रह असे या आर्काइव्जचे स्वरूप

- 'लेकिन' या चित्रपटासाठी आशा भोसले यांच्याबरोबर गायिलेल्या युगुलगीतासाठी सर्वोत्तम पार्श्वगायकाचा पुरस्कार
- २०२२ मध्ये 'गान गुणगान' हे पुस्तक प्रकाशित. दोन महिन्यांत दुसरी आवृत्ती, पुस्तकास आपटे वाचनालय (इचलकरंजी) पुरस्कार, यशवंतराव चव्हाण राज्य वाङ्मय पुरस्कार
- वत्सलाबाई भीमसेन जोशी पुरस्कार, कुसुमाग्रज प्रतिष्ठानचा गोदावरी गौरव पुरस्कार २०१८, लतादीदी पुरस्कार २०२३ अशा अनेक पुरस्कारांचे मानकरी

पंडित संजीव अभ्यंकर

- असामान्य प्रतिभेच्या जोरावर व तीन दशकांहून अधिक काळ केलेल्या साधनेचे फळ म्हणून शास्त्रीय गायनाच्या क्षेत्रात आंतरराष्ट्रीय कीर्ती प्राप्त
- भारताच्या कानाकोपऱ्यातील सर्व प्रमुख सभा-समारंभात गायन
- मिळालेल्या प्रचंड रसिकमान्यतेचे फळ म्हणून आजपर्यंत जगभरातील दोनशेहून अधिक निरनिराळ्या शहरांत कार्यक्रम
- लहान वयापासूनच अनेक मान-सन्मान, यामध्ये प्रामुख्याने मध्यप्रदेश सरकारचा पं. कुमार गंधर्व राष्ट्रीय पुरस्कार, 'गॉडमदर' या चित्रपटातील पार्श्वगायनासाठीचा सर्वोत्कृष्ट पार्श्वगायकाचा राष्ट्रीय पुरस्कार, आकाशवाणीतर्फे राष्ट्रपती पदक आणि टॉप ग्रेड, पं. जसराज गौरव पुरस्कार, गानसरस्वती किशोरी आमोणकर पुरस्कार, फाय फाउंडेशनचा राष्ट्रीय पुरस्कार, 'सूररत्न' या उपाधी यांचा समावेश

डॉ. धनंजय दैठणकर

- शैक्षणिकदृष्ट्या आयुर्वेदिक पदवीधर असून, पूर्ण वेळ व्यावसायिक संतूरवादक आहेत
- 'केंद्रीय शिष्यवृत्ती', 'सूरमणी', 'पुणे की आशा', गानवर्धनचा 'स्वरयोगिनी प्रभा अत्रे' पुरस्कार प्राप्त

- देशातील अनेक मान्यवर संगीत संमेलनात सोलो संतूरवादन. विदेशात संतूरवादनासाठी अमेरिका, कॅनडा, युरोप, सिंगापूर, आखाती देश अशा अनेक देशांचे दौरे
- संगीत दिग्दर्शक म्हणूनही काम, शिष्यवर्गही मोठा

डॉ. विकास कशाळकर

- अखिल भारतीय गांधर्व महाविद्यालय मंडळाची संगीताचार्य पदवी संपादन
- 'Creativity in Music' या विषयावर प्रबंध
- पं. गजाननराव जोशी यांच्याकडे ग्वाल्हेर घराण्याची गुरूकुल पद्धतीने तालीम
- आकाशवाणी, दूरदर्शनवर अनेक कार्यक्रम सादर.
- 'बालचित्रवाणी'त निर्माता पदावर कार्यरत होते
- सावित्रीबाई फुले, पुणे विद्यापीठामध्ये भीमसेन जोशी अध्यासनामध्ये चीफ प्रोफेसर म्हणून कार्य
- त्या काळात संत चोखामेळा यांच्या जीवनावर आधारित 'ऊस डोंगापरी' या संगीत नाटकाचे लेखन व संगीत दिग्दर्शन
- 'मालनिया गुंद लावो' हे पं. गजाननराव जोशी व पं. अनंतमनोहर यांच्या बंदिशीचे पुस्तक संपादित, तर 'ओंकार आदिनाद' हे स्वरचित बंदिशींचे पुस्तक प्रकाशित

पतंजली मादुस्कर

- निवृत्त केंद्र निदेशक, आकाशवाणी
- अमरावतीला गं. दे. के. बाळे, पं. विनवरराव उपाख्य, भैय्यासाहेब देशपांडे, पं. मनोहर कासलीकर व पं. श्यामसुंदर खर्डेनविस, तर नागपूर येथे पं. प्रभाकरराव खर्डेनविस, पं. राजाभाऊ कोकजे, श्रीमती निर्मला केळकर यांच्याकडे संगीताचे शिक्षण
- काही काळ वनस्थली विद्यापीठात संगीत विषयाचे अध्यापनाचे कार्य केल्यावर आकाशवाणीत कार्यक्रम अधिकारी म्हणून रुजू
- आकाशवाणीत असताना ग्वाल्हेर, आग्रा, जयपूर घराण्याचे गायक पं. गजाननबुवा जोशी आणि पं. डी. व्ही. काणे बुवा, जयपूर घराण्याचे गायक निवृत्तीबुवा सरनाईक यांचा सहवास

www.ingramcontent.com/pod-product-compliance
Lightning Source LLC
LaVergne TN
LVHW020054210726
843507LV00016B/2226

Fate is the Hunter!

It was the 12th of December, 1988. Our ship 'Jag Vivek' was en-route from Vancouver, Canada, to India carrying thousands of tons of wheat. We were in the middle of the Pacific, the largest ocean on the planet, about two hundred miles from the Hawaii Islands. The sea was calm, the sky was cloudless. A ship might look humongous at the port. But out in the open ocean, it is more like a toy floating in the endless sea.

The charm of sea life is unparalleled. When the weather is fine, lounging in an armchair out on the deck after dark is sheer heaven! Air so pure, that even kings can breathe it only in their dreams! Peace and quiet that defies description! The ship, with its enormously powerful engines, slices smoothly through the water, creating gentle waves. That soothing lapping is the only sound on deck! Far above, is the dark, dark sky, impossibly packed with stars!

Since I had grown up in Mumbai, I had never in my life experienced such darkness, stars and peace. The sense of wonder which I experienced when I first came out to sea has not reduced one little bit even after spending decades on water. In the presence of the infinite, one starts getting philosophical thoughts. This light that is reaching me only now, has left the stars millions or even billions of years ago. My presence in the universe is so, so, so, small, that even the word 'inconsequential' seems to be some sort of felicitation! Still, we are so immersed in our own successes, failures, likes, dislikes, respect, insults and what have you. John Ruskin has put it nicely, 'A man all wrapped up in himself makes a small package.'

Just a few months ago our company had bought this ship from her Greek owners. In those days the layout of cabins on Greek ships used to be different from other ships. The highest deck on the ship is called the *bridge* (the place from where the ship is actually navigated). Normally, on the deck immediately below the bridge, are situated the Captain's cabin on the right side, and Chief engineer's on the left side. However, on Greek ships, the radio officer's cabin used to be in place of the chief engineer's cabin. Chief engineer and chief officer used to be housed one deck below this deck. Even Greek mariners are not able to satisfactorily explain the reason for this.

I was the chief engineer. My office was housed inside my living quarters, one deck below the radio officer's cabin. It was ten in the morning. I was sitting at my desk, doing some work, when I was startled by a tremendously loud "BBBBANG"! It sounded as if someone had burst the largest Diwali cracker *inside* my room! I have not heard a louder bang in my life before that nor after! I jumped out of my chair so hard, it fell over backwards but I could not hear anything. I thought I had gone deaf.

There must have been an explosion in the engine room! I felt sick to my stomach! A ship's engine room is predominantly under water. Completely enclosed. If the explosion was so loud up here, what must be the condition down there? My *whole* staff was working there! On the spot would they all be . . . .? Oh God! No! I didn't want to even think of it! I started running full pelt towards the engine room. All doors and walls of the engine room are made of steel. I expected to witness smoke and flames the moment I opened the door. I touched the door to get an idea of the temperature. It was perfectly cool to the touch! I opened it gingerly, only to find the main engine running smoothly with its healthy 'duduk-duduk, duduk-duduk' beat. The engine staff was running from machine to machine, trying to find out what had caused the bang. The

   We are the Quarry, Fate is the Hunter

second engineer looked up at me and gave me a thumbs up to indicate that all was well.

Then I realized my mistake. When I heard the blast, I automatically presumed it must have come from the engine room since nothing else was running anywhere else on the ship. The sound had actually come from somewhere close by! I turned around and started running up.

As I reached my deck, I heard an inhuman wail! It was neither a shout, nor a scream! It was a sickening bellow "Aaaaahhhhhh…….. aaaaahhhhhhh……..!" When I reached the Captain's deck, I could detect the kind of odour one gets in a saw-mill. The distinct smell of freshly powdered wood. Our steward was standing, frozen like a statue, staring in terror at the door of the radio room. At that very moment our radio officer Joseph staggered out of the radio room - holding his stomach with his right hand, his left-hand limp. Blood was gushing out of his stomach, drenching his shirt and the top of his trousers. The left side of his face was covered with countless small wounds. Being a teetotaller and a regular gymmer, his wrists were twice the size of a normal person. There was a gaping hole right through and through his left wrist!

Explosions usually start fires. I called out to Joseph and tried to hold his shoulders but he brushed me aside. "Take him to the bridge and tell the captain. I'll look after the fire." I instructed the steward.

In modern ships the risk of fire is greater than that of drowning. A lot of machinery and equipment is packed into as little space as possible. Also, on ships, we sailors are jack-of-all, the electricity board, the doctor, the municipality, and the fire brigade among other avataars! I picked up the fire extinguisher and peeped into the radio room. There was no fire, no

Radio Room

Pl point the camera of your smart phone at the QR codes and then tap the link displayed.

smoke, not even any burnt smell - nothing! Joseph's chair was missing and the radio equipment was in shambles! It did not make any sense at all! How can this be?

Something else was surprising. At least one full minute had passed since the explosion had taken place. By then, a small crowd should have gathered there. "How come I am alone?" Such illogical occurrences take place only in dreams. "Am I dreaming? Yes. I must be." I felt relieved. I left the radio room but couldn't see either Joseph or the steward. There was a pool of blood on the ground. I crouched and touched it. The blood was real! Damn! Damn! Damn!

The alarm bells and horns started blaring. The news must have reached the Captain.

I hastened to the radio room. The walls on ships are made of steel. They have small and sturdy windows, known as 'portholes'. The radio room had one porthole. Steel walls do not look elegant. So, they are lined with wooden panelling. Near the porthole this panelling had a hole about half a meter in diameter! The radio equipment had been blown into bits and strewn across the floor. The filing cabinet was missing. The files and papers as well as the wooden panelling had been shredded and had covered the floor like fallen snow. Wires were hanging from the ceiling like snakes.

In those days, computers were a rarity on ships. The first computer for our ship had been received in Vancouver. In those days the Khalistan issue was on the boil. Our ship was Indian. The police had received information that a bomb was going to be planted on our ship. The ship had been provided with police protection. None of us had been allowed to go ashore. I deduced that a bomb must have been wired into the new computer. As soon as Joseph switched it 'on' it must have exploded.

In any case, the explosion was now in the past. The ship was safe. Joseph was now our immediate concern. I left the radio room, casually glanced at Joseph's cabin which was opposite to the radio room. And jumped out of my skin! The door to his cabin, his writing table, bed, and

                                   We are the Quarry, Fate is the Hunter

cupboard were all destroyed! The front wall of his cabin (also made of steel) had a large chunk missing!

Through this opening I could see the deck of the ship. A sailor was sitting on deck, holding his head. A colleague was standing next to him. Eight to ten sailors were hurrying back (possibly on hearing the alarm siren.)

Then it struck me! A bomb blasted its way into the radio room from the back, broke into fragments, blew up everything in the radio room, injured Joseph, then into the radio officer's cabin, destroying the furniture, broke through the front wall and finally fell on deck, in the process hitting one person on the deck three hundred feet away. Like the light from a torch; the radius of destruction had gone on increasing as it passed through the ship.

The only reason I am alive, is because the bomb did not explode! Why did it not do *that*? Was it sheer luck?

A bomb on our ship, in the centre of the Pacific Ocean? The question was so bizarre, that guessing an answer was out of the question.

There was nothing more to be done here. It was necessary to attend to Joseph. Unfortunately, it was easy to track him. There was a clear blood trail on the stairs leading all the way to the bridge!

Entry

I narrated my findings to the Captain and immediately moved to Joseph who was now lying on the settee. He was breathing heavily, still clutching his stomach. He wouldn't allow us to touch his stomach. Within a minute, medical gear from the ship's hospital was delivered to the bridge and we commenced the task

Exit

of attending to his wounds.

Merchant ships do not carry a doctor. Although we do receive good medical training, we cannot hold a candle to a genuine doctor. Among other things, on every ship we always have a wonderful book by the name, 'Ship Captain's Medical Guide'. It enumerates with easy-to-follow diagrams, procedures to follow in case of medical emergencies like wounds, fractures, illnesses and even childbirth! We applied a tourniquet to his left hand. *That* blood loss stopped quickly. But the wound on his stomach was bleeding like a tap! We used bandages and tight belts to bring that bleeding under control. After a while, even the stomach did not bleed out much. The wounds on his face looked appalling, but they were not life threatening. Fortunately, both his eyes were safe.

Ignoramuses that we are, we worship gold. Actually, nothing is as precious as *blood*!

Joseph was restless. As minutes passed, his face started became pale. I kept talking to him, trying to reassure him. But inside, I knew my words were hollow and meaningless!

With the destruction of the radio room, we had lost almost all equipment, whereby we could contact the outside world. In case the loss of the ship becomes imminent, we take refuge in lifeboats. Each lifeboat is also provided with a radio. In those days, it was normal practice to store these radios too in the radio room. They too had been destroyed. Fortunately, a VHF (Very High Frequency) radio had been recently installed on the bridge. The captain was desperately trying to call on this radio. He kept asking for help from the US Navy. We could see ships on our radar screen. This meant they could all hear our cries for help. But there was no answer! It never, meaning *absolutely never* so happens that a ship, even after receiving a distress call does *not* reply! Why was it happening now? Why our Captain was calling the US Navy, I did not know then. But emergencies are times when each must concentrate on his own responsibilities. Not make needless enquiries.

By bandaging his stomach in various ways, we managed to stop the bleeding externally. But internally the bleeding must have continued. Joseph was getting weaker. "Please save me, I want to meet my daughter!" Dear God! His words were wrenching out my heart! Right in front of my eyes, my friend was slowly sinking, pleading for help! And I could do nothing! I felt disgusted at my own impotence! All I could do was to keep up my senseless assurances. "Look Joe, we have stopped your bleeding. The ship is approaching Honolulu. I am coming with you to the hospital. I'll bring your clothes and tooth brush. I'll also bring stationery for you to write letters".

He had a three-year-old daughter. We all love our wives and children. But Joe's love was something special. He used to write a letter to his wife *every day*! He would draw pictures for his daughter. When the ship reached port, he would send twenty or twenty five letters together! Just imagine receiving twenty letters from your loved one!

We used to tease him over this. We had nicknamed him 'Lovebird'. He didn't care.

Two months prior to this incident, my wife Shubhada was sailing with me on the same ship. On becoming pregnant she left. Normally, Joseph was a man of few words. Getting him to make small talk was easier said than done. But while discussing children with Shubhada, he was voluble. How to take care of infants, the father's role in caretaking, their minor ailments, the lost sleep, how there was more joy than discomfort in bringing up children - he liked talking about all that. And Shubhada loved to listen.

Four years before this, all three of us (Me, Shubhada, and Joseph) had sailed on another ship. We had just gotten married. Joseph had married two years previously. At that time, he had told us something that we had found unbelievable (I shall elaborate more on it later). Memories hurt like a knife in my stomach!

We asked if he wanted water. He didn't reply.

He doesn't need water, you idiot! He needs a lease of life! Can you give him *that*? On *Ganesh Chaturthi* you wear *peetambar*, perform *pooja* and believe you have endowed life into the Ganesh idol (प्राणप्रतिष्ठा)! *Joseph* needs life now, you imposter!

When we have more than what we need, we donate it, and feel we are being *benevolent.* But that has nothing to do with benevolence. It only massages *our own* ego. Providing succour, *whatever* the cost, is real benevolence! Helpless and impotent, I felt ashamed and disgusted with myself!

Suddenly Joseph tried to get up. But it was beyond him. Even that slight movement restarted the bleeding. We immediately fortified the bandages and stopped the bleeding. Ignorant that we were, we hadn't stopped his bleeding. It had stopped by itself. His heart had stopped beating!

We immediately started heart massage and mouth to mouth resuscitation, and did not let up until medical help arrived. Although we were not ready to accept it, we had failed to protect our lovebird! Fate had hunted him down from right under our noses!

The unfortunate incident continues further, but to understand why it occurred, it is necessary to rewind twenty-four hours.

When the armed forces of any country conduct exercises in the ocean, they inform the shipping world beforehand, specifying the time and area. They transmit this information on specific radio frequencies. The responsibility of receiving these transmissions is entrusted to the radio officer. Each ship is supposed to keep clear. Accordingly, the US Navy had transmitted the necessary info. Normally, Joseph was meticulous. It is not clear why he missed these messages. Sometimes God forgives. Sometimes not.

At five in the morning the US Navy contacted us, and wanted to know what we were doing there.

"Why do you ask what we are doing here? We are en-route from Vancouver to Singapore." Our ship replied.

They made us aware of our mistake. At that time our ship was moving in a south-westerly direction. They told us to proceed Northwards. That would be the quickest route out of their practice area. We complied. At eight o'clock the Navy informed us that we had exited the practice area.

They had earmarked a rectangular practice area. It was a hundred miles long east to west and sixty miles broad north to south. They had left two unmanned derelict ships within this area. Ships, submarines, and aircraft were to target these wrecks. By steaming northwards, we exited this rectangle. We were now free to turn westwards, and to keep moving parallel to the practice area but outside it.

We did just that, and the US Navy started their exercise. On our ship too, our day started as usual. In the engine room, on the deck and in the galley, all got busy in their own spheres.

It is embarrassing for any ship to mistakenly enter such areas. Understandably, the Captain gave Joseph a dressing down. I did not know anything about all this.

Me and Captain had a set routine. I used to go to the bridge at quarter to ten every morning, and discuss work related issues over a cup of coffee with the Captain. Joseph would also come there. We would hand over to him any letters to be typed, messages to be sent to the office etc, and at half past ten, I would leave for the engine room and Joseph would proceed to the radio room.

A steward's job is to clean officers' cabins, lay the table in the mess, wash plates, crockery etc. He used to use the radio officer's absence from 0945 to 1030 to clean his cabin and radio room. On that day too he started his cleaning as usual.

The method of actually seeing a target in order to fire missiles at it had long become outdated, at least in the case of the US Navy. The system in use then was *Fire And Forget*. Once the target's position, size, speed, and direction are fed into the missile's memory and it is sent on its way, it *will* do its job, immaterial of what the target does.

A pilot flying an aircraft armed and fired a *harpoon* missile. It screamed off, belching fire from its tail. But instead of entering the coordinates of the derelict ship, the idiot had entered *our* coordinates!

A warship normally monitors these exercises. They realized that one missile was flying off in the wrong direction. An out-of-control missile like this is known as a *rogue* missile. In those days harpoon missiles did not have self-destruct capability. The one and only way to stop it was to shoot it down! Extremely difficult to accomplish! Two F15s were sent in pursuit. At that moment the missile was four minutes away from our ship.

I had no idea about the practice and our diversion. I had some important work and could not go to the bridge. Assuming I would be there, Joseph reached on time. I wasn't there. The dressing down he had received from the Captain was still fresh in his mind. He gulped down his coffee and left for the radio room much before his normal time.

The fighters left on their mission, streaking towards the missile. Our ship was sailing westwards. The missile was approaching us from the east, i.e. from behind us. The fighters were to the south of us, that is, to our left. They would intersect the path of the missile, almost at right angles, just near our ship! Three minutes to impact! The aircraft and the missile were now locked in a deadly contest of speed and accuracy!

Three lethal messengers of death and destruction, created with the most modern technology known to man. Each would get only *one chance* to accomplish its mission!

The missile had been designed to split *warships* open! Against it, our ship was like a paper cup. To our luck, since the missile was made for practice, it did not contain explosives. But since it was capable of slicing right through the ship, there would be no such thing as a safe place for us! Including the Captain's wife and daughter, there were twenty-nine souls on board. Twenty-nine puppets hanging by the fragile threads of destiny! How does fate decide *which* one to snip? Based on what? When?

Death was screaming towards us at breakneck speed. The dice thrown by destiny was still rolling. We all went about a regular day, cosy in the tranquil warmth of ignorance.

Joseph reached the radio room. The steward was busy cleaning it. He had but a few minutes of work left. But Joseph wasn't prepared to wait. He insisted that the steward leave right away, even if it meant the radio room would not get cleaned properly. Reluctantly, the steward left. Joseph entered. He was just pulling up his chair when, "BBBBANG"!!

Finding a prey right on his lips, death had licked his lips! At the very last moment, the prey changed places. The steward got a new lease of life! How do you calculate the cost that was paid for his good fortune? Whose measuring scale do you use? The steward's wife's or Joseph's wife's?

We kept pleading for help. Not a single ship answered. It was as if all had shut down their radios! We came to know the reason later from newspapers in Honolulu. It is a part of the technique of warfare. Different battle plans are made. If plan A fails, plan B comes into force. If that too isn't good enough, move to plan C. If something completely out of the blue occurs, all assets are to maintain absolute radio silence. The commander makes a new plan and informs everyone. Only then the juggernaut starts rolling again. That is exactly what had happened. Twenty vital minutes had been lost. And Joseph paid the ultimate price!

Half an hour later, a Medivac Helo (Medical Evacuation Helicopter) arrived. It was armed with the latest medical equipment. They tried cardioversion (to restart his heart by electric shocks) and resuscitation by pure medical oxygen. An ECG machine was connected. Our engines were being run at maximum power and the ship was vibrating heavily. Probably because of that, the ECG graph showed numerous small peaks. This raised our hopes. Being young and healthy, according to the medical staff, there was some chance that he might be revived in the hospital. The chopper took him to hospital but didn't allow any of us to accompany him.

A destroyer was assigned to accompany our ship, as we proceeded towards Honolulu. The American Navy had inadvertently attacked an Indian vessel in international waters. A political fallout was expected. We had no proper communication equipment. As a result, all messages sent by us were routed through the accompanying destroyer, then via Washington, New Delhi down to our head office. Their reply would follow the same tortuous route back. The paramedical team had not pronounced him dead, in fact they had stirred a ray of hope. The Captain in his message mentioned that Joseph was 'Grievously Injured'. As soon as our company received the message at night, they informed his family. However, newspapers have a more efficient news gathering network. Quite naturally too. It is their bread and butter.

Next morning when his wife opened the paper, she was shocked by the news of his death, complete with his name! Just imagine what her condition must have become! She called up the office right away but they still had the official version which mentioned 'Grievously Injured'!

Naturally the company would know the truth. Wouldn't they? This damn media, they are always looking for something sensational to print!

Just yesterday, we only had hollow words to reassure Joseph. Today, his poor wife was in the same predicament.

She naturally tried her best to fly to Hawaii right away. But in order to avoid the incident from escalating into a human-interest story, the American government threw some spanners in the works and prevented her travel. Administrations of all countries are adept at such manoeuvres.

At the hospital the doctors had not been able to do anything for Joseph. They made out his death certificate and kept it in his file. Shockingly, for the next three days nobody could trace this file! Our agent, lawyer, and the press kept trying, but in vain. The navy kept mum! Throughout all that period, his wife must have endured unbearable tension and harboured false hopes! So cruel! So unfair!

It was going to take us eighteen hours to reach Honolulu. During that time we had another drama! Nobody had any appetite for lunch of course. At about two in the afternoon the steward was lying on his bed, staring up at the ceiling. Someone noticed at six in the evening, that he was still in exactly the same pose. Calling and then shaking him did not

　　　　　　　　　　　　　We are the Quarry, Fate is the Hunter

elicit any response. We tried tickling and even poking. Still no response! His eyes were open, pulse and breathing was normal. Now that we had the destroyer accompanying us, we thought we were on safe ground. We asked for a paramedic but they refused!

"As long as his vital signs are normal, there is nothing to worry about."

"But he hasn't passed urine for God knows how long!"

"He is not drinking water anyways. We will reach Honolulu tomorrow morning. If there is any deterioration in his condition, get back to us."

We stopped the air conditioning in his cabin to reduce urine formation as much as possible, and assigned two-hour watches to keep an eye on him, keep checking his pulse and breathing, and to keep speaking to him all the time.

At some time during the night, I awoke with a start, fully drenched in sweat! The previous day's events were clear in my mind but I suspected I had dreamt it all. It would be embarrassing to tell Joseph "I dreamt such and such about you." Better keep it to yourself. I told myself.

But I was muddled. "Was it a dream or did it really happen? Of course, I must have been dreaming! I am lying in bed, all drenched. Am I not?"

I had to confirm. As soon as I opened the door of my cabin the smell of sawdust hit me. Hoping against hope, I walked up and entered the theatre where death had performed his macabre dance not long ago! It was empty, forlorn, and sickening. I sat among the ruins of the radio room, imagining the moment of impact. I wished I had gone to the bridge as usual. Joseph would have been saved. What about the steward then? What right do *I* have to choose one above the other? Just because one of them was my friend?

Was Joe's mistake so grave that he should have to pay for it with his life? It was all so unfair! But then, life and death have never been fair. Or in this case, have they? If fate had decided that it had to have *one* victim, then isn't it fair that the victim be the one who made the mistake in the first place?

I sat among the ruins. And cried.

The next day as we approached Honolulu harbour, we had news media helicopters hovering overhead. Our jetty was crowded with trucks of news channels. A welcome sight was the presence of an ambulance for the steward. *That* was a relief! The only improvement in the condition of the steward was that, now his eyes were following movements around him.

Military police had taken over the security of the jetty. None of the news-crew were allowed to board the ship. It is not possible for shipping companies to have their own office in each port. Whenever a ship is slated to visit a port, they hire services of local agents. The tragic circumstances had necessitated the appointment of an attorney too. We were boarded by the agent, attorney, and scores of Naval personnel, along with a nurse from the ambulance. She examined the steward and proffered an indemnity (I agree to visit the hospital on my own free will etc.). The question of the steward signing it did not arise. When the Captain began to sign it, she intervened. As per rules, if the patient is unconscious, the local guardian may sign on his behalf. He is neither unconscious, nor is he signing. I cannot take him!

The sequence of unexpected shocks wasn't ending!

The agent seemed to be helpless. She started to leave. The Captain told the chief officer, "Do whatever it takes to delay her. I will speak to the head office and find a way out." The chief officer was resourceful. He ran to the ambulance. His plan was to lie down in the ambulance instead of the steward. When he reached the ambulance, he realized that the driver was away and the key was still in the ignition. He removed the key.

Everything was being recorded by umpteen cameras of news-trucks. This really set off the nurse. She let forth a litany full of legal phrases, of which, the only one I could understand was Unlawful Detention. In my mind it seemed to apply more to the poor steward!

　　　　　　　　　　　　　　　We are the Quarry, Fate is the Hunter

Like the game of 'passing the parcel', the ambulance key reached the Captain. The chief officer and I were doing our best to discuss the issue with the nurse as diplomatically as possible. Fodder for all the cameras around.

A lady from one of the news-trucks approached us. "You will not be able to find a way out of this. This will cause further trouble. I would advise you to let her go. There is an influential Indian lady here in Honolulu. She will help you out."

By then, the Captain had reached the ambulance. With help from the news-lady, he spoke to the Indian lady. She was eighty-five years old, the wife of the head of one of the most influential families in Hawaii. On her advice we let the ambulance leave. In half an hour, another ambulance arrived and took the steward away.

After a while, two vehicles arrived with a high ranking Naval officer (plenty of medals) and his entourage. After consoling and reassuring us that the US Navy was going to repair all the damages, he enquired if we needed anything else. We asked for telephone connections to be provided on the ship since our families would be worried (Mobiles did not exist then).

"No problems. You will have them by tonight." He instructed his adjutant to arrange for three telephones at the location we had suggested. That was the last we saw of either the medallist or his adjutant. Telephones were never installed.

The steward needed psychiatric treatment, and he knew only Hindi and Konkani. Not English! A frantic search located a psychiatrist of Indian descent. However, his grandfather had emigrated there. He did not know a word of Hindi. No airline was ready to take the steward on as a passenger. What if he becomes hyperactive once in the air? Another way would have to be found.

In those days stewards and cooks were led by a Chief Steward. It was decided that Chief Steward would function as the translator. Off he went to the hospital, and returned hours later.

On being asked how things went, he said, "Sir, the American doctor had a twang and I could not understand a single word!"

"What were you doing there for hours then?"

"Whenever the doctor stopped speaking, I would turn to the steward, and tell him –"Get up and get back to work, you fool, otherwise, you'll lose your job! *Then* you will really wish *you* were in the radio room" Rather persuasive, if you know what I mean.

Not that it helped though. Finally, two male nurses and a doctor were flown in from India, he was sedated, seated between the nurses, and flown back. He subsequently recovered and resumed work.

Joseph's mortal remains were flown back to India. In an out-of-court settlement, the US Navy promised to pay (and did pay) compensation to his wife and daughter in instalments over the whole period that he would have normally worked right up to his retirement. This would ensure that his family would not suffer, at least from a financial point of view. Tragically, this money, that should have helped to mend their fractured lives, itself became the cause of more suffering in later years. Her victory over *that* ordeal belongs to her alone. In her personal life. Not in this narrative.

The US Navy repaired our ship. We sailed out on Christmas Day, and reached Singapore. In Singapore, we met the staff of an Indian ship.

"Your chief engineer got killed, right?" One of them asked.

"Chief Engineer? *I* was the chief engineer. *Who* gave you this wrong information?" I asked.

"The news mentioned '*Radio officer*', but we saw the photographs. It was clear that the chief engineer's cabin was destroyed."

I kept silent. Almost a month had passed since the incident. I had not thought of *this*. If the ship had been built for anyone except Greek owners, *my* cabin would have been

This is the location of chief engineer's cabin on every ship.

in the line of fire.

Destiny winds our clocks but once. No one knows how long it will continue to tick. Just as well.

Joseph had finished drinking his coffee just before the mishap. When I was giving him mount-to-mouth respiration, I kept tasting his coffee. From that day I had stopped drinking coffee, because for me it had the acrid taste of death. But carrying and embracing such idiosyncrasies is detrimental to a healthy personality. With effort I resumed my daily cup of coffee with the Captain.

Four years before this incident, Joseph, I, and my wife Shubhada, had sailed on another ship. He had married two years earlier. A palmist had told him that he can expect a severe accident at the age of thirty-four. It was a mistake, he used to say, for him to get married despite knowing this. We used to tell him, "Look Joe, nothing will happen at thirty-four. You will then feel that the palmist must have made some calculation error. It is going to happen at thirty-five. Or maybe thirty-six then? And on and on. Silent types like you have this habit of bottling up your worries and emotions. You will invite blood pressure and its nasty siblings. Strength lies in a closed fist. Not an open palm. Why show it to anyone in the first place?"

We did not believe in soothsayers then, nor do we believe now. But right in front of my eyes, exactly at the age of thirty-four, he unwittingly pulled another soul out of harm's way, and with his own two feet, walked in to keep his own appointment with death!

I shall never ever forget *that*.

***

A Life so Unlike!

If someone were to tell you, "From tomorrow in your life there is going to be no shortage of water, no failure of electricity, no pollution of air, water, food, no irritating traffic, no corruption, no communalism and its politicization, no one will jump queues, no one will spit, no one will smoke in public, no disturbance from loud music, no one will throw garbage carelessly, no one will refuse the work given to him, no one will steal from you, everyone will keep appointed time (and if this is not possible, he will call in advance to inform you of the delay), and if someone is not able to follow all the above, he will be picked out like a bad penny, and get discarded from your immediate surroundings," you will assume, and rightly so, that the guy is out of his mind, or that you are going to die tomorrow and go to heaven (hopefully)!

Uffff!! I had never written such a long sentence in my whole life!

If anyone were to say this to *me*, I would not be surprised in the least bit. For me, it would mean one thing only. That my leave is over, and I am joining a ship the next day!

Life at sea is so pure and simple. Honest!

There are so many misconceptions about life at sea that even the renowned English writer Samuel Johnson has written, "Being in a ship is being in a jail, with the chance of being drowned... a man in a jail has more room, better food, and commonly better company."

Poor Johnson!

Why is life at sea so clean?

When one lives in nature, being undisciplined will simply not do! Mountaineers and those who have undertaken long treks into wilderness, will have experienced this. Once human settlements are left behind, there is no chance of getting assistance. All daily needs as well as whatever is likely to be needed in an emergency have to be procured, categorized and packed perfectly before leaving. Furthermore, consumption has to be monitored regularly to ensure that provisions will last till the very end of the mission.

It is easy to say 'consumption *has* to be monitored'. But how does this word *'has'* acquire weight? Only when you can take action against anyone who does *not* abide by rules laid down. Say, for example, your neighbour has a habit of throwing garbage out of his window. You can educate him, persuade him, apply social pressure, involve authorities, you can even beat him up if you are strong and desperate enough. But, if he persists, निर्लज्जम् सदा सुखी! You cannot throw him out of his house!

On the ship, we *can*. In our parlance it is called, "Your next port is airport." He is flown back to his home. Doesn't the union stand up for him then? Is it so feeble? Nothing of the sort. This union has to operate in an international environment. Consequently, its dealings are far more transparent than other unions we come across here. Of course, there is a reason for this. Being based in India, how will this union keep tabs on ships all over the globe? This is done through associations with other unions the world over. It naturally has to follow processes, rules and regulations accepted worldwide.

If the behaviour of any member endangers the safety or security of any ship, and the company takes action against him after following the prescribed paperwork, the union counsels the errant member instead of getting into a conflict with the management.

If the issue goes to court, it is outside the country. Influence, politics, arm twisting tactics cannot be used there.

Moral of the story, work hard and honestly, breathe and drink top class air and water, see for yourself, and show to your family members, the whole world at company's expense, enjoy months of uninterrupted leave and on top of it, earn well. That is not all! Don't pay any income tax on it! (We non-residents earning foreign exchange are the government's favourite children. So, we don't need to pay tax either!)

If life at sea is so divine, why don't a greater number of children take up this career? This question has been knocking around inside my head like a pinball for the past forty years!

Many years ago, Balasaheb Thakare used to run a popular Marathi publication 'Marmik'. In that, there was a regular column 'Employment Opportunities for Youth'. I remember a line from that. "Unfortunately, many parents are convinced that *every* airplane crashes, *every* ship sinks, and *every* soldier dies on the battlefield."

The other reason is the kind of work that marine engineers have to carry out. When a student completes his B.E. or B.Tech (Mechanical Engineering), he and his parents have certain expectations. If he does not have an office to himself, he should at least have a table. He should have a few foremen and many more workers reporting to him. At the end of a work day, he and his clothes should still be presentable. And to a great extent it gets fulfilled too.

The environment on a ship couldn't be more different. There are typically about ten persons in the engine staff. Six engineers and four helpers. Helpers, as the name suggests, are for helping, cleaning, painting etc. Actual work is carried out by the engineers themselves. Work consists of running and maintenance of all machinery. Believe me, the machinery is large and plenty in number. Just visualize your street corner car mechanic with a decent overall, helmet, safety goggles, ear muffs, safety shoes and gloves. This is how a marine engineer looks. Ninety percent of the ship's machinery is packed into the engine room. It makes this place hot and humid. Profuse sweating is normal. In equatorial region, the overall (we also call it a 'boiler-suit'), gets soaking wet and has to be changed twice a day. Air conditioning the whole engine room is theoretically, and practically impossible. All controls of machinery and all electronics are housed in a room called 'engine control room'. This is the only relatively miniscule part of the engine room that is air-conditioned.

Humongous machinery running continuously in an enclosed space creates very high decibel noise. This necessitates the use of ear muffs. (otherwise, permanent hearing loss will result in the long term). Normal conversation necessitates shouting. When the sea is rough, the ship rolls and pitches. This can cause sea-sickness (more about this later.) A typical engine room is six or seven story high. There is a lot of climbing up and down. A marine engineer with a paunch is a rarity.

All in all, it is all quite physical. Stained overalls, calloused hands and dirty finger nails are common. Many educated children suffer from overprotective parents. They cannot always cope. Some of them leave.

I joined my first ship as a junior engineer, and when I returned home eighteen months later, my father did not recognize me for a while! (This is not a joke. It has actually happened!) I had slimmed down that much. But I hadn't weakened. I had toughened up.

When one of my friends asked me, "What work do you do on board?"

In reply I cracked a joke but it was not far from the truth. "I am an engineering version of Ramu-Chacha of Hindi movies. All the food I can eat. A room to myself. Any task and chore that comes up is mine!"

✶✶✶

Getting my feet wet

We have all heard the nursery rhyme in which a child dreams of living in a house made of chocolate! (मेरा हो सुंदर चॉकलेटका बंगला)We never ask a spoilsport question like, "Will those staying in this chocolate house not get sick of the persistent sweet smell of chocolate?" The simple reason is that such a house simply cannot exist!

In the same way, if we were to tell a student of 12th grade - who has spent hours struggling to score that one extra per cent to get admission to *that* particular course - that, "After matriculation there exists a four year course that does not cost a dime, where getting admission is a piece of cake, and does not have a single examination throughout the four years, because there are no teachers, on top, that he will be paid a princely stipend of eighty rupees a month" – he would ignore us completely. Who has time to listen to complete Utopian bullshit? Utopia does not exist! That is why we call it Utopia, don't we?

Age seventeen to twenty-one, no studies, no examinations, plus some money jingling in the pocket! From the point of view of a parent of a teenager, it is a recipe for disaster! It would pretty much guarantee his ward going astray! In the unlikely event that such a course *did* exist, which right thinking parent would get his ward admitted to such a tinpot course no less dangerous than a minefield?

Believe me, a course such as this *did* exist, and my father (Appa) *did* send me. Why? Because he had taken pains to ferret out information that this apparently hollow course did fructify into a wonderful career at sea! (You will read more about Appa further down in the book). What *was* this course?

For many years, Marine Engineering was much overlooked by the powers that be. Not only did it *not* have a degree; it did not even result in a *diploma*! Just a measly certificate! Nobody seemed to appreciate that marine engineering actually *was* a bona fide branch of engineering. Before private colleges were allowed to teach this course, the country had only one government run college named 'Lal Bahadur Shastri College'. Half in Mumbai (then known as Bombay) and half in Kolkata (then known as Calcutta). It was also known as DMET (Directorate of Marine Engineering Training). In a year they would produce barely a couple of hundred engineers. From where could shipping companies source junior engineers then? Under pressure from these companies, the government (meaning Mercantile Marine Department, MMD, Govt. of India) requested the larger workshops like Mazagon Dock, Bombay Port Trust, Scindia Workshop, Garden Reach etc. to recruit and train apprentice engineers. These workshops were not interested in taking up this additional responsibility, being so alien to their core competence. They flatly refused. Consequently, a middle road was agreed upon. They would recruit trainees after matriculation, and provide them practical training for four years. As far as theory was concerned, the trainees were to be left to their own devices! This is unthinkable today! But this is how it was then.

The few books needed were printed in England. There being very few takers, our books were available at enormous cost in *only one* book shop by the name 'Sterling Book House' in South Mumbai.

At the end of four years of training, MMD would hold an examination. To be entitled to appear, we had to submit our record of attendance and details of what trades we learnt in that period. Four papers for four subjects. The examinations were not difficult. Even so, less than half used to get through. The problem actually lay with us students. It would be easy to proffer an excuse that after four years of consistent physical activity combined with cerebral inactivity, we were less than sharp. The truth however, was more painful. The age-old adage, 'Fools of the family go to sea' is not completely unfounded. I joined Mazagon Docks, Mumbai as an apprentice engineer. One of my course mates (since there were no classes, I cannot refer to him as a 'classmate'), used to think that the value of 0.10 was actually ten times that of 0.1! Go figure!

I saw his knowledge and felt relieved! All my mates had just finished matriculation. I had finished two years of college. In the land of the blind, the one eyed becomes the king!

This was heavenly! But even heaven has another side to it. Four years of practical training practically skinned us bare! Day after day, we worked *along with* workers and *like* workers from seven thirty in the morning to four thirty in the afternoon. If assigned to the second shift, then four in the afternoon till midnight. Six public holidays a year. Independence Day, Republic Day etc. Not a single casual leave. Twenty-one days of privilege leaves a year. That's all!

Among my friends some were studying for MBBS, others architecture, some doing their B. Com. Each had many girls as their classmates. My Mazagon Dock had five and a half thousand men *only*! They had plenty of holidays, including summer and Diwali vacations. I used to party with them at night, only to wake up at five thirty to catch the harbour line local train to Dockyard Station! Red eyes and all!

Like all students, mischief was a part and parcel of our life. Our punishments in Mazagon Dock were physical. "Stand *exactly* six inches from the wall". How do you stand *exactly* six inches away? By holding a six-inch ruler between the tip of the nose and the wall in front! In only a little while the nose would become sore! If the eyes were open, watching the wall up close would give a throbbing headache!

As against this, we had a lot going for us. Without bothering our parents, we had a few rupees lining our pockets. No exams, no projects, no submission, never having to miss a single English movie (the cheapest

    We are the Quarry, Fate is the Hunter

movie tickets in South Bombay used to cost only a couple of rupees)! We could eat Bhel whenever we felt like, treat ourselves to a beer every fifteen days or so. It was like living in heaven without having to die!

In Mazagon Docks we apprentices were in 'No Man's Land' so to say. We were not members of any union, and quitting was not an option. No engineer or supervisor bothered to spend time or energy teaching us anything. They simply piled on work like a taskmaster mother-in-law. Our hands became calloused, we became comfortable with dirty nails and stained boilersuits (overalls). Stuff like repairing a friend's scooter, auto control of overhead tank level, plumbing and electrical troubleshooting at home became commonplace. Unknowingly we became good at things.

The reward of hard toil is not what you get from it, but what you *become* by it.

Some acquaintances in the neighbourhood used to question why I took up a *certificate* course when I had scored sufficiently well to have obtained admission to an engineering *degree* college. I used to try and explain to them *why* my course did not have a degree or a diploma. I really did. But eventually, I realized that it was not possible for *that* particular generation to rid themselves of the equation, *degree = education.*

I then revelled in giving outlandish explanations like "I used to copy in examinations to get good marks" or "The father of the girl I am in love with, owns a shipping company, and he is going to give it to me once we get married!" It used to invariably get reported back to my parents pronto, but they knew better and didn't take it seriously.

After four years of undergoing what passed for training, I passed the requisite examination (then known as 'Second Class Part A'), and joined a ship as a fifth engineer. I was in for a pleasant shock! Whatever work I would be expected to undertake right up to the rank of second engineer – I had already done during my four years in Mazagon Dock! A much looked down upon, discounted, and underrated training system was actually *perfect*! It *was* a revelation!

There is something else that is unique and extraordinary about Marine Engineering training in general. Unlike land-based engineers who complete their college education before moving on to industry, a marine engineer, when he joins his first ship is certified only for a junior engineer's post. For every subsequent promotion he must clear more examinations. In order to be allowed to *appear* for these examinations, he needs to gather a stipulated period of experience in a stipulated rank. The ship should be 'functional' (not lying idle), it should have at least such and such machinery developing more than a stipulated power, he must not have substance abuse issues etc. Not to put too fine a point on it, the study we had avoided in Mazagod Docks caught up with us in later years!

Very few could clear the examinations in the first attempt. Multiple attempts were considered normal. Many would make a few unsuccessful attempts, go back to sea to earn money, return, and make further attempts and so on. They called themselves *lighthouses*! In these exams we did not have frills like distinction, first, second class etc. Just *Pass* or *Fail*. (Much before computers were invented, we have been using this binary system!)

A technocrat ashore runs the risk of rusting if he does not keep upgrading his knowledge. *We* do not have that choice. Even after becoming a 'chief engineer' or a 'captain' (or 'master' as he is known) we have to upgrade our certificates every five years.

In course of time the demand that 'this training should culminate in a degree' started gaining traction. For any degree, a university is mandatory. Indian Maritime University (IMU) was hence established in Chennai. (It is not necessary to mention - which state the *then incumbent* minister of shipping belonged to!)

Along with this, the government allowed private colleges to conduct these courses. These colleges are of two types. Some, (like the one I teach in) are run by shipping companies. Others, by education oligarchs.

　　　　　　　　　We are the Quarry, Fate is the Hunter

Their philosophies and horizons can be different. Each and every one of our students, after passing out, joins *our own* company. Our task in the college is twofold. One is to make him a capable *seafarer* and the second is to make him an able *leader*. Any student who has issues with attitude, discipline or substance abuse needs to be weeded out, and this can be done at the student level itself.

The moment Marine Engineering became a degree course, the whole mould changed. What started off as a purely practical course, became essentially theoretical. Therein lay a problem. Unlike engineers ashore, marine engineers need to work with their *own* hands. Graduates may have theoretical knowledge, but dexterity is not necessarily their forte. But just as a pay rise, once given, cannot be retracted, reverting from degree back to certificate was out of the question. A middle road was then negotiated.

It was decided that before being awarded a degree, each student would either have to work on ships as a trainee engineer for six months or colleges should build a functional replica of a ship on their campus (known as *ship-in-campus*).

Both solutions have their own challenges. To accommodate trainee engineers on ships, ship owners have to incur expenses – a cabin, food, air ticket to and fro, insurance, visa etc. On the other hand, building and operating a *ship-in-campus* takes considerable resources. How could colleges afford?

Some colleges chose this and some that. We can say that a balance has now been attained.

There is vast difference between Marine Engineering colleges and normal engineering degree colleges. In marine colleges students are not allowed to stay at home. Hostel stay is compulsory. Their routine starts at 5:30 in the morning with physical training, yoga etc. upto 'lights-out' at 9:30 pm. Hair cut short like a soldier. Civilian clothes are not to be used. Only three types of dresses are allowed. Either uniform (white shirt with epaulettes, white or black trousers depending on the occasion and black leather shoes), or boilersuit, or sportswear. Sikh students can keep a neat beard. Others must be clean shaven. Every Sunday they have liberty from morning ten to evening six. Even when they go out, they must wear their uniform, mind you. When they return to college, in case they are smelling of alcohol an alcolyzer test is carried out. The first offence results in a drop for a year. Second offence means bye-bye.

Most instructors including wardens are retired personnel from the Indian Navy. They are disciplinarians. There is no question of bunking a class. Coming late for class, or not doing homework, results in correction! We have a tower ladder five storeys tall. They need to go up and down that from three times to seven, depending on the severity of the carelessness.

Correction is given *only* for carelessness. *Not* for failure. Failure is not a crime. *Not trying* is.

In a nutshell, we try and run our colleges like the NDA, but less strict.

The Ship-In-Campus in our college is unique. Our owners have taken extraordinary efforts and invested resources to construct it and keeping it functioning. It is by far the best in India. Probably in the world too! Anyone who has anything at all to do with Maritime Training, as well as umpteen ship owners worldwide have visited this facility and returned full of praise. Well-deserved praise too!

It is equipped with a running main engine, generators, boilers, air conditioning plants, hydraulic as well as pneumatic machinery, compressors, electrical equipment and what have you. The students (we call them cadets) get to run this machinery just as they would on board. In addition, we also have all the same machinery which *does not* run. Cadets dissemble each component and reassemble it. Moreover, the cadets use expensive, state-of-the-art simulators.

Apart from engineering, cadets also learn other useful skills like administering first aid, firefighting, rowing, survival skills in case they have to abandon a ship, dealing with different cultures, security of the ship and its cargo, piracy – the list is endless.

　　　　We are the Quarry, Fate is the Hunter

All through my life, I had this nagging feeling of a void in my life, because I did not have a degree. This vanished completely after I took up my teaching position. Most of my students are graduate Mechanical Engineers, who we train for one year to convert into marine engineers. The final six months of this duration they are in my charge. When I started teaching them, I assumed that their engineering basics would definitely be clear. I was disappointed. When asked why they did not remember, the answer usually was, "Sir, it was taught in the third semester." Perfectly understandable that it all dribbled away by the eighth semester! Go figure! Anyway, let me not stray from the subject.

My generation loves the cliché 'Old is Gold'. That is not really true. If it *was* gold, *why* did we give it up? We did so either because it wasn't doing what it was supposed to do, or we found something better. Isn't it?

As far as training a seafarer is concerned, we can emphatically say that training today is far superior to what it was. And it is only getting better.

✳✳✳

A Roller Coaster of sorts

On applying for a job, psychometric tests are commonly conducted. Questions like these are asked – 'When asked to name a red object, which of the following comes to your mind first?'

A red rose, a fire engine, a traffic signal, blood.

There is no such thing as a right or wrong answer here. But your choice provides a peek into your thought process (or so it is claimed).

Similarly, whenever a ship is mentioned, a landlubber usually thinks of storms. It's very natural too. All of us are curious and wary of storms in equal measure. We do read that Andhra Pradesh or Odisha or some coastal state got hit by a cyclone. It caused damage up to fifty kilometers from the coastline. That brings up the question, 'Why was the damage limited to fifty kilometers?'

Every storm is born at sea. It gets its destructive energy from sea water. When the conditions like temperature and humidity are right, it gets stronger and stronger and keeps roiling the surface of the sea. Once it crosses on to land, all this energy turns destructive, causes havoc but eventually peters out. As long as the storm is at sea and there is no chance of it making landfall, no one cares. No one needs to.

No. That would not be strictly true. Ships *do* care.

When a ship is in port, it looks humongous! When in port, this steel vertical wall looks insurmountable. Especially if the ship is unloading, this wall keeps rising higher and higher, as if a steel fort is under construction. But out in the open ocean, the same ship is like a toy. The water that can keep this behemoth afloat is capable of whipping it when angry. To extract the truth, a policeman nonchalantly lands resounding slaps on both cheeks of a habitual criminal. That is exactly how a ship gets treated by angry waves during a storm. "Why did you come here?" Slap! "Hadn't I warned you the last time?" Slap! "Like to come to Canada in winter? Eh?" Slap, slap! But all slaps on the same cheek! Whichever side the wind and waves are crashing down from!

Storms can form in all parts of the world of course, but there is a method to this madness. In the North Atlantic and North Pacific during winter, South China Sea in July and August, June to September in the Indian Ocean, to the south of South America throughout the year! Information that the ship is hired to go into that area brings furrows to our foreheads.

Weather is an enormously complex issue. The need for super-computers was felt for the first time to analyze weather.

In the past, generalizations were common.

Red sky in the morning, sailor's warning.

Red sky at night, sailor's delight

These are now outdated. Satellites built and operated at the cost of millions are the ultimate CCTV cameras. They have their eyes trained on every square mile of the earth. They know in real time what each storm is doing. But they are not yet smart enough to predict with certainty what the storm will be doing tomorrow or the day after. A respected professional meteorologist says, "Predicting tropical storms is like trying to follow the end of an uncontrollable fire hose."

We mariners hate slow storms. The slower the whole storm moves; the more is the energy it absorbs from the water, and greater are the wind speeds, and the destructive power of the storm itself.

There are estimates of the strength of the wind and the height of the waves. More concrete information is added by ships passing through those areas. Accordingly, other ships alter their course if necessary.

Reading this might give you the impression that whenever a storm roars, all ships run helter-skelter. Some to the left, some to the right, and some turn right back for home! Nope. It's not like that. So, what do I mean by 'alter their course?' This issue has a few dimensions.

Safety is our priority. No one wants to pass through the eye of the storm. But it is not practical to avoid the effects of the storm altogether. Shipbuilding has long reached and surpassed a stage that the worst storm cannot sink a ship that is well built, has been loaded properly, has healthy machinery and is being run well. But if the main machinery fails during a storm, the picture changes drastically. The waves turn the helpless ship's hull perpendicular to their direction. Once this happens, the waves get an enormous area of the hull to crash down on. Even if the ship does not overturn, thousands of tons of water hits, and flows over the deck like a crushing waterfall, causing extensive damage to fittings and machinery on deck.

A ship by the name 'El Faro' was hit by a cyclone 'Joaquin' near Florida. Due to technical, commercial, and anecdotal reasons that we cannot get into here, she blundered to within twenty miles of the eye of 'Joaquin'. Her main engine failed. The rolling she suffered must have been horrendous. She was carrying containers which broke loose, she had large hatches for carrying vehicles, which can be death traps in such conditions. She took on water. Like aircraft, ships also carry black boxes. The conversation recorded from El Faro is heart wrenching. She was lost with all the thirty-three souls. The sea where she sank was fifteen thousand feet deep! There were other vessels in the vicinity. How come they did not meet the same fate? The reason is usually one of two. Overconfidence or commercial pressures.

It must be remembered that ships were not made to give us sailors our jobs. It is a purely commercial activity. let us take

The Case of El Faro

the example of a ship which carries one lakh tons of cargo. When we find that we are going to encounter a storm, (we do not use the word *storm*. We prefer euphemism. We call it 'bad weather') calculations are made. If we ignore the bad weather and continue right through, the speed of the ship decreases considerably, increasing the time taken, and consequently, the fuel consumed. Typically, a ship like this uses forty-two thousand liters of fuel a day! Today the largest chunk of expense for any ship owner is the cost of fuel. On top of it, going on taking a beating from the waves can cause minor cracks to develop in the body of the ship (called 'hull'). These are not necessarily dangerous in the short run, but necessitates expensive repairs.

A ship rolling due to bad weather

Depending on the strength of the storm, massive waves can be generated hundreds of miles from the eye of the storm. Assuming that a detour is inevitable, how long should the detour be? That is decided by how well and how high is the cargo stacked, are the propulsion engines powerful enough, what is the age and condition of the ship itself, among other things. If we play too safe every time, the company will keep losing money and ultimately fold up. On the other hand, nature punishes those who try to be too brave and foolhardy. In 99.99 per cent of cases, the decision turns out to be right. (Nowadays, there are companies who, after studying reports from satellite images, ocean currents and real time feedbacks, give reliable advice as to the optimum path that ships should take.) However, in all these decisions, the comfort of those on board does not carry any weightage at all!

What exactly happens on a ship in a storm? Up and down movement is known as 'pitching'. As would be expected, the downward movement is faster than the upward movement. It also swings to the left and right like an inverted pendulum. This is known as 'rolling'. Both these actions

It might feel as if this is trick photography. It is not!

take place at the same time. This produces a corkscrew motion. Sometimes, this corkscrew rotates clockwise, sometimes anticlockwise. At these times our stomach, liver, intestines and whatever else, take on a will of their own, moving around in the stomach cavity independent of each other! But they remain within the cavity! Thank God for small mercies.

When I was undergoing marine engineering training a friend who was studying medicine at KEM hospital in Mumbai had taken me to witness a surgery of pancreas. The operation theatre was full of students. With every student wearing masks and coats, the surgeon, and his assistants cannot recognize friend from foe. I do not know whether it is necessary to remove all innards from the stomach cavity for the surgery of pancreas or whether they had been removed for teaching. Other students were asking many questions. After the operation, the head surgeon left. His assistant put all the organs back as if he was packing a bag, and stitched the patient back. From the diagrams in my book in school I used to think that each organ has a distinct shape and its own place separate from the others. What I saw that day did not look anything like I had seen in my books. This surprised and worried me in equal measure.

This continuously changing corkscrew motion has the potential to play hell with our processes. But the truth is, our body has an astonishing capacity to cope with the most trying circumstances. It just needs a good boss – the mind!

On their first ship, barring a lucky few, most others suffer from sea sickness. Some, more than others. They can't hold any food down. Nausea and vertigo are constant companions. The thought of eating food is sickening.

There is a joke about sea-sickness.

There are two stages of sea-sickness. The first is when you *think* you will die. The second is when you *hope* you will die!

At such times, giving the person rest is the worst thing. He then finds it very difficult to get over his sea-sickness. He is given plenty of work. The body gradually adapts. A good indication of acclimatization is that in rough weather, his appetite actually increases! Sea sickness, banished once, never raises its head again.

When in bed lying on the back during rolling, the neck keeps lolling to the left and right, no, no, no, no, ad nauseam. Using strategically placed pillows can bring some relief. If the rolling increases, the whole body starts rolling over against our wish. Each of our cabins is provided with a sofa. It is at right angles to the bed. If excessive rolling makes it impossible to sleep in bed, we shift to the sofa. No more left and right now. As the head goes down, blood rushes to it. Five seconds later, it rushes to the feet. Five seconds later, back into the head! All night long!

Pitching is a different beast entirely. There is pretty much *nothing* that one can do! Suffering it stoically is one option of course. Even better is to look at it as a never-ending ride in an amusement park! 'People the world over have to pay for two minute rides like this. I am getting it free for days on end! *And* getting paid for it!' It works wonders. I am not joking.

Hand rails are installed all over the ship to help during rough weather. With the ground beneath the feet heaving and tilting every which way, everyone has no choice but to stagger. One just has to imagine that there is *no* rolling or pitching, and that everyone else is drunk to their gills, lurching their drunken way from a bar back to their cabins. It's fun. Really.

Our tables are fixed to the ground. Every chair has a chain dangling from under the seat. Hooks are provided on the ground to which these chains can be attached. When in rough weather, chairs are thus immobilized. To keep our respective backsides attached to the chairs is our responsibility. To protect crockery on dining tables, the table cloth is wetted thoroughly. This prevents plates from slipping and sliding. But even this can sometimes be insufficient. For a worst-case scenario, a wooden frame is mounted on the table to stop plates sliding off the table and crashing onto the deck. (On ships, floor is known as 'deck'.)

To tell the truth, keeping one's own balance is not much of a problem. Practice makes perfect. The problem is one of tiredness.

On a long journey by road, if the driver is not skilful, we get tired. That is because our body exerts all the time, trying to counteract the effect of repeated jerks caused by right and left turns as well as sudden braking. The same thing happens on ships in rough weather except that the journey continues for days! It *is* tiring.

Everyone's efficiency takes a hit. Also, the amount of work increases. This inverse proportion is detrimental to any ship. Whether waves will crash on to our deck is determined by the size of the ship, directions of the ship, wind, and waves. These waves cause damage to equipment on deck. Also, there is a likelihood of persons on deck being swept away. Consequently, the deck is kept out of bounds during this period. If it becomes imperative to go out onto the open deck, the speed and direction of the ship is altered to eliminate any chance of waves crashing onto the deck, the work is completed in the shortest possible time under supervision and all personnel recovered before proceeding on the original route and speed. Safety of life always has priority.

To sum up, during a storm, *everything* becomes more difficult. For an authentic experience from the comfort and safety of your home, just enter 'Storms at Sea' on YouTube.

The absolute worst-case scenario is that the ship will flounder. In that case, each ship is provided with life boats and life rafts. But it must be appreciated that these will be of real use in case of an uncontrollable fire or collision with another ship (or iceberg like 'Titanic'). If a storm is so bad that it is able to sink the massive ship, it is difficult to imagine a lifeboat surviving in it. Unfortunately, these lifeboats are not easy to lower and operate. There have been numerous accidents and loss of life during training itself.

The International Maritime Organization (IMO) keeps the whole maritime world together on the same page as far as rules and regulations go. There have been discussions as to whether these kinds of boats have *saved* more lives or *taken* them?

A new design of boat and launching procedure was developed to counter this issue. These are known as 'Free Fall Lifeboats'. (You must have seen a lifeboat like that in the movie 'Captain Phillips'.) As usual though, new solutions have given rise to new problems.

Our ships often had newly-wed officers sailing with their wives. My wife has years and years of salt on her face. These wives, all teary eyed, used to confide in her. "I can't bear this storm any more, Didi, I am going home from the next port!"

Shubhada used to advise them. "Look. This storm is here today, gone tomorrow. But remember, if you go home, you will have to stay *alone* with your mother-in-law."

Not even one left the ship!

***

Love of The Drop

Long ago – I am talking about the time when ships were all powered by wind only – England ruled the waves. Her Majesty's Ships roamed the oceans, but they couldn't find sailors to sail on them. To say that sailors had a tough life, would be an understatement. Fresh water was extremely limited. There was no refrigeration. Daily diet consisted of the same few preparations over and over again. Since all was dependent on the wind, there was no telling how long it would take to reach the next port. Work was physically tiring as well as dangerous. Storms were a constant sword dangling on their heads. Piracy was rampant. If all this was not enough, there have been some recorded voyages where seventy per cent of the crew had been lost to scurvy (caused by lack of vitamin 'C').

There were enough volunteers for officers' posts, but the sailors had to be procured by means fair and foul. There were agents in ports ready to undertake this job. When it was time for a ship to sail, they would send scouts to roam the streets. It was not difficult to find drunks who had passed out. They would simply pick them up and load them on the ship. By the time they came to, the ship was already underway. Then there was no way out. In the beginning, their condition was akin to a prisoner. The only difference being, they would be given their daily quota of drink. By and by, they would get acclimatized.

To cut a long story short, we sailors have *this* prestigious lineage!

By and by, technical progress replaced wind power and the need of physical strength. But the conviction that drinking and smoking were our birthrights did not ebb. Some ship-owners tried to correct our lifestyle. But this was not with any altruistic motive. Every ship, and the cargo it carries *must* be insured. Without that, no ship is allowed to sail. As insurance companies started investigating the cause of each claim more scientifically and forensically, it became clear that alcohol or some other intoxicants had a hand in many a mishap.

It was getting increasingly clear that intoxicants would have to go.

The first strike was on drugs and it became successful almost immediately. First of all, addicts were few and far between. Anyways they had always been considered pariah. Could they have continued to consume in secret? An honest answer would be 'No'. On ships there is nothing that can be truly called 'secret'. Living quarters are cheek by jowl, eating, working, training, entertainment, going ashore, watching television – each is a group activity. Moreover, drugged eyes are always a dead giveaway.

Besides, inspections are regularly carried out. The Captain, chief engineer, chief officer and boatswain (he is the chief of sailors and is pronounced 'bosun'), take a round of the living quarters. Leave alone anything illegal, if any cabin is found to be not neat or has smell of unwashed clothes, the occupant is pulled up. It would have been impossible for a junky to survive.

It has always been said that 'Fools of the family go to sea.' To some extent this was and still is true (if I say so myself). It was assumed and it *was* true that if a person was working at sea, he would be far from being a teetotaler. We just assumed that smoking and drinking was our birthright!

I personally have not touched alcohol for very many years now. The reason why I gave up completely, when the rest of the marine world were happily enjoying their drop, might make an interesting anecdote. Let me share it with you.

I was sailing with my wife Shubhada and daughter Punav. It was a shipmate's birthday and as was the custom in those days, a party was organized. We all gathered, and as usual played some games, drank, sang, danced, had dinner, and retired to our cabins around midnight. All rather uneventful.

The next morning, when I and the captain met at the breakfast table, he said, "Chief, have you made a report about last night's incident."

It hadn't been uneventful after all! The fact that the captain expected *me* to make a report meant it had something to do with me personally or with the engineering department. How come I do not remember anything? Had I got drunk? It wouldn't do to let the captain know about my memory void.

Acting as if I had remembered something urgent, I gesticulated to him and left the mess room. Hurrying back to my cabin, I woke Shubhada, and much to her surprise, questioned her in great detail. Had there been any altercations? Had anyone got drunk? Nothing. Everything had been hunky dory. At midnight we had returned to our cabin and retired to bed.

For want of a better idea, I told her to repeat in complete detail, minute by minute everything that she had seen, heard, and thought, right from the moment we entered the smoke room the previous night, up to the moment I woke her up to question her.

She agreed, on the condition that I make a strong cup of coffee for her.

Strong coffee in the morning can do wonders I tell you. It was a long discourse. The gold nugget was in the last sentence. "Early in the morning you received a telephone call. You spoke for about ten minutes and went back to sleep."

There! There!!

The call *must* have come from the engine room. I called the engine room and asked to speak to my deputy, the second engineer. He said, "Sir you were right. So, I didn't call you again." Damn! It was nice to know that I had been right about *something* last night. But that wasn't helping to fill in the blanks. I got an idea.

In shipping, before anyone can get promoted, he has to carry out all functions of the higher rank at least once under supervision of his superior. I said to him, "Please come up to my office *now* and write a detailed report of last night's incident. Don't leave *anything* out including our conversation on the phone last night. This is a part of your promotional assessment."

It worked like a charm. What I learnt did surprise me, to say the least.

Our main propulsion engine had given an alarm and had automatically slowed down. The engineers could not figure out what was going wrong. The second engineer had called me to inform me of this and for advice. I had told him in detail what tests I wanted him to conduct for finding the fault, what different results could be expected and how to interpret each one. What corrective action was to be taken in case of each result and so on. At the end of all that, he was to start the engine again and if the problem still persisted, he was to call me again.

He had been successful in putting things right and did not need to call me.

And I didn't remember *anything at all*!! Damn!

I have always believed that no accident occurs out of the blue. Whether it is driving a vehicle, investing money, drinking or whatever else! Destiny always sends you a warning notice, usually through a 'near miss', that a path correction is necessary. It is only because we ignore this warning that we subsequently get hit.

In my case, my body was telling me, "You have had your share of alcohol for *this* life." I quit then and there.

But why and how was everyone else taken off alcohol when at sea? The reason is purely commercial.

Ships are like taxis. They are taken on hire by 'charterers'. These charterers sign contracts with shippers to transport such and such goods from here to there by this date. Before hiring a ship and entrusting their valuable cargo, they need to inspect not only the ship, but also the personnel on board, the safety systems being followed, the Standard Operating Procedures of the shipping company and so forth.

They inspect many ships, grade them, and then hire those with the highest grades. These charterers decided to award bonus marks to ships which did not allow any alcohol on board.

The moment alcohol started affecting the owner's earnings, his choice was clear. All alcohol was cleared out! Today there are very few companies, if any, that allow alcohol. We used to have 'tax free' stock on board. (Not that the tax would have held us back in any case, but still!)

Those were the days (Sigh!)

As a result, many left their jobs. Some others lost theirs. That is because nowadays '*Unannounced* Drug and Alcohol Testing' is an integral part of our quality procedures.

Smoking suffered a somewhat similar fate. Today there are very few places where one is allowed to smoke, especially on tankers. When any activity is made more and more difficult, after a certain point, it becomes just too tedious to continue with it. Overall, the incidence of smoking has reduced considerably.

'Alcoholic Anonymous' use persuasion and other civilized methods to wean addicts. Their success rate is less than 10%. Here it was done with the proverbial stick. The success rate? 95%!! The remaining five per cent sacked. End of story.

Now it can be safely said that the pendulum of alcohol dependence of 'seafarers vis-a-vis landlubbers' has swung completely to the other extreme. What do I mean by that?

No one can give a guarantee about a landlubber's habits. As long as he shows up for work at the stipulated time in sober condition, it is enough. No one cares whether he has been drinking away the night. On board, things are different. Emergency can strike at any time. All are expected to be 'sober at all times' (to quote our rule book)! Period.

Today, you do *not* find an alcoholic on board.

Fear of alcoholism was one of the main reasons that, in the past, girls and their parents were apprehensive about getting hitched to a shippy. Now the situation has completely reversed. But now, girls themselves do not want to sail on ships with their husbands. Careers are becoming more important than family life.

Moral of the story – In spite of their improved habits, being shunned in the marriage market continues to haunt seafarers!

***

A Girl at Every Port

The moment one hears the phrase 'Girl at Every Port', a scene comes to mind: A ship is entering port and a beautiful girl is expectantly gazing at it, fluttering her eyelids. On the ship a sailor looking like the comic strip character 'Popeye the Sailor' gives her a flying kiss. As soon as the ship berths, he rushes ashore to meet her. When the ship is leaving, the scene is a bit different. He keeps craning his neck to look back at her longingly as he boards the ship, dragging his feet. She bids goodbye with eyes streaming, and resigns herself to waiting for him to return!

The truth is a bit different though! Very few ships keep going back into the same port. Ships are like taxis or rickshaws. They go wherever their clients want. It can happen that the ship might return to the same port in ten days, or never again. Naturally, the question of girls falling in love with sailors does not arise. Then how come we see girls necking sailors around Ballard Pier in Mumbai? They are for hire. Not love. It is business, pure and simple.

Thirty or forty years ago, when any ship entered Bangkok harbour, a clutch of girls used to board the ship. They would be all over the ship, waylaying every sailor (not that they minded, of course!) 'Hello Hanssssssum!' was their lilting love call. They would stay in one sailor's cabin or move from one cabin to the next, all depending on who was ready to pay how much for her services. A food court would be set up by older women on the deck of the ship and most girls would spend

     We are the Quarry, Fate is the Hunter

all their time on the same ship until the ship's departure. If these girls were not allowed to board, even the cargo shippers or receivers could not board. Cargo could not be loaded or unloaded. That was the kind of clout they possessed. Well, not for nothing it is called the oldest profession in the world!

That reminds me.

Philippines is the country that provides the maximum number of sailors to international shipping. Filipino were so fond of these 'wives in each port' that at the end of their tenure they would at times return home penniless! Under pressure from their families, the government of Philippines thankfully passed a law that made it mandatory for all shipping companies to send a percentage of their salaries directly home.

Talking of home, closer to home, in Mazagon Docks (where I trained to be a marine engineer) similar cases existed due to alcoholism. At that time, we had a dynamic personnel officer by the name of Mr. Rajadhyaksha. He tried his best to introduce a system whereby in such a case a percentage of that person's salary would be credited directly to his wife's account. But the idea was shot down by the Workers' Union.

Good prevails over evil. But only in movies.

With the passage of time, terrorism spread it tentacles all over the world, security of ships and ports came under threat and Bangkok stopped providing its unique service.

The total strength of prostitutes all over the world, would run into millions. All the seafarers put together would only make up a small fraction of this number. If they depended solely on seafarers for their daily bread, they would surely starve. Evidently their patrons are mainly landlubbers. Then how come seafarers alone are stuck with this stigma? There are a few reasons for this. Rather than 'are', 'were' would now be a more appropriate word. Like cigarettes and alcohol, these too are becoming obsolete.

In those days, all day-to-day contact between the ship and shore, was by Morse code (a dot followed by a dash, pronounced as 'did - da' meant 'a' etc.) For this, radio officers were needed at both ends. Direct communication with the family this way was out of question. Letters were the only conventional way. That system was unreliable. Not because of any shortcoming on the part of the postal department though. The families could not send any letter directly to the destination port of the ship. They had to address it to the head office. All letters would be packed into a parcel by the company, and would be sent to the agent on that particular port. At times the destination port would change (the reason for this change is commercial. We will not get into it here.) If this happened the parcel would arrive but the ship would not! In that case the agent could not earn much money, would sometimes neglect to either send it back to the company or forward to the new destination. Delays were inevitable. Some parcels used to get lost.

When contact with the loved ones becomes infrequent or sporadic, bonds of love and restraint can slacken. Integrity too can take a beating.

In those days the world seemed to revolve more slowly. Ships used to stay in port for days, sometimes weeks. Visiting bars ashore at the end of the day was a frequent pastime. Wine and women are a package so to say! Alcohol in the blood, money jingling in the pocket and friends to goad each other on! It was easy to get tempted. Sometimes repeatedly.

When on leave, while describing his conquest abroad, a seafarer portrays *this* girl not as being a hooker, but as a salesgirl in a shop, an office assistant or similar! It is said that if you lie aloud three times, you start believing it yourself! Seafarers started believing they were Casanovas reincarnated.

The moral of this immoral story is that in the case of some sailors, 'Girl In Every Port' is a fact. But she cannot honestly be described as a 'girl'.

Am I trying to cover up sailors' culpability in this regard? Nope. The fact is that lying through their teeth regarding own sexual prowess and capabilities is a preordained part of the male makeup! In everyday life can anyone claim "So and so girl is infatuated with me?" Of course not.

The truth is clear for everyone to see! But when the supposed girl is beyond the horizon? A good example would be the answers or views gathered during surveys.

Every couple of years 'India Today' magazine comes out with an issue named 'Survey of India's Sex Habits' or something similar. In truth, thirty-five years ago the intermingling of boys and girls in colleges was only moderate. The figures mentioned in the issues were difficult to believe. They read as if, as many sexual encounters take place on the terraces of colleges as in run-down lodges in back lanes where rooms can be rented by the hour!

I had and still do have respect for 'India Today'. The student world did not look that promiscuous. What I was reading and what I was seeing could not be synced to each other.

It became clear after a few years. I was at that time working for 'Scindia Steam Navigation Company'. I was attending some course in the head office at Ballard Pier. At that time customs duty on imported goods was exorbitant. Smuggling was rampant. Some of the personnel on board used to have a hand in these activities. A reporter from some publication had come to our office to carry out a survey for his story.

In movies and novels, the underworld is glorified for dramatic effect. In reality, it is a cut throat world! Leave alone being a part of it, simply being a witness can be injurious to health. Very few were actually involved in smuggling. But my fellow officers came out with juicy descriptions that portrayed themselves as being bum chums of the (then ruling) dons *Haji Mastan* and *Yusuf Patel!* And it actually got printed! From then on, I stopped believing anything I read in surveys and the inferences drawn therefrom.

All in all, every male secretly hopes to be the object of female affection. But girls are smart. They don't fall head over heels casually.

But for some, 'Girl In Every Port' really was true. This is how.

India has always had considerable trade with the USSR. During the Communist regime, each Russian port had organizations called

'InterClub'. They ran bars and convenience centres in all ports. They employed Russian girls who were fluent in English language. These girls used to arrange picnics and visits to places of interest, organize parties in Interclub, dance with seafarers during these parties, and in general assist in all matters where language could prove to be a barrier. Along with all this, they would keep lecturing us on how Communism is the best way forward. In fact, this was their main job. It is precisely why the government had established these InterClubs.

In those days in Russia everything was in short supply. In fact, there was a joke about how, when a Russian sees a line, he first *joins* the line and only *then* enquires what the line is for!

A common man's life was tough. Getting married to a foreigner and leaving the country was one way out. But for that, the girls had to strive hard. Nothing in Russia came easy. During the course of its voyage, an Indian ship used to visit various ports in the Black Sea. These girls used to travel by train from port to port to be able to be with their boyfriends.

They really were 'Girls' and they were to be found 'In Every Port'.

After getting married and emigrating to India, they did find themselves a bit lonely but most of them had a stable married life. After the fall of Communism, many returned with husbands and children to Russia (or Estonia or Latvia or wherever they were from), or in a few cases after securing a divorce.

Whether a guy who can make girls go weak in the knees really does exist or not, I do not know. But if he did, would he not prefer to be a superstar on the silver screen rather than face storms and pirates at sea?

***

 We are the Quarry, Fate is the Hunter

Predators of the Sea

If there is anything about seafaring that is as alarming as storms and fires, it is the threat of piracy.

Some books and movies about pirates might have glorified piracy and portray pirates as romantic adventurers. The truth, however, is far far different. It is not just a 'cut-throat' world. It is worse. It is a 'torture and then cut-throat' world.

Nature, whether in the garb of a friend or a foe, is dramatic. But dealing with it has its own romance, because no matter its enormous power, it *always* plays by the rules. The same cannot be said about humans. Least of all, about pirates.

Right through the ages, piracy was rampant. That it existed, should not surprise anyone. What was unexpected, is that it died down in course of time.

Just imagine yourself walking alone in a jungle in a dark lonely night carrying bundles of cash. How long will it be before you become the target of an attack? To top it, if you repeat this journey every night, it is akin to sending out invitations to the underworld to come and mug you! Or worse.

A ship is exactly in such a situation. The ship itself is valuable, the cargo loaded on it is usually even more so. No security forces within hundreds of miles, no weapons and ammunition on board (the reasons for this will follow later), low speed (about 25 kms/hour) and a guarantee that it is incapable of putting on a burst of speed even in an emergency.

All this ensured that piracy prospered. In course of time however, every square inch of land in the whole world was claimed by some government or the other. The pirates had no safe haven left. Governments simply confiscated their loot and threw them into jail. Piracy died down. There were instances around some poor countries, but none worth taking cognizance of.

Since the nineties, however, this fiend raised his ugly head. In order to spread religious power, Al Qaida armed various warlords around the world and got them under their influence. In some countries bonafide governments are unable to exercise control on all their territories.

Somalia is a typical example. The government effectively controlled only the capital, Mogadishu. The rest of the country was ruled by various warlords with allegiance to a religious fundamentalist outfit 'Al-Shabaab'. The country was in shambles. Anarchy breeds poverty and starvation. The world sent humanitarian aid by ships. The local warlords simply looted them dry. This happened in more than one port on numerous occasions.

The poor lack much, but the greedy, even more.

The warlords now eyed foreign fishing vessels in the vicinity of the Somalian coast. (Admittedly, many of them were fishing there illegally.) They would capture a vessel and take its crew hostage. Then demand and receive a princely ransom for the release of both. But then, how much can you squeeze out of the owner of fishing vessel? They gradually graduated to larger vessels.

Initial attempts were pathetic, but by and by their equipment improved. AK-47, rocket propelled grenades (RPGs), fast aluminium craft, walkie-talkies, telescopic ladders became the norm. But with small aluminium craft the pirates could not access ships farther out to sea. The pirates then started using captured larger vessels as 'mother ships' to attack target ships even two hundred miles offshore!

While transiting through pirate infested areas, ships used various

Our ship transiting pirate infested waters near Somalia

deterrents. Staying as far from the Somalian coast as possible, erecting razor wire and drums on the aft (back) end and a hundred feet on either side on the deck to make it as difficult as possible for the pirates to get a foothold on the deck, night vision goggles, bullet proof jackets to the crew, among others. Water cannons (if possible, remote controlled) with CCTV cameras to direct powerful jets of high pressure water against the pirate boats were made. Getting hit by high pressure water from these powerful cannons is like being pummelled by a champion boxer. In addition, putting water into the pirates' small aluminium dinghies quickly made them difficult to manoeuvre.

If all else failed, there was the strong 'citadel'. But more about this later.

For the purpose of this episode, the words 'pirate' and 'warlord' are to be taken as synonyms. Warlords financed and controlled the pirates. In the totem pole of the despicable, the warlord was at the top, and the pirate who actually attacked a ship was near the bottom. Once a ship was captured, the ship owner

Razor wire around the ship to make it difficult for the pirates to get a foothold on the deck.

would receive a call from the warlord and negotiations would start. Even this vital phone call was not so straightforward. The owner would get calls from numerous warlords, each claiming to be in possession of his ship! Negotiations were invariably protracted, starting from a demand of

Remote controlled water jet to deter pirate boats

twenty million dollars and finally being settled at three to five million (in cash of course!) But that was not the end of it! Delivering this much cash to the right person and ensuring that he honours his end of the bargain was fraught with danger in a country where everyone seemed to have a gun, and the itch to use it!

Sometimes negotiating parties used to change midway through the negotiations! How come? Some other warlord would gate-crash the party and capture the ship from the first warlord, complete with the hostages. Who cares about the misfortune of the crew which got caught in the cross fire?

In 2003, in one such encounter, a sailor got injured. Almost eight months later, a deal was struck and the ship and crew were released. Only two weeks before release, the injured crew member died! It is impossible for us to imagine the protracted agony he must have gone through in the absence of any medical attention for months on end!

Let us look at the modus operandi of the pirates.

As mentioned above, they would load their equipment and people on a mother ship (captured earlier) and sail two or three hundred miles out to sea. While pretending to be just another vessel, it would keep an eye out for a suitable target. Ships which moved slowly or had a low deck were easier to attack and board. The mother ship would then sail close to the target and launch their pirates in fast aluminium craft. These have powerful engines and catch up with their quarry but climbing onto a moving ship's deck is easier said than done. For that, they needed to stabilize their craft. This was possible by pressing their front end (known as the 'bow') against our back end (known as the 'stern'). But at that point the sea water keeps swirling and roiling due the immensely powerful propeller. Their craft heaving, pitching and rolling, they try to latch onto the ship's rail by their ladders. If they can, they climb up.

If the pirates managed to take control of the ship, it would invariably be the beginning of a tortuous ordeal.

All staff would be herded to the bridge, and imprisoned there for months on end. All modern ships are made of steel. In the absence of air conditioning, they become as hot as tin cans lying in the baking sun! By and by the fresh water on the ship would run out. Bathing with salt water is hell for the skin. Painful eruptions on skin and scalp were common. To start with, the food stores would be looted away. The crew were fed rice and more rice! The armed guards keeping an eye on the crew were usually drug addicts and would amuse themselves by beating and torturing their charge! The only saving grace in this ghastly scenario was, that the instructions from the warlords were clear. "No hostage should die!" This diktat was far from altruistic though. For the warlords, this was but a commercial venture, and no ship owner paid money for a corpse!

This of course did not mean that they did not indulge in some torture of their own! During protracted negotiations, the pirates would force a high-ranking officer of the ship to come on the phone line and then whip him! His screams were expected to pressurize owners to cough up more dollars, quickly! It was truly a wretched period! It is a miracle that so many of us kept on sailing despite this despicable mess.

Being in hellish conditions for a prolonged period of time, some hostages lost their mind! That used to start a chain reaction, destroying the morale of the whole group. Even after being set free, some unfortunate souls found themselves incapable of functioning in a normal society! Having said that, believe it or not, some of the hostages actually put on weight during captivity! After spending a few months at home, they were ready to join the next ship! The mind is truly the boss of all bosses! It can turn hell into heaven, or heaven into hell!

The simplest solution was to provide each ship passing Somalia with well-armed and well-trained guards having the liberty to resist pirates in case of an attack. Each and every maritime nation was suffering, and the right thing to do, was for all of them to agree and frame modalities on how this can be legally, and safely achieved. It is difficult for me to explain logically why it took the world so long to come to an agreement, but I shall try by giving the example of a loose parallel in domestic politics.

For example, farmers' suicides due to bankruptcy have continued in spite of which government is in power in the state. When this issue is debated in the state legislative assembly, only a few have a genuine motive to find a lasting solution. Most parties have their own agenda, and each member, his own agenda within the party. International forums are similar, only larger, and more complex. One-upmanship is the order of the day. The actual problem be damned!

On finding that the world did not do anything, some ship-owners decided to take care of their ships themselves. They invested considerable resources and enlisted the services of mercenary outfits who would place guards on board temporarily. But the fact of the matter is that when you function in an international environment, taking unilateral decisions like this does backfire.

If a local thief or aggressor gets killed at our hands, we can be arrested for murder. You will remember the case of two Italian marines who had been posted on an Italian ship *Enrica Lexie*, to provide protection from pirates in the Indian ocean. They killed two Indian fishermen, mistaking them for pirates! They were arrested. The case

dragged for years. Relations between India and Italy suffered. The International Court and Supreme Court of India got involved before they were finally released. What facilitated their release, was the fact that they were bonafide soldiers. Had they been sailors or mercenaries, the outcome might have been different.

Various countries provided Naval ships to patrol seas near Somalia. This involved enormous expense, both by way of ships and manpower. But the sea is so massive that if all the naval ships in the world were to converge into the Indian Ocean, it would still be impossible to provide

security to every merchant ship. As a result, a path known as *IRTC* (Internationally Recommended Transit Corridor) was defined. Every ship passing the *Gulf of Aden* (called *GOA* for short) had to stay within this corridor. A central command to liaise different naval vessels to provide quick assistance to vessels under pirate attack was established and is known as *MSCHOA* (Maritime Security Centre - Horn of Africa). This eased matters but still there was no guarantee that a naval escort would reach a ship *before* pirates overpowered it.

Ships wanting to transit the Gulf of Aden would wait at predesignated points and when a reasonable number gathered, they would proceed at a predetermined speed in one single convoy, escorted by a naval vessel. This was still not fool-proof though. If for some reason one of the ships could not keep up with the others, or suffered some technical issue, the convoy could not slow down or stop for the straggler. The loner would then be left to the mercy of luck.

Considering the disparity of fire power possessed by the pirates and naval vessels, and the expense that the world was incurring, just to deal with a bunch of ruffians, this was like using a sword to swat a fly!

Today, the training, weapons, and capabilities of the *Special Forces* of various navies around the world are of such a high calibre, that they can neutralize a bunch of armed pirates, no matter the number. But if us seafarers are present in the firefight, then it is like tying up the hands of the soldiers!

Thus entered the idea of the '*citadel*' mentioned earlier. Each ship has to construct a 'strong room', which would be difficult to break into, even for pirates armed with Kalashnikovs and grenades. This basically buys time for the good guys. In spite of the measures mentioned earlier, if pirates *do* gain access to a ship, all personnel are to withdraw to this citadel. The citadel should be equipped with water, food, a toilet, and

With Russian Guards

The Russian Guards let me carry out some target practice on a 'single shot' setting on their rifles.

communication equipment with its own electrical supply. By the time the pirates manage to board the ship, *MSCHOA* will have already dispatched security forces to neutralize the threat. All crew barricading themselves inside the citadel ensures that when the security forces do board the ship, they are sure that every person they encounter is a *pirate* and they are free to deal with the bad guys as the situation demands.

When these naval vessels encountered a pirate boat attacking a merchant ship, they would send their teams, overpower and arrest the pirates and keep them in lock-up on their vessels, awaiting trial ashore. It was not militarily or economically prudent for the vessels to leave their stations and return to some port to offload their prisoners. Naval ships have very little empty space, if any, and after a few such encounters, there would be no more space available to hold more pirate prisoners. Any pirate arrested thereafter was fantastically lucky! He would simply be disarmed and allowed to go! He was free to go back to his base, pick up more weapons and get back on his job! I know this sounds impossibly and pathetically illogical! Believe me, it is true!

Why aren't ships themselves provided with guns, ammunition and training? At one time ships used to carry weapons. Not anymore. There are many reasons. Let's look at them one by one.

In case an attacker gets killed by a seafarer defending the ship, it *can* be perceived as a crime. And will be treated as such by the courts of that country.

Haven't we heard of innumerable cases of addicts destroying their family life, their wife's and children's future, beating them daily mercilessly? In very few cases, the wives, having suffered more than they could stand, hit back and killed the husband. These wives actually deserve to be felicitated! But law demands that they be punished! Even if the judge sympathises with the concerned lady, he has no choice but to pronounce at least the minimum sentence as prescribed by law for that crime.

In case of a pirate attack, whose responsibility will it be, to shoot at them? The person with the weapon faces the risk of being killed. While for the others, the worst-case scenario is being captured. In a horrifying possibility, if a pirate is killed or maimed in the firefight and *then* pirates manage to take control of the vessel, can you even imagine the treatment that will be meted out to *our* gunman? Experience has shown that a vast majority of those who were captured, returned alive, if changed forever.

When a ship with weapons comes into port, there is always a risk that it will attract the attention of anti-social elements for the purpose of stealing those very weapons. The authorities have to provide twenty-four-hour security for the ship. The expenses are recovered from the ship owner. Not to mention the considerable paper work involved.

There have been cases of arguments between shipmates being settled, once and for all, with a bullet or two!

All in all, weapons on board are now history.

In these trying times, the Indian Navy did a wonderful job of keeping ships safe from pirates. Not just Indian ships, but of all nationalities. But then, there is a sarcastic quote which goes, 'No good deed goes unpunished'! Suffice it to say that the Indian Navy was not popular with the pirates. The pirates were no match for the Naval forces. Perforce they took their revenge on *Indian* seafarers.

A ship by the name 'Asphalt Venture' had been captured by pirates with sixteen seafarers. After a year of negotiations, a deal was struck and the ship and all crew were to be released. At the last minute the pirates changed their mind. They kept back all seven *Indian* crew members and released the other nine and the ship!

The unfortunate seven now found themselves in the worst possible situation! The promised ransom had been paid. Having recovered his ship, the owner had lost interest. There is anecdotal evidence that the Indian Government pulled strings to ultimately secure freedom for these seven. *Three years* later, they all returned home! The Indian Government has not taken credit for their release. Much as we all like to criticize the government, it often does a wonderful job and we do not even realize it. It is possible that the government swapped some Somalian pirates who were in our jails for recovering our seafarers. This is all conjecture though!

Impact of the rocket propelled grenade. (Must they shoot at the chief engineer's cabin?)

The place where the RPG shrapnel entered the cabin.

Transparency is great and all, but for any government to function with freedom in delicate situations, they have to have their own secrets. And we all need to respect that. Those who don't, get tempted to ask immature questions like, 'Can you show proof that you have conducted surgical strike on terror camps in Pakistan?'

My ship, a super-tanker of three lakh tonnes had once been chased by pirates. These ships are humongous! Extremely high, consequently difficult to climb on to! Probably that is the reason the pirates gave up the chase before it got too serious. However, another identical ship of the same size (we call them *sister ships*) belonging to our company had been attacked with guns and rocket propelled grenades! Fortunately, they could not board *that* ship either!

     We are the Quarry, Fate is the Hunter

Now about the movie 'Captain Phillips'. Many of you readers must have seen the movie, in which the American ship *Maersk Alabama* gets captured by pirates.

In the case of Maersk Alabama, what *actually* transpired is already nail-biting, edge-of-the-seat stuff! There was *no* need to twist the truth, the way it has been done in the movie. Of course, this was my simplistic opinion. My wife Shubhada felt otherwise! She is well informed about the vagaries of Bollywood. She gave me examples of leading stars getting the movie script changed to suit them! Could this be happening in Hollywood too? Would Tom Hanks have resorted to such tactics? God knows!

Two of the reasons why the *Maersk Alabama* could be taken over so easily by pirates were, one, there was overconfidence that an *American* ship will not be targeted by pirates and, two (this was a result of the first reason), the vessel was ill prepared to travel through pirate infested areas! The *true* hero of this extraordinary episode was the *chief engineer* of the ship, *Mike Perry*. The ship had been unsuccessfully attacked by pirates just one day prior to the fateful day! Chief engineer took it upon himself and overnight created a sort of a strong room (a smaller and less efficient version of the 'citadel' mentioned above). During the attack, he exhibited extraordinary foresight, clear thinking, and took *enormous* risks to personally immobilize the ship, and, believe it or not, attacked one of the pirates with a knife and actually took him prisoner! What more could *one* guy do? Two days after this misadventure, when the ship reached Mombasa, this is what the crew said to the scores of press representatives waiting for them.

Maersk Alabama crew interaction with press in Mombasa, Kenya

The *National Geographic* makes accurate documentaries of interesting anecdotes. For those who would like to know what *actually* happened, please see the following documentary, made much before the movie *Captain Phillips* was made. It is forty minutes long. But I can assure you, if you have already wasted time reading *my* book, these forty minutes will be worth your while.

Link to what actually happened during the hijack drama of Maersk Alabama

In a market economy, whenever there is a buyer, a seller *will* evolve! There was a time, when shares were being sold and bought in the underworlds around the world, for financing the Somalian pirates!

Nowadays, we *do* carry armed guards on board. But the duty of detecting pirates approaching the ship is the responsibility of the ship staff. Locating them is quite easy during daytime. At sea, there is nowhere for the pirate to hide! After dark, we use *night vision goggles.* This is a wonderful piece of equipment. On a pitch-black night, by using these goggles, one can see each small ripple on water nearly five hundred metres away! Using these makes one feel superhuman! We have all seen the monochromatic fuzzy green videos in action movies. Once pirates' boats are detected, the guards first fire flares as a warning. If pirates still keep advancing, it is time to change over to real bullets.

If we now have piracy under control off Somalia, it is on the rise in West Africa! But unlike Somalia, these countries are not *failed states.* They do not accept foreigners with weapons in their waters. This gives rise to a different set of challenges.

Considering that it is getting relatively easier for outlaws to get hold of weapons around the world, piracy could well become a hydra headed monster, that is here to stay!

***

We are the Quarry, Fate is the Hunter

A Burning Issue

Let's assume that a municipal employee in your town opens the water valve supplying water to your area at nine in the morning, and shuts it at two in the afternoon daily. Now, let's suppose that one fine day his boss says to him, "Today after opening the water valve, go further to your right. There we have marked the boundaries of a trench we want to be dug there. After digging it, change the bulb of the fourth street light. Finish all this by two in the afternoon. Then close the water valve and return to office."

The whole municipality will come to a screeching halt! It is pointless even imagining such a scenario.

Ashore, there is plenty of compartmentalization. It is necessary too. If each one tries to do multiple jobs, nothing will get done well enough. Also, designating responsibilities will be difficult. However, this compartmentalization is possible because sufficient personnel are available. What if they are not?

For the moment, let us ignore the water valve, trench digging, and changing of bulbs. Let's look at a more burning issue, so to say.

What if there is a fire? Who is to put it out?

If we detect a fire in our house or office, we first switch off the electrical and gas supply and try to extinguish it. If it is not possible, we withdraw and call the fire brigade. And pray.

The fire department will take care of the fire. From our point of view the worst can be the complete loss of the structure. No matter what, the land remains where it is! It neither disappears nor does it swallow us up!

On ships things are different. Very different.

Out there, *we* are the fire fighters, the paramedics, the municipality, the electricity board and what have you. Failure is not an option. Hundreds of miles from land, help is not available. If the fire cannot be put out, it will spread and the stability of the ship will suffer. It may sink. Leave alone having a leg to stand on, there will be nowhere to place that leg!

If truth be told, for modern vessels, fire is a greater hazard than sinking. Enormous amount of machinery is installed in as small a space as is practicable. Why is this so? It is the *cargo* that earns money. Maximum amount of space has to be allotted to cargo. All the rest is to be accommodated in the remaining space.

One can never forget that ships were not built in order to give me a job or to provide you with reading entertainment. They are a purely commercial endeavor. Of course, safety is vital. But without a ship for us to practice safety on, we would be playing 'Safety-safety' at home. While starving.

Machinery means heat, friction, electrical flow, fuel, lubrication – all in one place. It is a recipe for fire. That is why 'Fire Fighting Training' is a fundamental part of a seafarer's life.

Most fires start small. The engine room is peppered with portable and large fire extinguishers. But the first person to spot this small fire is *not* to make an attempt to extinguish it! This might sound illogical. Let me explain.

To achieve anything crucial, method is important. In order to make it easy to remember how to tackle a fire, the acronym F-I-R-E is used.

Find

Inform

Restrict

Extinguish

Informing is achieved by triggering the alarm by push buttons which are found all over the ship.

Restricting the fire calls for shutting off the electrical supply, fuel, and ventilation to the component, shutting the door to that particular space to prevent the smoke from spreading to adjacent compartments.

Finally, we come to extinguishing. By now re-enforcements are available and the task can be undertaken safely.

There have been numerous instances when individuals, having spotted a small fire, have tried to put it out themselves instead of following the right procedure, and paid the price. A single lungful of smoke can cause a person to collapse. Even after knowing this why do individuals make this mistake?

In majority of cases, the reason is one of the following two.

1.   The fire has been caused by the actions of that particular individual and he feels personally responsible for it *or* hopes to extinguish it before anyone else realizes it.

2.   Overconfidence. 'Oh! It's a small one. I can take care of it myself'.

So many exotic chemicals are used in the manufacture of our day-to-day necessities that we do not realize that unthinkably noxious fumes are produced when these objects burn.

Normally only ten percent of the fatalities that occur due to a fire are due to the flames themselves. Ninety per cent are victims of poisonous smoke. Almost every space on a ship – cabins, engine room, store rooms, holds and tanks (where the cargo is stored), are all pretty much indoor spaces. Smoke collects instantly.

I had a close shave when I was a junior engineer. It was reported that some burning smell was noticed near our air conditioning plant. This was housed in a compartment outside the engine room. Me and my assistant motorman went to investigate. As per protocol, I touched the outside of the door to check for temperature. It was cool. (Had it been hot, we would have escalated the matter to wearing heat resistant suits etc.) I opened the door. The fire must have been minor, for it had already fizzled out. I could see a small piece of charred rubber belt lying on the floor. I stepped into the room. My first breath felt as if a boxer had punched me in my Adam's apple! I choked instantly. My knees went limp!

Fortunately, my motorman put his arms under my armpits and dragged me out onto the open deck and rang the general alarm. Much retching and vomiting later, I recovered. A person finding himself in such a situation *alone* is asking for trouble.

For this reason, we say that our best friend on board is an SCBA (Self Contained Breathing Apparatus). An air cylinder on the back, and a mask that seals perfectly over the face. With your own breathing air with you, you can afford to ignore the noxious gases and smoke (those readers who have experienced Scuba diving would be familiar with similar equipment).

There are different techniques of course, but let us consider a 'Worst Case Scenario' regarding fires in an engine room of a ship.

The engine room is on fire. Smoke has filled up completely. The duty engineer is trapped inside. We have to assume that he has collapsed and needs to be evacuated immediately!

Although, most of our machinery is in the engine room, whatever is needed to tackle fire in the engine room (for example, the emergency generator, emergency fire pump etc.) is always situated *outside* the engine room. With the main generators out of action because of the fire, everything becomes dark. We start the emergency generator. This provides ample light, water for fire-fighting and all other emergency services.

All emergency alarms on board are loud enough to wake the dead. All the staff now collect at a predetermined location that is known as the 'Muster Station'. Here we must accomplish two important jobs in two minutes flat. First, is to find out who is missing. The second, is to inform everyone the nature of the emergency. The normal method of taking a head count is much too slow. We have an efficient alternative. Circles

   We are the Quarry, Fate is the Hunter

are painted on the floor with each person's rank. Each must stand on his *own* circle. At a glance, it is clear to everyone if anyone is missing.

All the ventilation for the engine room is shut. This ensures that the fire is deprived of any new oxygen. Now we have two aims. The engineer is to be rescued and the fire is to be extinguished. Both are not to be attempted at the same time (If you chase two rabbits, both will escape). Rescue is priority.

A fire fighter is never to enter alone - at least two must be together. A breathing apparatus, a fire suit, a walkie talkie, flashlight, a fire axe, and a charged fire hose is the minimum equipment that they carry. They might look like an action hero in movies, but in reality, the heart thuds and all that weight slows them down. In restricted visibility, they have to find the casualty. Then comes the more difficult part. Removing him from the engine room. All stairs in the engine room are narrow and steep. To lift and carry an unconscious person up physically is next to impossible. For this, every engine room is provided with an emergency escape shaft which runs vertically from the top of the engine room right to the bottom. Visualize the shafts in which lifts (elevators) are fitted in buildings, but without the lift. There is a ladder running all the way down this shaft. Self-closing fire doors open from this shaft onto each and every deck in the engine room. This ensures that no fire or smoke from the engine room can enter this shaft. Lifting equipment is fitted at the top of this shaft and a rope is left dangling all the way to the bottom with a 'Neil Robertson's stretcher' attached at the bottom end. This stretcher is different from the stretchers we see ashore. In normal stretchers the patient is carried horizontally. In Neil Robertson's stretchers the patient can be carried vertically when required. They are so designed that the patient cannot slip out of the stretcher no matter what.

Fire fighters carry the casualty into this emergency escape and the people on the top pull him up to safety and start resuscitation procedures.

If, by this time, the fire fighters still have sufficient air left in their cylinders, they undertake the task of fighting the fire. If not, they retreat and a new fresh team takes their place.

A fire fighter's role is extremely challenging. As we have seen, he is loaded with equipment. It is uncomfortably hot and stuffy in the fire suit. Due to smoke, the visibility can be limited or none at all! There is a feeling of being isolated. Claustrophobia and a feeling of not being in control of the situation can set in. Breathing becomes shallow and fast. As a result, the air in the cylinder which should last for twenty-five or thirty minutes can get used up in as little as fifteen, and they may not be able to accomplish the job they set out to do. There is no danger in this to *their* lives though, because before the air finishes, an alarm sounds, prompting the fire fighters to withdraw.

Let's assume that the casualty has been evacuated but the fire has spread and it is not possible to fight it by conventional methods any more. For such a situation we have an ace of trumps. It is called 'Fixed Fire Fighting System.'

There are various types, but let us consider the most popular one. Carbon-di-oxide system. Liquid CO_2 in sufficient quantity is stored in a safe location outside the engine room. The engine room is sealed off, a head-count is taken again to ensure that no one is left in the engine room and all this Carbon-di-oxide is released at once. It overpowers every conceivable fire and extinguishes it.

This begs a question. Suppose it has not been possible to extract the casualty out of the engine room, should you release Carbon-di-oxide or not? Releasing it with the casualty inside is like signing his death warrant. Deciding not to do so will allow the fire to spread and can eventually endanger the lives of everyone on board! How do you decide which decision will be the right one? Damned if you do, and damned if you don't!

Being the decision maker, you will eventually have to face two consequences. Firstly, the decision you took under immense stress in minutes, will be analyzed after hours of discussion by a group of investigators. Secondly, the result of your action can ride your conscience and your career for years, possibly lifelong.

After years on ships, some habits become second nature. The moment I take my seat in a movie theatre, I subconsciously count how many chairs and how many rows I shall have to cross to reach the nearest exit in complete darkness in case of an emergency. While checking into a hotel, before opening the door to my room, I count the number of steps it takes to reach the emergency escape ladder.

Some might label this thought process as defeatist, some as safety oriented. I shall continue to do it and keep teaching my students the same. That's for sure.

***

Shortcut to Hell!

The incidence I am going to narrate took place on a ship, but it could well have occurred anywhere else with equally unexpected and disastrous consequences.

I was serving as a third engineer on a dry bulk carrier (a ship that carries products like wheat, rice, fertilizer, ore in bulk). Nowadays, we have no more than twenty-five persons to man a ship. In those days, we used to have close to fifty! The person in charge of engine room crew was called 'Engine Serang'. Our engine serang was from the Konkan region. Aged about fifty five.

The vessel was crossing the North Atlantic, bound for Canada. Serang received a message that his mother, who was in her eighties, expired. The Second Engineer excused him from work for a few days. In course of time, the Serang resumed his duty but was depressed.

There is sometimes a misconception in the minds of those who stay away from home, and seafarers are no exception. When any mishap takes place back home, especially regarding issues related to health, they feel that the outcome would have been different had *they* had been present on the spot. In fact, the family members and doctors wouldn't have left any stone unturned. Still.

Dwelling on negative thoughts is like fertilizing weeds. Sooner or later they smother the harvest. We tried convincing Serang, but to no avail.

Three days later, he did not report for duty in the morning. A search showed that he was nowhere to be found. However, his rubber slippers were neatly placed facing outwards at the railings (known as 'gunwale') on the poop deck (rearmost open deck of a ship). It was likely that he had jumped overboard – that too without his life jacket or any other protecting device. In the very cold water, hypothermia would have set in within minutes! The vessel was immediately turned around, the Canadian Coast Guard and other vessels in the vicinity also joined the search but to no avail!

There were no signs of struggle in his cabin. Thin wooden panels (known as bulkheads) separate each cabin from the neighbouring ones. None of his neighbours had heard anything suspicious.

Even if it is clear that the case is one of suicide, it is necessary to keep the mind open to a more sinister reason while conducting an investigation. His cabin and all personal effects were immediately sealed for further investigation, which was carried out by the Canadian police when we reached port two days later. No foul play was found and his death was declared to be a suicide.

Like all normal folk, he must have had a Life Insurance Policy but when a suicide is involved, the pay-off would be uncertain, to say the least. As a gesture, all of us pooled in money and arranged for a tidy sum to be sent to his widow.

The Second Engineer decided to chip in with more monetary help in a different way. He was in charge of the overtime hours worked by the crew. From the first of the month till one day prior to the Serang's demise, he entered the Serang's working hours as fourteen every day, as against the actual eight. That would provide additional money for the unfortunate widow.

In course of time, each of us signed off from the ship as and when our respective tours of duty got over, and as far as we were concerned, that was the end of an unfortunate episode.

If only we knew!

When on leave, the Second Engineer was summoned by the police. A complaint had been received against him, lodged by the widow of the Serang. The complaint mentioned that the Second Engineer was responsible for driving the Serang to suicide! He was arrested for abetting suicide!

To say that the second engineer was shocked would be an understatement! Nobody on board had anything to do with either Serang's mother's and later, Serang's demise. We all had tried honestly to help his widow. And now this?

What was the basis of this accusation and the result of primary inquiry by the police?

Records bearing the Second Engineer's signature showed that when all other crew members were working normal eight hours a day, the Serang was consistently being made to work fourteen! Not only that, this exploitation did not let up even after he was informed of his mother's death! No wonder then, that the Serang could not stand the strain and took this extreme step!!

Watching Hindi movies gives us the impression that your attorney just has to show up with some papers, spout Urdu sentences about 'Zamanat' and you get bail. The process is much more painful. With difficulty, the Second Engineer managed to secure bail but his passport was confiscated. He had to report to the police station regularly.

For whatever they were worth, we provided him with affidavits that we were witness to the fact that the Serang had *not* been made to work long hours, and in fact had been *excused* from work until he *himself* asked to be allowed back to work.

Members of the Serang's extended family repeatedly sucked up money from the Second Engineer by promising to prevail upon the widow to withdraw her complaint. His income had now come to a standstill and money was being spent like water.

Hoping that the Serang's widow would see the truth behind the excessive overtime if he explained it to her personally, he visited her native village. What he found there was a far cry from what he had imagined.

The widow was absolutely unlettered. She had *no* idea whatsoever about the police complaint. Completely bewildered and overcome by the sudden and tragic course of events she had simply put her thumb impression on whatever papers had been placed in front of her by her so called well-wishers.

If this wasn't enough, with her breadwinner no longer by her side, she was now being ill-treated by members of the joint family. When the Second Engineer pleaded with her to withdraw her complaint, the poor soul simply broke down into helpless sobs. Somebody took a photo of this exchange and sent it to the police.

His bail was promptly cancelled. 'Trying to pressurize the litigant!' He was sent back into lockup!

He went into depression! His cheeks sagged, eyes lost their spark and he lost weight. There was precious little we could do. The one saving grace was that he was not married.

It took years for the case to be concluded. He was acquitted. But during this time, he aged beyond belief!

He never went back to sea.

It is said that, *"The path to hell is often paved with good intentions"*. Wanting to do good is great, but doing it in the wrong way can put you through hell!

***

Flight of Fright

Author – Shubhada Godbole

My daughter Punav was training to be a pilot in a flying school near Melbourne, Australia. During the course of her training, all students have to pass some interim examination which permits them to carry passengers. She had just cleared the same. Her course-mates were more than eager to be her passengers, but she had decided that being her mother, I would be given the honour of being her *first* passenger. Her decision made me proud (when daughters leave home at a young age, all the motherly emotions about them, including pride and worry, get irrationally magnified!). I had planned to visit her during her Christmas break. I went.

We reached her flying school. The moment I saw her aircraft, my heart skipped a beat! They were tied down to the ground to prevent them from meandering due to the brisk breeze. Flying is considered to be the safest way to travel but I tell you, *those* aircraft are different.

Was I to fly in one of *these*? This was the first time that I would ride in such a small aircraft. It would also be the *last*. I decided then and there.

They say beauty is subjective. It's in the eyes of the beholder. Believe me, *everything* is subjective. I couldn't get enough of the photographs Punav used to send of her airplanes. But in flesh and blood they looked more like the make-belief aircraft models that are to be found in photo booths at village fairs. Honest!

I couldn't be seen to be afraid. Surely, not in front of my daughter!

I pasted a smile onto my face and followed Punav with all the enthusiasm of a convict being taken for caning. There seemed to be some administrative issues regarding allotting a plane to us. I saw a glimmer of hope! "Don't worry dear, if we cannot fly, it is perfectly all right. Meeting you is important, not flying." Me.

"I booked it a week ago. How can they refuse now?"

I had always taught her that *every woman* has to fight for her rights. They never come on a platter. For a moment I wished I hadn't - and immediately felt ashamed of my cowardice. Eventually she got her plane and we started walking towards it in the glaring sun.

"Let's make one circuit and land back." Me. 'Perseverance' is my middle name.

"Hah! I have booked it for two hours!"

"Two hours??" I couldn't recognise my own cracked voice! I cleared my throat to cover up. Calm down, calm down. I told myself. Don't show weakness!

Women's rights are good and all, but there is something called too much of a good thing!

"Let's fly far and high like free birds! It's crazy hot here. See how cool you'll feel at five thousand feet." She said.

"What!!!" The word escaped my lips before I could even think. Complete with the exclamation marks!

Fly far? High? Five thousand feet? If ever I want to be at five thousand feet, I can go to Mahabaleshwar by myself. Can't I? The thought brought back memories of our car overheating on the mountainous road. We had to halt on the side of the road and cool the jalopy with her bonnet gaping open. The aircraft engine seemed even smaller than our car's. To top it, my husband Prasad was sure to call and say, "Getting a chance to fly with her, eh? You lucky devil!"

Lucky, my foot!

My head and heart got into an argument.

"You pride yourself on being bold. What's got into you now?"

"This little girl – I have been involved in each one of her activities. Studies, play, friends, trekking, cooking, shopping, driving - everything. Sometimes directly, sometimes indirectly. In each and every activity my experience had been more than hers. And she used to consider my and her father's views before making decisions. Here, in the cockpit, I am less than useless. Adding a fair bit of weight too! Here our lives depend on her decisions. She is all of nineteen yet! Is she capable of this responsibility?"

"Don't you think her teachers have taken it all into account before giving her full responsibility of the aircraft without an instructor?"

"Don't you tell me about teachers in the western world! Out here, they consider children above sixteen to be grown up."

"Bull! Age has nothing to do with it! Even if the student is thirty years old, they will never give him free reign with an aircraft, least of all with passengers."

"Uffff."

Worry and fear do nothing for the morrow. They just drain you of strength today.

Imaginary misfortunes are the most terrifying. Luckily Punav was busy with her pre-flight checks and did not seem to notice my anxiety. My seat was too low for me to be able to see anything outside. But I didn't care! All I wanted was for this flight to end. Period. Or better still, not take off at all!

"Mom, just relax and chill."

"Of course, I am relaxed." I blurted my answer even before she had completed asking the question. Then realised that she hadn't asked a question at all!

She *had* noticed my anxiety after all!

I was wearing a pair of headphones too. The Aussie in the control tower muttered something unintelligible. I did not hear any of the expected words like 'Go, Depart, See You or Bye'. But Punav announced, "Ok mom, let's go!" Any lingering hopes of something unexpected

    We are the Quarry, Fate is the Hunter

cropping up and our flight getting cancelled evaporated.

The aircraft started its take-off roll and accelerated down the runway. The noise and rattle were unnerving! I tried to swallow but couldn't. My mouth had cottoned up! Shouldn't we have taken off by now? Could we be over-running the runway? Was the combined weight of both of us too much for the aircraft? Without turning my head, I stole a glance at Punav through the corner of my eyes. She was sitting comfortably. Finally, the plane left the ground. Phew!

I recover quite quickly I tell you! I resumed breathing. Withdrew my nails from the seat cushion. Even the knot in my stomach started to relax. Suddenly, the aircraft leaned towards my side! I was too startled to care. I jerked my head to the left and looked at Punav. She still seemed comfortable. Ok then. *She* was turning the aircraft.

Now I could see *more* out of my window than was good for me. The door to my right looked ominous. Had it opened, I would have slid straight out of the aircraft and down! "Don't look down! Don't look down!" I told myself. Looking ahead didn't help either. The horizon was crazy sloping! Dear God in Heaven!! What's happening? Help me please!!

"See our house, Aai?" Punav asked.

"Where?" The words were hardly out of my mouth when I realised my stupidity. If I couldn't see our house, she took it upon herself that I should! She tilted the aircraft even more.

I turned my face to the window, shut my eyes tightly and clutched at my seat. "Yes. Yes. I see it now!"

"It looks so tiny. Doesn't it? And we are hardly a thousand feet high."

"No wonder I am sweating uncontrollably! I am supposed to feel cool at five thousand feet. Ain't I?" I thought to myself and smiled at my own joke.

I opened my eyes and looked at Punav. She was sitting confidently, nonchalantly making slight adjustments to the wheel, carrying on a conversation with the control tower that I couldn't properly understand.

My fear vanished the way darkness does the moment a light is switched on!

My mind flew back in time. Sixteen years back to be precise. We were returning after her first day at school. We were sitting exactly as now, me to the right, on the wheel and the three-year-old angel to my left. She was uncharacteristically quiet. I wondered what was going on in her little head. Was she upset that her mother left her with a bunch of strangers? Or was she afraid of the new world she had seen? I had ruffled her hair and she had looked up at me and smiled. And the world had turned beautiful once more!

Now our positions were exactly the same. But today the wheel was to the left. In her hands. Not only did *her* wheel need much more knowledge and skill than *mine* did, but more importantly, if a mistake were to be made, the consequences could be huge. And *she* was prepared for them.

My little fledgling was a fledgling no more. My sparrow had grown into an eagle and I hadn't realised it!

Before I could stop them, two massive tears rolled down my cheeks. I pursed my lips and started looking out of the window so she wouldn't be able to see them.

Why just five thousand feet, if *she* was at the wheel, I was now ready to fly to five continents!

✶✶✶

Bad Weather is but a Competition

I have shared my experiences on the ships with all of you. After my daughter Punav became a pilot, her experiences have been enriching my life. I would love to share them with you.

A pilot's job is perceived to be glamorous, but only by those who are *outside* the flying fraternity. Even the most beautiful shoe *does* bite the foot. All the more, if the pilot is female.

Humans, like all animals, have a natural rhythm to their existence. 'When to sleep and for how long', 'when to eat and how much', 'when to work and how strenuously' have all been hitched by nature to a twenty-four-hour cycle. This is known as 'Circadian Rhythm'. Humans were not designed to be nocturnal. Working during daytime and resting at night would be ideal. With industrialization, we have put paid to such niceties by working night shifts. Even so, if one can maintain regular times for eating, working, and sleeping, things are manageable.

What if our day-nights are not regular either? This is how pilots and cabin crew exist throughout their career. They can have a daytime flight today, a night flight the next and a late afternoon flight the following day, week after week until they retire! The body simply does not get an opportunity to settle into a routine. Exercise and a healthy diet are a must. Any lacuna in the medical report can mean bidding goodbye to the job! As far as bringing up their children is concerned, a mother working a normal day can patronize a good crèche. No such luck for pilots!

How did this so-called glamour come to be, then? One reason could be the fact that in the cockpit, pilots get only seconds to make decisions. And the results of a wrong turn can be devastating! Robust wages, a smart uniform and a slim physique could also be some of the reasons (having said that, in the last five years or so, one does see more and more BMI challenged pilots and it hurts).

As seasons change, flying throws up different challenges. Rains add a different dimension to flying. You will remember that in 2010 a crash occurred at Mangalore. A Boeing 737 returning from Dubai could not land at the beginning of the runway (known as the threshold). It touched down much farther. The remaining runway proved to be insufficient. The airport is built on a flat hill. After the end of the runway the land drops steeply. The plane fell down this embankment and broke into two. Eight passengers were thrown out. They survived. The remaining one hundred and fifty-eight did not.

My daughter was the pilot on a routine flight. New Delhi to Jammu. If truth be told, a mundane flight can turn into anything but routine, in a jiffy. Also, at the end of the flight, the passengers have *no* idea what transpired to get them safely to their destination. Just as well. Ignorance is bliss.

When instruments to check blood sugar at home became available and affordable, the stress level of diabetics went through the roof! What was the reading before food, how much after food? Should I alter my diet? How much before exercise, how much after? Should I alter my exercise? Monitoring the sugar hour by hour became an obsession! Information overload can sometimes be worse than ignorance.

In the nose cone of every aircraft is housed a 'weather radar'. It scans the weather in front of the aircraft and gives a pictorial interpretation of the kind of disturbance present. Cumulonimbus clouds (known also as thunderclouds) are enemies of aircraft! In these clouds lightning thunders, downdrafts (sudden downward movement of air mass) lurk, and of course hail and rain!

Typical Weather Radar Display

No aircraft wants to go through these thunderclouds. The screen of the weather radar in the cockpit is colour coded. Starting from green which signifies good weather, it moves through yellow, orange and finally red. Red is to be avoided like the plague! Since the radar waves are reflected by the clouds, the pilot has no way of knowing what lies *beyond* those red lines! It is only when the aircraft skirts around the red line, that the conditions further on become apparent.

Air Traffic Control (ATC) can guide the pilot accurately regarding the weather conditions and wind direction but only near the airport. This is also important as we will see later.

It is always possible that an aircraft may not be able to land at its destination airport. It goes without saying that it carries extra fuel that would enable it to fly safely to an alternate. This looks like a straightforward calculation. It is not! Let us take the Delhi-Jammu flight as an example. The best choice is to carry enough fuel to return all the way back to Delhi. But there are some hiccups here. The runway at Jammu is only 2 kms long. To put this in perspective, Mumbai's shorter runway is 3 kms and the longer one is 3.6 km long. To add insult to injury, the underlying terrain is not as firm as we would have liked. Consequently, there are limitations on the speed and weight of aircraft landing there. If the flight is light, that is, the number of passengers is small, it is possible to take sufficient fuel to return to Delhi and every pilot prefers that. But if the flight is full, the runway at Jammu cannot handle it with the additional fuel weight. Which means it is not possible to pick up enough fuel to return to Delhi. Does it mean a dangerous situation is imminent? Absolutely not! In this case a closer alternative is chosen. Srinagar. But the weather at Srinagar is fickle. Which is the second alternative? Amritsar.

If that particular airline does not normally fly to Amritsar, this gives rise to some other problems. They do not have their own office nor staff based in Amritsar. Whenever a flight lands for whatever reason, before it can take off again, a fair amount of paperwork is necessary. In addition, refuelling is required. The passengers may need to be supplied refreshments. In the absence of their own staff, the airline has to sub-contract these duties to another airline. This airline does not have extra staff just sitting around. This means they finish their own duties before undertaking this additional work. Delay is then inevitable! Hunger, inconvenience, irritated passengers, and complaints! The rules of security are non-negotiable. No one is allowed to get out of the aircraft. Tempers fray, voices get raised and the softest targets are the airline staff. The next day we get to read about it either on Twitter or in a newspaper how rudely airline staff behaved etc. Rather than the airline staff, the problem often lies with passengers who look for someone to vent their anger on!

When we look at the flight paths of airplanes flying across the Atlantic or Pacific, they look curved (In this book there is a separate article about that.) *That* particular concern does not exist in flights within India. Here however, planes often actually *have to* take a roundabout path for other reasons like restrictions imposed by the Indian Air Force. For example, the flight from Pune to New Delhi should fly straight. Sometimes the aircraft is not allowed to overfly Nasik. In that case the plane travels towards Mumbai for a while before turning towards Delhi. In a similar fashion, the flight from Delhi to Jammu does not fly directly. It flies North past Jammu, turns around and approaches Jammu from the North.

After turning towards Jammu, Punav saw on the weather radar an unbroken red area of thunderstorms between the aircraft and Jammu at the height she was flying. To the right it extended nearly up to the border with Pakistan with just a small gap in between. If she went through this gap and then realized that there stood another thunderstorm in her way, she wouldn't be able to turn in either direction! One option was to try out different heights, looking for a gap in the storms. For this, she would require clearance from the ATC. The ATC in these parts is known as the *Northern Control* and is operated by the Indian Air Force. They are experts in these challenging conditions and they take good care of all civilian air traffic too. But at this moment, they had their hands more than full! The reason being, two civilian aircraft had declared emergencies almost simultaneously!

One had been struck by lightning and had lost its weather radar! In the circumstances it was like a blind man floundering about in a minefield! It had to be immediately led to safety.

The other had declared a 'fuel emergency'. In other words, 'I have just enough fuel to reach so and so airport.' This meant all other flights would have to be unceremoniously pushed aside to help the aircraft in trouble. All the resources of 'Northern Control' were now directed towards the needs of these two aircraft.

At this moment, Jammu airport announced that a crosswind of 15 knots had started blowing across their runway. Crosswinds are winds that blow at right angles or thereabouts to the runway. It not only takes more skill to land in such winds, but *Full Reverse Thrust*, which is customarily employed immediately after touchdown cannot be used. Bringing the aircraft to a halt is then solely dependent on the brakes. This necessitates a longer runway (reverse thrust is generated by a pair of doors behind the engines. These are deployed as soon as the plane lands, redirecting the hot and powerful exhausts of the engines towards the front, resulting in slowing down of the aircraft by reaction as we have been told by Newton uncle).

Crosswind landings are tricky. On entering '*Crosswind Landings*' on YouTube, you can experience them from the safety of your home.

Say, for example, the aircraft is lined up with the runway for landing and the wind is blowing from its right. The plane now has to fly exactly in line with the runway but with its nose pointing towards the right, into the wind, flying the way our favourite hero, Dev Anand used to walk! This is known as *crabbing*, taking a cue from the way a crab moves. Just as the plane nearly touches the runway, due to the difference in the angles at which the wind meets the two wings, the lift generated by the right wing can exceed that generated by the left wing and the aircraft runs the risk of toppling over to the left. To pre-empt this possibility, the right wing is kept lower than the left. This has the unintended result that when the plane touches the runway, only the right landing gear (wheels) makes contact first. Immediately the nose is to be aligned with the runway, and the left gear is to be lowered to the ground! All this is to be accomplished in the final few seconds! Not to forget that it *must* take place at the beginning of the runway (*threshold*), because in the absence of the reverse thrust, the plane is going to need the full runway to come to a halt.

Why can reverse thrust not be used in a crosswind? The crosswind caused the reverse thrust developed by the two engines to become asymmetric and the aircraft runs the risk of veering off the runway. The term used for this veering off is 'runway excursion'! (Excursion?! For God's sake! I wonder who thinks of these phrases. Makes it sound as if the pilot decided to take everyone for a picnic!)

Punav decided it wasn't prudent to try to continue towards Jammu. The alternative was Srinagar.

Between Jammu and Srinagar stands a mountain range. Aircraft can easily overfly these mountains. But in order to be able to land at Srinagar, immediately after clearing the mountains, the altitude of the aircraft has to be reduced expeditiously. There are some issues related to this.

For a wing to be able to generate lift, air must flow smoothly over both the upper and lower surfaces. In order to increase the lift at lower speeds and to give other capabilities to the wings, adjustable surfaces are provided at different locations on the wings. The leading edge has *slats*, the trailing edge has *flaps*. Both are used at low speeds (typically

Flaps, Slats, Ailerons, Spoilers

during take-off and landing) to increase lift. They however, cannot be deployed at higher speeds. *Ailerons* are provided at the extreme ends of wings to help the plane to *bank* during turns. *Spoilers*(speed brakes) are provided along the top of the wings. These extend upwards the moment the plane lands, thus disturbing the flow of air over the wings and reduces/abolishes any lift being generated. A combination of these resources can be used to reduce the height of the plane expeditiously.

However, using these when the aircraft is in thunderclouds is a dicey affair. So how to reduce the height quickly? Srinagar is surrounded by mountains, and in addition, our border with Pakistan is close by. A better option is to avoid gaining too much height in the first place.

When we cross this mountain range by road, we use a pass named 'Banihal Pass'. In aviation parlance it is known as MESAR. If the aircraft uses this pass, there is less height to lose.

Punav decided to use this pass. Unfortunately, it was full of cumulonimbus clouds. Taking a beating was now unavoidable. She ordered the food service to be suspended. Everyone including the cabin crew was fastened down in their seats. The turbulence was severe. By the time the aircraft landed at Srinagar, everyone was shaken up!

The plane had to wait at Srinagar for two hours. Fuel was received, for the plane and for passengers' tummies. Every thirty minutes reports were being received from Jammu regarding wind and its direction, rain, and visibility. Normally in such conditions all passengers are eager to proceed to their destination. Not this time though!

Many of the passengers were tourists. The previous hour had dented their enthusiasm for Jammu. They decided to change plans and to alight at Srinagar to spend their holidays there. A delegation asked to see Punav with this suggestion. But there is a major difference between traveling by bus/train and by air. You *cannot* choose to alight from an aircraft for convenience. As per rules of security, only a medical emergency can justify that.

You have paid to fly to Jammu, that's where we will take you! No matter how long it takes, and no matter how rough the flight is! Poor souls!

Jammu has only one runway. But it has two names. 36 and 18. What are these figures? 36 means 360 degrees. 18 means 180 degrees. For naming runways, in aviation parlance the last zero is removed. It is a known fact that North is taken as zero degrees, it can rightly also be called 360 degrees. East is 90, South is 180 etc. Jammu's runway is built North-South. If the aircraft approaches from the South, its nose points North, i.e. towards 360 degrees. This runway would be runway 36. If the aircraft approaches from the North, its nose points Southwards. The *same* runway would be called runway 18.

An automatic landing system is provided only for runway 36. When this can be used, low visibility is acceptable (a little less than a km). But during this touchdown if the wind is from the South(tailwind), then the aircraft has to maintain a higher ground speed while landing and the runway can fall short.

As against this, if runway 18 is used, the same wind helps the plane to stop on a shorter runway but now in the absence of the auto landing system, five kms of visibility is necessary.

If this same wind is blowing across the runway, reverse thrust is severely limited. Instead of a steady wind, if it is gusting, completely different challenges arise.

When Jammu reported an improvement in weather, she started preparing for take-off. Again, the same dilemma! Should we pass through MESAR (Banihal Pass) or overfly the mountains!

Coincidentally another aircraft was flying in the vicinity of MESAR. Punav asked for and received their report that MESAR was choc-a-bloc full of thunderclouds. Overflying the mountains was prudent and there was a gap of two thousand feet between the base of thunderclouds and the mountaintops. That was more than enough for her aircraft.

However, to gain so much altitude immediately after taking off from Srinagar needs a peculiar manoeuvre. On take-off, the aircraft starts circling the airport in a cork-screw motion gaining height quickly up to eighteen thousand feet. It is quite safe to carry this out but it is definitely not the normal method of gaining or losing height. Obtaining permission to carry this out depends on the rest of the traffic, training flights of air force jets and all that. That day she was granted permission, and the aircraft proceeded to Jammu after squeezing between the mountains and clouds.

Immediately on crossing the mountain range she brought the aircraft down to seven thousand feet, and realized that the cloud base was very close to the ground. Another aircraft was in the process of landing and clouds were moving in already! Both aircraft would have to land inside the window of opportunity that was shrinking. She would have to wait in a holding pattern while the other aircraft landed.

There is a circle of radius nine miles around Jammu airport that civilian aircraft are allowed to use. Now this circle had shrunk due to approaching thunderclouds. The holding pattern would have to be within this smaller circle. Additionally, now there was an issue with the height of this circle. She could not descend because the other aircraft was underneath, landing. Overhead, was this mass of cumulonimbus clouds!

Normally (if the circle had been of nine miles radius), the aircraft can comfortably make these turns on 'autopilot'. These are gentle and smooth. The aircraft does not bank more than twenty-five degrees, and the speed is constant and moderate. Now with reduced area available, the turns would have to be tight. There is a lot of similarity between the way an aircraft and a motorcycle make a turn. They both have to *bank* and prefer to turn at a slower than normal speed. But in the prevailing circumstances, reducing the aircraft speed would not have been prudent.

We know that to take a turn at higher speed, the bank angle has to be increased. The aircraft got into a holding pattern with a high bank angle.

Punav had kept all controls with herself but only the Power Output of engines with the computers. This is known as 'Auto Thrust'. This is a perfectly safe and normal operation. There was no compromise on safety.

We as passengers are used to quiet rides and a reassuring steady 'hum' of the jet engines. But now the angle of bank was unusually high, it was dark outside in the middle of the day, hail and rain would suddenly start drumming on the fuselage and stop as abruptly, the wings were fluttering, and due to the gusting wind, the computers constantly kept changing the engine output power through a whole octave. For the passengers it must have been less than reassuring.

Finally, the *other* aircraft landed! Theoretically what was to be done now was to overfly the airport at an angle of a few degrees with the runway, away from the airport for seven miles, make a U-turn so as to get generally aligned with the runway, and start adjusting height, speed, and direction so as to be able to touch down at the very beginning of the runway. But the wall of thunderclouds was approaching. Seven miles would have taken the aircraft right into this wall. She took a sharp turn after four miles, just at the edge of this wall. Here the interface between the bad and good weather was so sharp that one wing was shaking and getting hammered with hail and rain and the other was still and dry! To repeat myself, it was not dangerous, but unusual to say the least. As for the passengers, it must have been 'prayer time'!

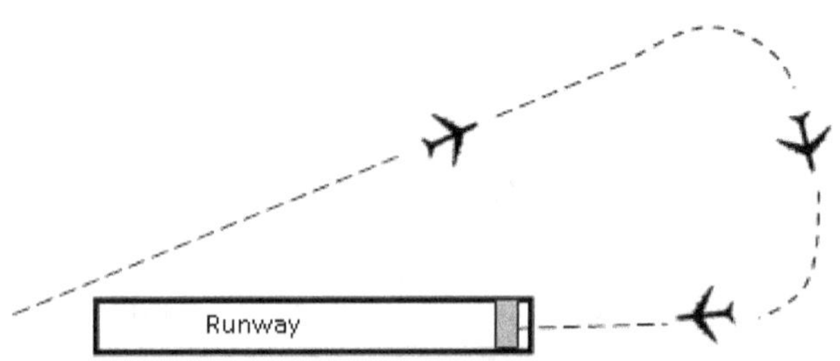

The aircraft was not only to be aligned in less distance, but the wind being across, crabbing would also be necessary. At only a hundred feet height a sudden gust of wind dropped the right wing. While lifting it back, Punav decided that if stability could not be achieved in the next two seconds or so, she would 'Go Around'. This is a procedure where landing is aborted, and engines are provided full power, all other changes that are needed to be done are carried out in a few seconds and the plane climbs into the sky for another attempt. Except that in her case another attempt was out of question. In about a minute the weather would engulf the airport and returning to Srinagar would be the only option.

Fortunately, the aircraft straightened and then landed. There was a flurry of claps from some passengers. The aircraft had not even reached the apron when torrential rain descended with a vengeance!

Throughout the ordeal Punav had delegated to her co-pilot the job of keeping the passengers informed and to keep their morale up. He had performed faultlessly. As the passengers started disembarking, he stood near the cockpit door.

Some thanked him profusely; some praised the pilots' skills. Some commented, "This landing was atrocious!"

After all, *the consumer is king!*

✳✳✳

Boeing 737 Max – Accident or Manslaughter?

Boeing 737 Max came into service in May 2017. In just a year and a half it experienced the first crash and within five months a copycat crash followed! Almost three hundred and fifty innocent lives were snuffed out!

All Boeing 737 Max aircraft were grounded!

Fortunately, aircraft crashes are rare. No. I stand corrected. The word 'fortunately' is inappropriate. It is wrong to depend on 'fortune' to arrive at the destination in one piece. Safety must and has always been of prime concern during the construction and maintenance of aircraft and all other paraphernalia that can affect aircraft like runways, training of pilots and engineers, radars, communication equipment etc.

The first crash had involved *Lion Air* of Indonesia. In the primary investigation it was becoming increasingly clear that there seemed to be some design issue at play. Boeing however tried to put the blame on the pilots and also raised some suggestively grey questions like "In third world countries, is safety culture as robust as it should be?"

Five months later a 737 Max of *Ethiopian Airways* crashed under identical circumstances. Now it was impossible for Boeing to hoodwink the world any longer.

Lion Air Crash

     We are the Quarry, Fate is the Hunter

Ethiopian Air Crash

They had to accept that some lacuna in the design was likely to be the cause. The needle of suspicion now pointed at various agencies including India where a part of the software had been developed. Right throughout, Boeing has been portraying the issue to be a technical glitch.

The truth couldn't be farther than that. This is a classic case of greed muscling out morality.

Let's begin at the beginning.

Boeing has existed for more than a hundred years now. In other words, it was founded only a few years after the Wright brothers achieved the first controlled flight. As technology progressed, the design of aircraft became more and more complex. Boeing were up to the challenge. Their safety culture was so robust that they never took any shortcuts. In the industrial world, they were seen as a lighthouse of top-class quality and justifiably so.

They enjoyed a major advantage. They did not have a competitor of a comparable stature. There was of course McDonnel Douglas but not comparable to Boeing in size. Boeing used to charge an arm and a leg but always produced absolutely top-class airplanes.

As far as air travel is concerned, the US has always led the world. In the sixties scores of small airfields came up all over the US. What was needed was an aircraft that could carry about a hundred and fifty passengers and more importantly, their luggage could be loaded and unloaded quickly without the need of mechanical conveyors. The 737 was designed with a low body with precisely this role in mind and it came into use in 1967.

It immediately topped the popularity charts. Over the years many different variants of the model hit the market and they all succeeded. 737 made billions for the company and deservedly so. So far more than ten thousand 737s have been produced!

As technology improved, and market requirements changed, each variant evolved to be better than the one before. However, the difference between various variants was minor and any pilot who possessed a 'Rating' to fly one variant needed only a little additional training before he could take charge of another variant.

Some clarification about the word 'Rating'. This is not to be confused with 'License' (also known as CPL). A License is the permission to fly a commercial aircraft. Rating is the permission to fly a particular model of aircraft. Both are mandatory. A 'license' is a must before enrolling for training to obtain a 'rating'. To put it in perspective, it cost as much time and almost as much money for my daughter Punav to obtain a 'rating' for the Airbus320 as it did for her to get her Commercial Pilot's License (CPL) before that.

The science of building quality aircraft was not new to the Europeans. During the second world war they had produced excellent aircraft by the thousands! They now decided, "Instead of paying through our noses for American aircraft, why not produce or own?" England, Germany, France and Spain got together and founded 'Airbus Industrie'. Soon they began to produce large aircraft to rival Boeing. Boeing were now forced to amend their target from 'Excellent Quality at all costs' to 'Excellent Quality at a Reasonable Cost'.

Airbus 320 and Boeing 737 comparison

Taking a cue from the success of the 737, Airbus Industrie came out with Airbus A320. By now, however, mechanical conveyors were the norm at even small airports. The A320 did not need to have its fuselage as close to the ground as the 737. As a result, the Airbus A320 had longer landing gear, and so its fuselage and wings were higher than the 737. (See the comparison below.)

To start with, jet engines were thin and long. They could easily be accommodated under the wings. The newer, more efficient jet engines were shorter but had a larger diameter.

The ground clearance under the wings of the 737 was insufficient for the new engines. Aircraft design is today an enormously complicated endeavour. One cannot simply increase the height of the landing gear to increase the ground clearance. To accommodate one change, ten other parameters need to be altered. To accommodate these ten, another hundred need tinkering with.

Boeing then did the next best thing. They got the engine manufacturers to alter the design of the engines. If you look at any 737 from the front, it is clear, that the bottom of the engines has been flattened. With considerable effort, these new engines were accommodated in their usual location under the wings.

This lasted for quite a few years. But time, tide and design improvements wait for no man. The newer and more fuel-efficient engines were even larger in diameter than the ones before! It was impossible for 737 to manage this diameter under their wings. Airbus however, couldn't care less. They had no dearth of space under their wings!

Boeing 737 front view

Around this time 'American Airlines', one of the largest airlines in the US decided to tender for a mega order to be procured after two years. Fuel being one of the largest chunks of the expense of any airline, no airline can afford to settle for less fuel-efficient engines.

Boeing assured them that the issue of accommodating these engines was simply a technical issue and that they would find a satisfactory solution and deliver the aircraft to them on time. *American Airlines* would not have to turn to Airbus Industrie! This promise procured for them this mega order and Boeing got to work in earnest.

It was impossible to have the engines totally under the wings. The largest diameter of these engines is at their front end. Boeing shifted them forward, and lifted them just enough. Now their original problem was solved. However, the engine is the heaviest part of any aircraft. This caused the centre of gravity of the aircraft to shift forward. In addition, the lift generated by the wings was affected. This necessitated changes in the empennage (the horizontal and vertical control surfaces at the rear end or 'tail' of the aircraft).

As mentioned earlier, each change in design necessitates a hundred more. Boeing, with their enormous experience and expertise, made all necessary adjustments and created an excellent variant and named it the 737 Max.

So far so good. Until this point safety had been paramount. After this point however, the narrative takes a tortuous course that takes it to the death of three hundred and forty-six souls.

The technical issues are complex. I shall however, try and simplify them.

When any aircraft is developed, it has to be examined and certified by the Aviation Authority of that particular country before it can be put into use. In case of the US, it is the Federal Aviation Authority (FAA). This certification is a tedious process. Today extraordinary technology, exotic materials and complex software has to be married to the skills of pilots and requirements imposed for the safety of passengers. This is an unbelievably complicated exercise. If the aircraft manufacturer were to hand over all design drawings and data along with one complete aircraft to the government authorities, it would be impossible for the inspectors to delve deep into the design, look for and find lacunae, if any. At every step of the way, the manufacturer's engineers are required to explain to the authorities the nitty gritty of the new airplane. The government does not have the wherewithal to study each component, material and program in detail. Also, it is a known fact the world over, that due to the disparity in wages, 'the best brains in the business' usually work for the private sector. Not for the government. The US is no exception.

In essence, thorough testing of a new airplane is only possible with co-operation between the manufacturer and the Authorities. Being a top-class airplane, that the 737 Max would prove itself airworthy in these tests was beyond doubt. But unexpectedly, the issue that rose out of these tests was purely commercial. Not technical.

Till date, many variants of the 737 were in use worldwide. A pilot rated on the 737 could fly any of the models with a little or no retraining. From the manufacturer's perspective, this meant that they had to make sure that all controls in the cockpit must not only be identical, but also the 'feel' of the aircrafts must be similar. It is not easy to define this 'feel'. Let me illustrate by an example. If you drive somebody else's car having manual gear transmission on a crowded street, you can drive it safely of course, but your driving will lack finesse for a while. It may not be that important in a car, but it is not acceptable in an airplane.

It was found that in the case of 737 Max, in certain *combinations* of speed, altitude, weight and its distribution, the 'feel' of the plane was noticeably different from other 737s (we will refer to these 'combinations' later). Technically, this by itself is not at all a problem. But the commercial ramifications were considerable.

The right solution is to give training to the pilots in this regard. However, this is an expensive proposition. It starts with theoretical training, followed by training in a simulator, then in an actual aircraft, ending with a test flight. All this for each and every pilot and co-pilot! On adding the cost of the above training to the cost of the aircraft, any company worth its salt, would have preferred to go in for its competitor, the Airbus 320!

But Boeing had already given their word to many airlines. Contracts had been signed, advance payments had been received, delivery schedules had been agreed upon, airlines had borrowed from banks and governments, new routes had been negotiated! All this jigsaw would have crashed down into one messy heap!

Boeing decided on a solution. They already had a 'Manoeuvring Characteristics Augmentation System (MCAS)'. They had developed it for the 757 and 767 models they had supplied to the US Air Force to be used as Mid-Air Refuelling tankers. Whenever the combination mentioned previously would come into play, the computer would recognize it and give *slight* assistance to the pilot. This would ensure that the 'feel' would not change for the pilot, at the same time the flight parameters would remain within the acceptable boundaries of safety. In certain cases, this *slight* assistance would consist of pushing the nose of the plane down but only for a period of one and a half seconds. This would result in the nose dipping by two degrees which was not at all dangerous.

Around this time an incident occurred about which opinions and counter-opinions abound. I shall not make any comment myself but must mention it. Two experienced engineers of the FAA who were at the forefront of this examination/certification process resigned from their jobs and joined privately owned firms. They were replaced by two less experienced engineers and the process of examination/certification continued.

As the tests continued, Boeing engineers realized that in order to keep the 'feel' unchanged in some combinations, giving *slight* assistance to the pilots would not suffice. The computer would have to give *considerable* inputs. Not for the previously agreed one and a half seconds, but a whopping twelve seconds! This would result in the nose of the aircraft dipping by twenty to thirty degrees!

Once commercial considerations override all else, morals, safety and other less immediate considerations take a back seat, if at all. The slope of immorality is long and slippery! Once this downwards slide begins, it only ends at the rocky rock bottom! As they say, it is not the fall that kills. It is the *thud* at the end of it!

Boeing was so desperate to ensure that pilots should be able to fly it *without* additional training, they actually decided to make this change!

If this sounds bad enough, just wait. The real shock is yet to come!

They also decided that the pilots should *not* be informed of this particular feature!

Whether they did not inform FAA of this decision or told them in a roundabout way that would escape all but the closest scrutiny is not quite clear. (नरो वा कुंजरो वा).The official justification of why they decided to take such a huge risk is not clear. However, anecdotal evidence suggests the viewpoint that 'A computer does not make a mistake, and an information overload will only confuse the pilots.'

It is quite true that a computer does not make a mistake. Here the assumption is that the data on which the computer is basing its decisions is faultless. In order for the computer to know the *attitude* of the aircraft (the direction in which the nose of the aircraft is pointing – upwards, level or downwards) an instrument known as 'Angle of Attack Indicator'

'Angle Of Attack' Sensor

is provided. The normal method is to have at least two identical instruments. Normally both must show the same angle. To keep watch on these two is a *monitor*. If there is a discrepancy in the angles indicated by the two, it is evident that one of them is faulty. The monitor immediately alerts the pilots of this discrepancy.

Boeing realized that if such a system is used for the MCAS (Manoeuvring Characteristics Augmentation System), then the rules stipulate that we need to publish all details of the MCAS in the Training Manual of the aircraft. This would make it clear that this model is sufficiently different from the previous 737s. Re-training of pilots would then become mandatory!

The most horrible decision was now taken. The output from *only one* 'Angle of Attack Indicator' was provided to the MCAS!

The aircraft were certified, accepted into service, and started ferrying passengers. Investigations into why FAA accepted only one input of angle of attack is ongoing at the moment of writing this piece.

In an aircraft owned by Lion Air, although the aircraft was flying level, a malfunction on an angle of attack indicator sent an erroneous output to the computer that the aircraft was in an excessively nose-up attitude. The computer pushed the nose down. With difficulty the pilots managed to get back into level flying. A few seconds later the computer pushed it down again! This time, correction was beyond the combined capacity of the pilots!

Nowadays all aircraft have a 'Flight Data Recorder' and a 'Cockpit Voice Recorder'. Listening to the voice recording will surely turn the hardest heart to water! The pilots hadn't erred in any way! They tried long and hard! The duel lasted for minutes! Finally, the devil triumphed!

One can deal with the meanest enemy as long he is outside. But when you do not even *know* that the enemy is *within* the home, how do you deal with him?

The moment the *Lion Air* crash took place Boeing must have realized what was the cause! At the very least they must have suspected it. But they chose to keep quiet! Only a few months later the world witnessed a second, identical crash! It is only then that you-know-what hit the fan!

The kin of some passengers killed in the second (Ethiopian Air) crash have filed a suit stating that the crash should be considered a 'manslaughter' and not an 'accident'! Only time will tell if any court agrees to admit such a case and what will be the verdict. Is it possible that somebody in the employ of Boeing Inc. will be held accountable for 'manslaughter'? Who knows!

Boeing has lost its enviable position on top of the totem pole of the safety conscious. Questions are being asked, and rightly so. Apart from 737 Max, what else have they kept hidden that can jump out and hit aviation in the face sometime in future?

Sooner or later the imbroglio will get sorted out. The 737 Max will fly again. Possibly under a different name. One of these days we will have to board one of them.

Should we board with an easy mind? Definitely! Is the aircraft dangerous? Absolutely not!

The fault was never in the aircraft. It was in human greed!

***

She Wants Us to Wait

I think the year was nineteen eighty-five or thereabouts. After my leave, I was flying to Hong Kong to join a ship. At Mumbai airport my bag got scanned and I was called aside. This was not new to me.

I had had an old injury for which I used to take some specific exercises. These exercises had to be performed with weights tied around my ankles with the ubiquitous velcro. These weights were nothing but bags containing hundreds of tiny steel discs. This always triggered a red flag at all security points. The soldier at the security scanner was tall and well built. I was half his weight, and a quarter of his muscle mass. When I mentioned that these were for some *special* exercises, he smiled. Mockingly, I thought. On hindsight, I don't think he meant to mock me. Anyways.

"Will you give me a demo?" He asked. I shook my head. Despite my rebuff, he let me go. Possibly because he had seen my uniform and epaulettes when he had opened my bag to check the weights.

Like all co-passengers I installed myself in a chair near our departure gate. There was a paging announcement for me. I was to 'Contact the airline staff immediately'. A young lady was rifling through some papers at the desk. I presented myself. She kept me waiting.

Mobile phones were yet to become commonplace. Only those who were dozing used to have their head down. All the others were free to poke their eyes into other people's business. A security guard came and asked me to accompany him to his boss. About two hundred pairs of eyes sent us on our way. I had this middle-class urge to ask him what the problem was but that would be uncool. Possibly the burly soldier had done something.

His boss was a lady. My bag stood outside her office. She questioned me regarding the suspicious weights. I demonstrated the use of them. She then asked me to stomp on the weights. Satisfied that they wouldn't blow up, or whatever else she suspected, she now had to complete the paper trail by making some entries into an official register. She asked me the official name for these weights. "Weight for Exercise" I suggested. "Egzersiej"? She asked. Oops! As it is, spellings of English words are totally crazy. The spelling of the word 'exercise' was in danger of being mauled. I suggested the words 'Weight for Fitness'. She was satisfied. She made the entry, sent me off and that was that.

Or so I thought.

I returned to my gate and waited. Boarding time came and went, but no boarding. I had no reason to think that this delay had anything to do with me. But it did. Soon there was another call for me. The lady herself came to me and escorted me, this time to another office, that of the Airport Manager. This time however, all two hundred pairs of eyes were boring into my back. If they had the misfortune of missing their connecting flight, they knew exactly who to blame. Turning the first corner and getting out of sight was a relief.

I expected my bag to be in the airport manager's office. I was pleasantly surprised that it was not so. The airport manager and an officer of the airline were arguing.

"I simply cannot let it go." Airport Manager.

"Madam is talking about the fitness of the bag, not the aircraft. We will deplane the passenger and the bag. Let the flight go." Airline representative.

I jumped out of my skin. Were they talking about deplaning me?!

"But I am responsible." Airport Manager.

"But of course. Whenever anything needs to be stopped, you are responsible. To get something done, you never are." Said the airline representative. Like every disagreement, this one also seemed to have some history. "Ah. Here he is". The last bit was regarding me.

"What of him? His baggage has been cleared. Show the certificate and take your aircraft." Airport Manager.

I couldn't make sense of their exchange. Although he had mentioned that my bag was cleared, the fact that I was here was in itself worrying. However, the word 'Fitness' had given me some direction.

Ships and aircraft are subject to periodic checks to ensure that they are 'seaworthy' and 'airworthy' respectively. The certificate issued is also known as 'Fitness Certificate'. I suspected that there was some confusion regarding my fitness and the aircraft's. However, how this could happen was totally beyond me.

I intervened and informed them that since I worked on ships, I knew something about 'Fitness Certificates' and offered whatever help I could provide. The Airport manager gave me a condescending glance, and ignored me completely, but the airline representative was clutching at straws. He could do with all the help he could get. He described the issue to me.

"The madam in charge of security here has indicated that the aircraft fitness certificate should be presented before the aircraft can depart. Security actually have *nothing* at all to do with aircraft fitness certificate. But this gentleman is adamant! And we are unable to contact madam until she reaches home. That will take another hour."

I pulled the register around; read the entry she had made and could not hold back my laughter! When I explained the misunderstanding that had taken place, the matter was resolved that very minute.

What was that entry?

Instead of 'Weight for Fitness', she had written 'Wait for Fitness!"

***

The Search for God Begins with a Mirror

The year was nineteen eighty-nine. I had finished my leave, and with my wife Shubhada, and my eight-month-old daughter Punav, I arrived at Kolkata to join a ship. Today a seafarer cannot join a ship with a child less than two years old. At that time rules were different. And of course, we were young and stupid. I was then working for The Great Eastern Shipping Company as a Chief Engineer. The ship had unfortunately been delayed by a couple of days due to bad weather. The company had a guest house in Kolkata. That is where we had been put up.

It was scorching hot! Roaming outside was not advisable. The manager of the guest house was garrulous. And also religious. He described the Kali Mandir in great detail.

I am not a temple goer. That is not to say I am an atheist. Not by a long shot! I am convinced that Godliness is a singularity that can be experienced only by quiet meditation. There is no better place for meditating than your own home, in your pooja ghar. If you find peace in your own pooja ghar, you do not need to visit temples. If you cannot find peace at home, all the temples in the world cannot help you.

However, many temples are fine examples of extraordinary sculpture and excellent architecture. Visiting them is a real treat.

A well-known temple within driving distance, the manager to goad us on, and plenty of time to kill. We decided to go.

Those days Calcutta was full of black and yellow Ambassador taxis.

Their fare meters were nothing more than ornaments. I negotiated a fare with a Sikh driver to take us to the temple, wait there and bring us back to the guest house, and off we went.

No sooner had we reached the temple, we were encircled by *Pandas* (those who guide you through the Darshan for a fee). Fortunately, it was not an especially auspicious day. The crowd was sparse. Without speaking to any of them we kept walking towards the temple. One by one they dropped away. By the time we reached the stand for footwear, only one was left. I asked him how much he would charge.

"Who charges for *Darshan* sir?"

"Along withthe *Darshan* I would like you to tell me about the history and architecture of the temple as well as anecdotes and stories related to this edifice."

"Of course, sir!"

I should not have proceeded even a step further without negotiating his fees. But there were no other devotees in sight. It was evidently a buyers' market. I didn't show the cautiousness that I should have. But then, if our foresight was as clear as our hindsight, we would all be geniuses.

Fifteen minutes later, we had finished. When I reminded him about his promise to tell me about the architecture, he played the usual meaningless record about how every wish made in this temple was unfailingly granted! About architecture and history, he knew nothing.

I had been taken for a ride. But then, you live and you learn!

I decided to pay him a hundred rupees. Then the marine engineer in me woke up and increased the amount to two hundred (not today's two hundred mind you! Two hundred of more than thirty years ago!).

He took the two notes with disdain and asked if this was a joke! This was not completely unexpected. I played the usual record of how it was more than reasonable and started on my way back. He now stood right in my way!

I tried reasoning with him, as to why he did not name his price when

   We are the Quarry, Fate is the Hunter

I had asked him more than once but he would not budge.

"You *cannot* leave!" His tone was now menacing!

"Let me see who stops me." I started walking around him. I was carrying my infant daughter in my left hand. He took hold of my daughter's arm and tried to pull her out of my hand!

I won't say I lost my head. That is not my way. During college days I had learnt self-defence and practiced it endlessly with friends. But had never needed to use it in anger. Till today.

The philosophy of self-defence is that your first action must be contrary to what the opponent expects. It was expected that I would either try to pull my daughter away from him or attempt to push away his hand. Instead, I stepped forward quickly and leaned against him. It took him completely by surprise. To hold his balance, he staggered back.

This was the opening I was looking for. To kick someone in the private parts one must never swing the leg the way one does to kick a football. To do that one needs to lift the leg backwards. This gives the opponent the pre-warning he needs and he can take evasive action. Secondly, you run the risk of losing your balance. If the kick misses, you definitely *do* lose it.

This kick has to be executed in two distinct halves but in one smooth motion. The knee is to be raised rapidly as if you intend to kick with the knee and as soon as the thigh bone becomes horizontal, to kick out straight with the foot with all the strength you can muster.

It might have taken a long time to explain, but execution took but a fraction of a second!

There was a satisfying thud! The paraphernalia in his hand clattered to the ground. He sank to his knees and started retching!

I consider myself to be cool headed, but every time it is my wife who recovers her wits before me. She realized what would follow. She quickly took my daughter from me and whispered, "Leave!"

I hurried towards the taxi stand. Within a minute or so I could hear shouts of "Stop him, don't let him get away!" I turned and saw a group of eight or ten *Pandas* following me. Considering their age and pot bellies, I could have easily outrun them. But then there was the likelihood that they would have turned to Shubhada and Punav.

A police chowki is always to be found near every large temple. Half running, half walking so as to remain within sight of the mob, I set off in search of police. As I reached the taxi stand, I passed a group of drivers chit-chatting. Without breaking stride, I asked them about the Police chowki. They pointed it out to me. It was not far. Feeling much relieved, I reached it, only to find it locked! Damn!

Shouting "Police! Police!" at the top of my voice I continued to run through the market. In only a little while I realized that I was not being pursued! Feeling relieved, I stole my way carefully back to the taxi stand.

And the sight made my blood freeze!

Shubhada was cowering in the taxi, holding Punav to her bosom. The *Pandas* had surrounded the taxi and were banging the windscreen, cursing and shouting! The taxi driver was trying to placate them.

Abandoning the idea of looking for the police, I hurried towards the taxi. Seeing me, the mob turned on me. Two of them held my hands from the front. At the same time from behind me someone put both hands into my pockets and in that one moment I lost everything in both my pockets. Money, handkerchief, pen, everything (this technique of picking pockets can be found in South America, but not common anywhere else). I shouted!

Those in front shoved me back. I suspect someone behind tripped me, for I fell on my back. The very next moment I received a thumping kick on my right shoulder! I intertwined my fingers behind my head to protect my head with my forearms, pulled both knees to my chest and turned onto my side. In the next few seconds umpteen kicks thudded down on my ribs, back and shins!

From the age of seventeen, I had been using safety shoes. These have steel toe caps. Students invariably do indulge in horseplay. I knew from bitter experience that being at the receiving end of kicks, even if delivered only in jest, can be painful. I gritted my teeth, held my breath, and prepared for the worst. Surprisingly it wasn't so bad! Possibly because the *Pandas* were all barefoot. (It could well have been that the adrenalin also protected me. The pain hit me later.)

The kicks stopped as abruptly as they had started. They all left as one, cursing profusely.

The whole fight must have taken less than a minute. Fight? *What fight?* I hadn't even been able to raise my hand. It had been a pummelling, plain and simple.

My spectacles were broken, money was lost, clothes were in shambles, and my body as well as ego had taken a beating to remember. But the main thing was that my daughter and wife were safe!

The taxi drivers helped me to my feet and gave me water and sympathy. I wanted to lodge a complaint at the nearest police station.

Now I was in for another surprise!

Neither our own taxi driver, nor any of the others was ready to ferry us to the police station. ("Everyone at the temple are members of the Forward Union sir, it won't take more than five minutes for them to make us disappear!") This Forward Union has a lion's share in the deterioration of industry in West Bengal. I and all those who work on ships had been experiencing that for years. To say that they were aggressive and belligerent would be an understatement! At the end of their voyage when Indian ships would return to India, it would be time for most sailors to proceed on leave. They would disembark, and new ones would take their place. If these replacements were members of this Forward Union, work on ships would suffer terribly. To take a ship into port is expensive. Even so, many shipowners used to take their ships to Madras (today's Chennai) just to change the crew before proceeding to Calcutta for cargo work.

I was in an unfamiliar city; the temple was controlled by the Forward Union and I had to join my ship the next day. To top it, I had landed the first punch. All considered, I abandoned the idea of going to the police and decided to return to the guest house.

It was hot as hell, Punav was bawling, and the driver was talking non-stop but I couldn't understand him because of the noisy, chaotic traffic. By now my body had started aching all over. The recent turmoil had also given me a throbbing headache!

Many years ago, my wife and I had taken a decision that has helped us through difficult times. Whenever we find ourselves in a situation that is painful and looks hopeless, we start laughing loudly! To start with, one has to force oneself to laugh. Watching each other, the laugh becomes genuine. This does not solve the problem itself. We have to solve it ourselves. But the mist of pessimism clears and the problem starts looking manageable.

Both of us started laughing. Punav stopped crying. The taxi driver was puzzled and became silent. Looking at us in the mirror, after a while he too started laughing. After a while we stopped laughing.

"Sir, the way you both are laughing, did you create the ruckus on purpose or what?"

"Oh no!" I said. Just as I was about to explain to him why we laughed, Shubhada motioned me to silence. Her sense of humour can crop up at the most unexpected times. She said, "Singh saab, the problem is not yet over. We were laughing thinking of what will happen when we reach the guest house and you find that we have no money left to pay you!"

Without the slightest hesitation, he said, "What is there to happen behenji? After what you have gone through today, only the devil will demand money from you! I have around five hundred with me. Take them for your onward journey!"

Me and my wife looked at each other with surprise and admiration. *The search for God starts with a mirror.*

I recalled that when I was small my mother had told me and my sister. "If you ever find yourself in trouble away from home and do not know or trust anybody, ask for help from a Sikh!"

Having been a lifelong traveller, I had developed the habit of splitting

 We are the Quarry, Fate is the Hunter

money and papers into separate locations. So money was not a problem. I patted him on the shoulder and said, "That will not be necessary Singh Saab. She was just joking. I shall say one thing. You have the most noble heart ever!"

We insisted that he have his lunch with us in the guest house.

While leaving, he said, "Jai Ram ji ki."

"Sat Sri Akal." I replied.

∗∗∗

Spellings – Oh! What A Mess!

I was happily studying in Marathi medium of education but we shifted from Pune to Mumbai and were faced with a problem. None of the Marathi medium schools near our home in Mumbai had a vacancy for me.

King George School in Dadar was, that very year, starting an English medium division. I got admitted there. Fortunately for me, all my classmates had, like me, just moved from vernacular schools and were as ignorant as I was. Our English teacher Mr. Bidkar was extraordinarily patient and organized. It took him two years but he managed to pull us out of the quicksand of ignorance. Unfortunately, that left us in a fog of confusion. But *he* was not to blame. The fault lay with the English language.

Quite rightly he taught us the rules of pronunciations. 'a' as in bat, 'e' as in bet, 'i' as in bit, 'ee' as in beet, 'oo' as in boot and so on. Obediently, we absorbed them. But when we started actually using them and as our vocabulary expanded, we realized that there are as many words that *do not* follow these rules as those that do! In Marathi or Hindi, ninety nine percent of words follow rules. So, we call the remaining one percent as exceptions. This damn language was full of exceptions! Of what value were rules then?

The situation we found ourselves in will be appreciated by those living in Pune and *do* follow traffic rules. So many vehicles come the wrong way up one-way streets with impunity that you start wondering if *you* are the one breaking the law! But one thing. They all have their headlights on! There *is* honour among thieves, I tell you.

Words in English language are similar. We knew how to pronounce 'oo', book, look, cook etc. Then why does 'blood' not rhyme with them? Is it that there is another word 'blood' that rhymes with 'book' and to avoid confusion, the thoughtful English linguist decided to change the pronunciation to rhyme with 'bud'? Nope. That means the present pronunciation of 'blood' is a completely random decision.

So how are we supposed to know which words are to be spelt and pronounced as per rules and which are the crazy ones? That knowledge is supposed to come from a dictionary by the name 'Oxford'. The origin of this word has an interesting history. Remind me to tell you about it before ending this yarn.

We all know for a fact that decisions are taken based on 'available data' and 'logic'. So, why is *this* particular language so illogical?

'Son' does not rhyme with 'con'.

If 'ow' happens to follow 'n', for example in 'now', it rhymes with 'cow'. But if it precedes 'n' as in 'own', it rhymes with 'bone'! Go figure!

In 'know', why add 'k' in the beginning and 'w' at the end? Just for fun?

There is no end to the examples we could think of. Silent letters are the ultimate bad joke. You must know them; you must write them too. But you must *not* pronounce them! It is akin to not stitching the bottom of your pockets. They look like pockets, you can keep stuff in them, but as soon as you do, everything drops out from the bottom! Is this supposed to be a language, a joke or plain stupidity?

But all these pale before what I like to call virtual letters! They don't actually exist! You just *assume* they do and pronounce them as if they do! Confused? Let me elaborate. The word is *COLONEL.* The first 'L' is *not* to be pronounced. In its place, assume a virtual letter 'R'. The 'O' that comes after this virtual letter 'R' is not to be pronounced. On solving this complex equation, you get a word that rhymes with 'curdle'. Understood?

Of course. *Piece of cake!*

To put in a nutshell, the language is so made that knowing the rules has only limited value, if at all. You need to know each word, its spelling and pronunciation by heart. In other words, mug them up. Exactly what goes against the whole concept of education.

It just cannot be that a group of sadistic linguists sat together and decided, "Together let's create a language that is completely illogical." So how did this language come to be like this?

I know the reason. It has been such a well-kept secret that no one knew it yet. Except me! '*Translata*', the mythological goddess of languages had appeared in my dream, and she told me. And *now*, you too will know!

To begin with, English language was perfectly normal. 'Blood' was spelt quite correctly as 'blud'. 'light' was 'lite', 'wrong' was 'rong', 'success' was 'sukses', 'sugar' was 'shugar'. Spelling and pronunciation was married to each other. If you knew how to pronounce a word, you could spell it correctly without any trouble. All children learn a language by hearing and speaking first. You just had to know how to pronounce it correctly. No one had to mug up spellings. So, writing and reading was no big deal. In short, children were happy, adults were happy. The world was happy.

England was ruled by monarchs. Commoners' children went to school. Why would the king's child attend school? Teachers used to tutor him at his palace. One fateful day his English tuition was in progress. The teacher asked the prince to spell the word 'rong' (which was the correct spelling in those days). The prince had inherited his intelligence from his mother. He could not recollect the spelling. He started guessing, "W…….. R ….…..."

"No my dear" gently and patiently the teacher corrected the prince. (Of course, gently and patiently! Which teacher of royalty would have the guts to raise his voice, leave alone his hand?) "You need to know these spelling, your Royal Highness".

To our sheer bad luck, the queen happened to be passing by. "How come my child does not know spellings?" She asked her son to spell the word 'rong'. For some reason, the prince couldn't let go of 'W'. He repeated "W…. R….. O….. N…..G". The queen was now worried. In course of time, he would succeed his father to the throne. He might become a laughing stock of his subjects. I already have engaged the best teachers in the kingdom for him. What more can I do?

She had a brilliant idea. She asked her son the spellings and pronunciations of each and every word in English language. He rambled simply whatever came to his mind! Clerks were engaged to note down all these spellings and pronunciations.

Town criers were immediately dispatched throughout the kingdom. "From today, these spellings and pronunciations will be considered correct. The old ones are no more valid!"

While all this was taking place, the king was out of the country. When he returned, he was shocked! He didn't approve. But all said and done, he was a *husband*. Helpless in the face of his wife's insistence.

The great P. L. Deshpande has written in one of his stories on Ramayan – Did Ram not know that golden fleece doesn't exist? Of course he did. But after all he was a husband! Sitamayya would have said, "Eat your veggies and go to sleep quietly in *that* corner!" He had to go after the golden fleece and see what happened!

The king and queen had the mother of all arguments. But as usual the queen won. The king's hands were itching to slap that ox of a prince but the idiot was his mother's pet! The king truly felt for his subjects and for all generations to come that were condemned to suffer due to one person's stupidity. All he could do now was to try and convey to all his subjects that it was all the fault of that one ox.

A dictionary was made with all these new words and pronunciations. He named it 'Ox-fault' Dictionary. In course of time this word got corrupted to 'Oxford' Dictionary. With Royal endorsement, Oxford Dictionary has taken charge of our spirits like a phantom.

Nevertheless, a positive attitude demands that we should look at the brighter side! What if the prince had been studying science or mathematics when the queen passed by? The whole English world would have made an about turn, and gone back to the stone age!

$$***$$

The Waylaying Ghosts

It was during a visit to coastal Karnataka that it happened. Unforgettable would be the only way to describe it.

Me rejoining my duties on a ship had unexpectedly been postponed by a fortnight, my daughter Punav's holidays had just started and my wife Shubhada, being the owner of her own printing enterprise, could always manage her leave to suit herself.

A relaxing week outside Pune was in order and we registered ourselves with *Anubhav Travels* for a conducted tour of coastal Karnataka. Our group was twenty-five strong. Many who have not taken advantage of such conducted tours have the opinion that they are like school trips where everyone is put into straitjackets and paraded around rushing from one spot to another, trying to cram as many sights in the available time.

This may have been the case in the past, but today nothing could be farther from the truth. Tour operators know exactly what people want. The time table is light, food is wonderful, hotel accommodation is decent, transport is comfortable, and mainly, if one is social by nature, many like minded souls to shoot the breeze with. No chores to complete, no haggling with hotel owners, no dealing with rude taxi drivers, no worrying about how to catch the next plane, bus, train or whatever. As long as you are not too fastidious, you can let laziness take charge of your whole being, float with the tide, open the windows of your mind to let new experiences in and let stress just melt away!

Off we went with a promise of unrestrained leisure and we were not disappointed. The rains had just retreated and it was all lush green as far as the eye could see. The weather was deliciously cool without the threat of rain. Nothing unforgettable so far, you would say, and you would be right. But stay with me for a while.

Layout of Murdeshwar reclamation.

We had halted at *Murdeshwar*, a small town on the seashore. A good amount of land has been reclaimed from the sea and has been wonderfully landscaped. It is dominated by a humongous idol of Lord Shiva with nothing but blue sky in the background, surrounded by larger-than-life scenes from the Mahabharata and a 'Gopur' facing the Lord. Extraordinarily pleasing to the eye and the soul!

Our guest house (seen above exactly to the north of Lord Shiva's idol in the layout above) was a still unfinished, brand new, narrow, long ground-plus-one structure with the long side running along the sea. The design was absolutely straightforward. Six or eight rooms in one single row on the upper floor. The rear sides of all rooms faced the sea. All the rooms on this floor were occupied by members of our group. A long veranda ran along the side away from the sea, each room opening onto this veranda. At the far end, the veranda did not terminate. It continued around the last room, turning left twice. Thus, the last room, which happened to be ours, had verandas on three sides. The part of the veranda I have just described. Let's call this the *long* veranda. The second part, at right angles to the first, was about ten feet long and eight feet broad. Let's call this the *second* veranda. The last part was just a tiny six feet by five feet section facing the sea, a dead end. Let's call this the *last* veranda. Unlike other rooms which opened onto the long veranda, our room opened onto the *second* veranda.

The tiles used for these verandas were the smooth vitrified ivory-

    We are the Quarry, Fate is the Hunter

coloured tiles, the type which become super slippery when wet, and which have become very popular in homes after their prices dropped considerably.

Guest House

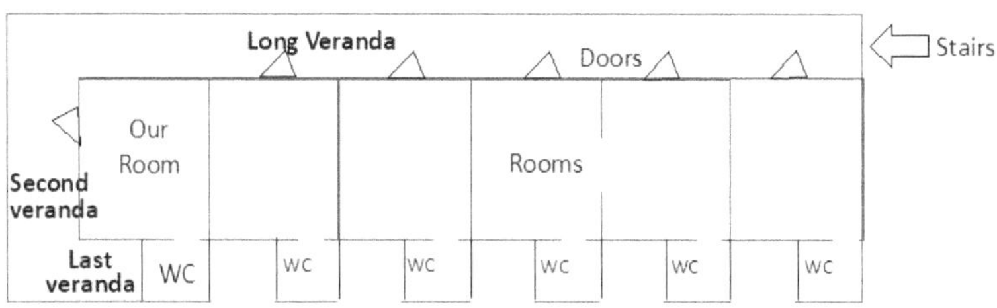

That particular day was uncharacteristically hot, humid and absolutely still. When we went back to our rooms after dinner, it felt as if we had entered the hot kitchen of a bakery. The walls and ceiling had been heated throughout the day and not even a leaf stirred. Opening windows helped but little and the fan only pushed hot air round and round. Provision had been made for air conditioners but they were yet to be installed.

We all know how thick and heavy the mattresses in hotel rooms are. Lying on them was like lying on a poultice. Fomenting the whole body! The whole room felt like a sauna. We decided to sleep in the veranda. But which one? Only the *last* small veranda had some breeze, if only in name. We huffed and puffed and dragged the heavy mattresses to this veranda. But the parapet wall wouldn't let the breeze reach us on the ground. We then rigged up towels and bedsheets like sails to redirect the breeze down onto us. (What's the point of being a seafarer if you can't rig up a respectable sail?) If we were perspiring to start with, we were positively sweating now. The mattresses were still hot as ever. Patience, patience, patience!

Miraculously the breeze freshened up. Our sails did the rest. Wonderful, cool, refreshing breeze, and plenty of it! This felt too good to be true. When something seems too good to be true, it usually is. Having spent my life at sea, I should have seen the signs. But I didn't. They say you only see what you *want* to see. How true!

We drifted off into a wonderful sleep. Then it started drizzling. "Prasad, it is raining." Shubhada tried to prod me into action. I pretended to be asleep. Ignore, ignore and it will soon stop! No such luck. The rain picked up. We staggered to our feet and held a mini seminar. All of us being slow learners, the thought of returning to the room did not even touch anyone's mind. Some huffing and puffing later, we shifted our mattresses to the *second* veranda.

This was spacious and well protected from the rain. The sky was now rumbling and occasional bolts of lightning were lighting up the sky like giant camera flashes. From where we were lying, we could see the pinnacle of the *gopur*. It was a dark night. Only when lightning flashed, we could momentarily see the gopur clear as daylight, only to vanish into blackness. Rain was now drumming all around us but we were stone dry and comfortable. It is wonderful to be with your loved ones who also take joy in these very simple presents of nature! Heaven can often be found right here on earth if your expectations are right. We all drifted off to sleep.

And then it hit! A mother of all squalls came out of nowhere! One moment we were in dreamland and the next, it felt like someone was holding a water hose on us. The rain came down in sheets horizontally, hitting the face like needles. The wind was howling, trees crashing against each other, window panes slapping and banging like they were about to fly off their hinges. Needless to say, the electricity supply failed! If it was dark already, it now became pitch black!

We jumped out of our mattresses. For safety we had locked the room behind us. The pleasure of trying to open an unfamiliar lock with an unfamiliar key in complete darkness and driving rain is difficult to describe. But adrenalin can do wonders! Within no time we had brought all our gear back into the room! Rain was pouring into the room from windows. Clothes which had been hanging in the windows to dry and were as crisp as toast only a moment ago were now limp and dripping. The towels and bedsheets that had been doing duty as sails, had broken their

    We are the Quarry, Fate is the Hunter

anchors and taken off. I hope their martyrdom has not been wasted and that they are today drying and bedding some poor family in Murdeshwar.

The windows were rattling furiously. Then it stopped! It was like switching off the fan in a wind tunnel. But then squalls *are* like that. The wind dropped as suddenly as it had picked up! Rain reduced to a drizzle but lightning continued. A powerful flash and crack every few seconds.

By now it was two o'clock in the morning. There wasn't much to do but to try and get some sleep. But there was a problem. More than one actually. Incredibly, the room was still almost as hot as before, and now there was no fan! *And* we now had mosquitoes. Swarms of them!

Heat or not, mosquitoes or not, Punav fell asleep almost immediately, as only children can. We covered her with a sheet, and then ourselves. Between heat and mosquitoes, give me heat any day. Ordinary malaria is passé. The current rage is dengue, chikungunya (often mispronounced as 'Chicken Gunya'. Go ahead, blame the non-vegetarians!) and what have you. We could neither bear to keep the sheet, nor dare to remove it. We tossed and turned, cursed, and sweated. It was now four o'clock and still no possibility of sleep.

To lighten the atmosphere Shubhada recited a humorous two liner about mosquitos.

मच्छरने कहा इन्सान से, ना मारो हमे जानसे, जंग छिड जाएगी, दुश्मनी बढ जाएगी, अगर तुम में जुनून है, तो हमारी रगों में तुम्हारा ही खून है !

Light atmosphere or not, we had to do something about getting some sleep.

I stepped out into the verandaand was struck by the enormous difference in temperature. A brisk breeze was blowing and it was deliciously cool outside. The decision was made. We two would sleep outside, no matter how.

All verandas were thoroughly wet. Sleeping on the ground was out of question. We had two chairs in the room. We took them to the *last* veranda, got into the chairs with our backs to the wall, pulled our feet up, wrapped ourselves in white bedsheets completely from head to toe, keeping only a crack open at the nose and leaned our heads back against the wall. Not the most comfortable of positions, but the most practical, given the circumstances. I mentally showed my middle finger to the mosquitoes and in a minute, we were asleep! Back into heaven!

I must have been dead to the world for half an hour or so when I was jolted awake with a shock! Shubhada had screamed in mortal fear! A sharp, bloodcurdling scream! My left hand had been resting on the armrest of the chair. She was desperately holding my wrist in a vice-like grip! It was then that the realisation hit me, and I got a massive pit in my stomach. The scream that had woken me up was not Shubhada's! It had been very close to me. But it had *not* been hers. And Shubhada had realised the danger too.

I couldn't see a thing! Just the outline of the parapet wall four feet in front of us and trees in the background. Pitch black. Was it a human scream? Was it an animal? I had this terrifying conviction that something evil was staring into my eyes at that moment from only a foot away! Are these my last thoughts before its teeth rip into my throat? If we two don't make it out of here alive what will happen to Punav?

We are all children of light. Completely helpless in the dark! There is no fear like the fear of the unknown. A few seconds passed. Nothing happened. My heart was pounding. My left hand was locked. Very slowly I moved my right hand and kept it on Shubhada's. Ever so slowly her hold relaxed. Panic had subsided. Sanity was returning. Fear gave way to logic. An animal doesn't attack unless provoked. If it wanted to attack, it would not have given a warning and *then* done nothing. There had to be a logical explanation. Shubhada must have had a bad dream, and screamed. Sleep deprived that I was, I could not trust my judgement in the first panic-stricken moments of wakefulness.

Had sleeping outside, completely unprotected in an unfamiliar territory been a stupid mistake? For all matters concerning the wild, my guru is the great Jim Corbett. He has said that when the eyes cannot see, one should close them and concentrate on hearing! With much effort

I closed my eyes but could not keep them closed. I was convinced that something evil was staring at me in the face, and I could not see it!

A few more seconds passed. Still nothing. Now a more likely scenario emerged. It was possible that not Shubhada, but *I* had screamed in my sleep? Yes. That is how it must have happened.

But the feeling of unease wasn't leaving me. Even Shubhada, never at a loss for words, hadn't spoken. That itself said a lot. Something was seriously wrong and we didn't know what. Not a good situation to be in.

Our room was locked. Punav was safe inside but it wouldn't hurt to look in from the window. Preparing to get up, I leaned forward.

At precisely this moment lightning flashed. Our surroundings lit up momentarily and . . . .

My blood froze! Both me and Shubhada screamed at the same moment!

Right under us, sitting at our feet no more than two feet away, looking up, staring straight into my eyes was a woman! A terrified face completely drenched with sweat, her mouth wide open, holding her neck in both her hands!

The flash lasted no more than a fraction of a second. Back to pitch black!

Who is she? What is she doing here? How long has she been staring at us? Why? What is she so terrified of? An animal? Or has she witnessed a crime? Is someone chasing her? Are all three of us now in danger? Danger of what kind? Questions – questions – questions!

Lightning flashed again. She was desperately trying to crawl away. Shubhada recovered first. She got up from her chair, put her hands on the lady's shoulders and said, "Bai, bai", the lady let off a loud, guttural scream! Shubhada repeated. "Bai, don't get scared. Please take a deep breath."

I don't know if the lady did, but I took a deep breath.

We knelt next to her. She cringed away, as if trying to disappear into the parapet wall. Breathing hard and shallow, whimpering, making incoherent sounds. We waited for her to recover for probably no more than half a minute, but at that time it seemed like an eternity. Whatever had terrified her was still out there. We couldn't wait forever. It was necessary to investigate. And quickly.

I peeped into the second veranda. There was nothing there. Dark or not, I walked along the second veranda almost till the end. I was *sure* there was something malevolent waiting for me just round the corner. Should I inch around the corner and risk coming face to face with it? Or would it be better to quickly put my head out and back?

Before investigating further, it would be better to see if Punav was safe. I retraced a few steps and put my nose to the window to peer into our room.

Shubhada was puzzled by my slow ponderous back and forth movements. By now the lady had quietened down. She left the lady and tiptoed over to me. I was preparing to look around the corner into the first long veranda. Me and Shubhada were now standing shoulder to shoulder.

Just inches from my ear came a low grunt!

I jumped! Unbelievably it was the same lady trying to see what *we* were up to! In the past two minutes I had jumped out of my skin three times! This was getting irritating more than scary.

"Who is it?" I shouted and stepped out into the long veranda. I waited for a few seconds and started walking briskly. "Prasad, don't go too far." Shubhada. I felt brave. I walked upto the end of the veranda. Lightning flashed off and on. Nothing stirred. I felt as if I was in a sci-fi movie. So much action and screaming had taken place, and nobody was up?

By the time I returned the lady had recovered completely. She was one amongst *our* group! She then told us her side of the story.

"After the storm the room became so hot and stuffy, I couldn't get sleep. My husband couldn't be bothered. He sleeps the sleep of the dead. I came out onto the veranda but there was no breeze at all. Having been born and brought up in the Konkan region, rain, lightning and darkness don't bother me. I walked to the end of the veranda and realised that it continues around your room. Looking for some breeze I walked around your room into the *last* veranda, and almost ran into two *ghosts*! They were just sitting there, all white and silent, waiting for me!

I can't tell you how I stopped myself from screaming! I desperately tried to turn back but the floor was wet and I slipped. My knees turned to jelly and I sank to the floor right at their feet! *Now* I just couldn't stop myself from screaming. I know ghosts have their feet backwards. But these ghosts didn't have any feet! I know ghosts attack the neck. I protected my neck and closed my eyes tightly, waiting for – I don't know what. I started praying silently. What if the ghosts get into my body and get access to my whole family? Oh God, no, no. no. Please, God, please!!

Nothing happened. Was I dead? Was I possessed by the devil? I couldn't stand the suspense any longer. I opened my eyes.

At precisely this moment lightning flashed.

One of the ghosts was coming towards me! I could not move! I tried to crawl away! Now they both came to me! I knew my time had come! One of them started put its hands on my shoulders and I knew that was the moment of my death! It was talking to me but I could not understand what it was saying.

One of them disappeared and after a while the other one too. It was then that I noticed two white bedsheets lying on two chairs in front of me. Suddenly it all became clear to me. How stupid of me! No ghosts, no nothing!

Then I saw the two of you standing absolutely still, staring into the darkness and I was curious to see what you were looking at."

All three of us had a good laugh. We praised her boldness. And believe me, the admiration was heartfelt. She was about fifty years old. In the dead of the night in an unfamiliar place in pitch dark she had the guts to go for a walkabout alone!

It had been an extraordinary coincidence that the lightning flashed just when it did. If it hadn't and if I had stepped on her, I don't know how she would have taken it, but I sure as hell would have had a heart attack! Just the thought made my hair stand on end!

We offered to accompany her back to her room but she declined. While leaving she said, "Please don't tell anyone what happened here."

"Aunty," I said, "This is an unbelievable, once-in-a-lifetime experience. Is it possible that we can keep it to ourselves? And for what? Courage is something to be proud of, not ashamed of."

"In that case I have one request. Please don't tell anyone that it was *me*." She requested.

"Yes. *That* I can promise".

The next morning at breakfast the animated conversation revolved around the previous night's storm. Each had a story to tell but when I described our adventure it took the cake. Everyone wanted to see the location firsthand. One of our co-tourists offered to act as the lady and we re-enacted the whole episode outside our room, this time with screams, actions, sound and all. With an appreciative audience, exciting anecdotes only gain by repetition.

Naturally everyone was eager to know the identity of the lady but when they realized we aren't going to divulge, they did not pursue the matter.

After lunch I was glancing through the newspaper when a couple approached me. Starting from "What an extraordinary experience you have had" and meandering through "Really, that lady is to be commended. Once we disperse we are unlikely to meet again," the harangue ended with "You *must* tell us her name so that we can show her our appreciation in person before we part. We will not tell anybody. We promise."

I pretended to look around me conspiratorially as we normally do before divulging a secret. They inched closer.

"Can you keep a secret?" I asked.

"Of course." Said the husband. I looked at the wife. "No doubt." She echoed.

"*So can I!*" I said.

A Road, Dark and Lonely

We had just relocated to Pune. Yes. I know there are plenty of jokes about Puneites and their supposed idiosyncrasies. Personally, I did not find any difference between a Bombayite and a Puneite. Whether it is exoneration of Puneites or condemnation of Bombayites I leave to you to decipher. More about it some other time.

There are a few differences though. One is the quantum of rain. Mumbai receives massive rain. Once it starts raining, it just doesn't stop. By comparison Pune receives only a third the amount.

The second difference is the inversely proportional effect of this rain on the electrical supply. In Mumbai we rarely experienced failure of supply. In our area of Pune though (at least at that time) electrical supply used to fail almost as soon as the first drops reached the ground.

It was around eight in the evening. It had rained recently. Naturally, there was no power. Me and my wife Shubhada were returning home in our spanking new, darling Maruti 800. In populated areas, the lights from the inverters in people's homes do cast some light onto the roads. In our area which was still being developed, there were few houses and roads were broad and deserted. There was complete darkness. The only illumination was the pool of light provided by our own headlights.

Two girls standing on the side of the road thumbed a lift. By the time I stopped the car we had passed them by twenty metres or so. I and Shubhada started discussing. Are these girls brave or stupid? Or are they 'girls' of a different kind and it would be wrong or outright risky to give them a lift?

We had recently bought the car and consequently there was no money left in our wallets for them to steal. Shubhada opined that it was safe to give them a lift and while doing so, she decided to give them a dressing down for inviting trouble. By the time I put the car into reverse gear, the girls had reached the car. They seemed to be college students with petite builds. Their scooter had failed. They wanted to visit an optometrist near our house.

One of them was talkative. The other was quiet. In my mind I named the talkative one 'Miss Chatty' and the quiet one 'Miss Serene'. Miss Chatty mentioned their names. I thought they were sisters.

Shubhada started cross-examining them.

"Girls, don't you think you took an undue risk by thumbing a lift?" Silence in the back seat.

"Instead of us, it could have been anybody. Isn't it?" Still silent!

"When your mother comes to know that you had asked for a lift on a dark lonely road what will she say?" Still no answer!

"Are you able to hear what I am asking?" This last sentence was delivered in the softest of tones!

I have a thorny experience of this 'suddenly soft' tone of voice. It is the unnatural calm before the storm. We always have music playing softly in our car. I switched it off. (When the show is about to begin, all mobiles should be put on silent mode!)

Miss Serene muttered something that I could not follow.

"Great! I have to ask four questions before you decide to honour me with an answer. Right? Please throw a few nuggets of your wisdom our way, will you?" Generally, an angry person is at a loss for the right words. But with Shubhada it is just the opposite.

"I *am* her mother". Said Miss Serene!

"Wwwwhat?"Shubhada was incredulous!

I was taken aback for a moment but I won't say I was surprised. Why was I not surprised?

When in school our lady teacher had summoned a parent of one of the more mischievous students in our class. My classmate hired the services of an uncle who loved his drink. Everything had been planned to the last detail. Payment had been made. The moment the teacher would complain, the uncle was supposed to lose his temper and try to slap our friend. The friend would run away. Uncle would then thunder, "You just come home, you piece of @#$%! I'll fix you up!"

He was then to turn to the teacher and say, "Throw him out of school! Go ahead! The fields back home is where he and his mother should be! Not in a stupid school!" He was then to stomp off in a huff!

It was an audacious plan, not only to resolve the current problem, but to garner the teacher's sympathy for good!

It all went to plan. But as soon as the teacher complained to the parent, instead of flying off the handle, uncle took our classmate to his bosom! "Why do you behave like this dear?"

Our teacher was exasperated! With an expression that said, "Uff! With a father like that, what can I expect from the child!", our teacher rolled her eyes towards the ceiling!

This unplanned change in the script completely baffled my friend. For guidance he started glancing at us and the uncle alternately. A few awkward seconds passed. And then out of the blue the uncle unleashed a tight powerful slap right across my friend's cheek!

That gunshot-like sound and my friend's face will forever remain etched in my memory. What lies beyond 'surprise' is 'shock'. Whatever must lie beyond shock is what I witnessed on my friend's face before he went tumbling sideways!

Uncle turned around and stomped away!

Oh boy! All of us were rolling on our benches holding our bellies, roaring with laughter like never before!

It was all too much for our teacher to bear. "Find it funny, do you?" She beat up as many of us as best as she could!

The violence had been delightful!

The point of the story is, I did not believe Miss Serene.

I switched on the light in the car. Shubhada removed her seat belt and turned around completely. It was now clear that Miss Serene *was* telling the truth. The two were mother and daughter! Which meant the mother was at least ten years older than us! Now Shubhada was embarrassed into silence. I mentally rechristened Miss Serene, Serene Aunty.

In any case it was necessary to move on through our embarrassment. "Don't you think you took a big risk?" I asked.

"Not at all." She replied calmly.

Now it was *my* turn to be surprised. I was looking for a suitable response to her unexpected answer when she put her hand into her purse and removed something.

"My God!" Shubhada blurted!

"What is it?" Me.

In the rear-view mirror Serene aunty showed me a pistol!

"Fu%&#$@# Sh*%#"! The words just shot out before I could control myself!

"Let me see, let me see!" Shubhada.

Girls play with dolls and boys with guns. Here the girls were playing with a gun and I was left out of the action! I braked hard and stopped the car.

"Ha HaHa Hah… Show me the money! Ha HaHaHa…!" Serene aunty made a mock imitation of a screen villain and put the gun to my head!

A gun to my head!! For a moment I lost it. But Miss Chatty was smiling. I hoped it was all a joke.

"No jokes! The gun can go off!" I said.

"Don't worry. It is an imitation." She handed the gun to me. It was an excellent quality imitation. It looked exactly like the real thing. A *Beretta*. James Bond's favourite gun.

She then narrated her story.

They used to stay at Beed. Her husband was an officer in a bank.

One fateful night dacoits broke into their house. Unfortunately, in the attack her husband took some bad blows. He did not survive. The bank provided her employment on compassionate grounds.

If the attackers are well equipped, locks cannot hold them back. Without making much noise, locks can be broken. In those days there were no computers and the cost of CCTV cameras was beyond the reach of the common man.

With only she and her daughter in the house, she used to be tense all the time. New at her job, a young daughter to look after, she would wake at ungodly hours and couldn't get back to sleep. It started affecting her health. When she fell ill, the daughter too would suffer. Her brother then bought this imitation gun for her. It changed their lives. She started feeling secure. Slowly their lives came back on track.

"Me and Chhakuli (छकुली) are always together. I never go out without her." She said. I thought she was referring to her daughter. Then it dawned on me that she had named her gun 'Chhakuli'!

Chhakuli! Chhakuli? Who names guns! A cuddly name too! When I asked her, she told us.

The only mother she had seen was her stepmother. A stepmotherly stepmother.

She had a doll 'Chhakuli'. Chhakuli was her companion in all her troubles, disappointments, grief, self-doubt, loneliness. Without a single word or a gesture, the doll would pacify the little girl, encourage her and give her hope. She was convinced that as long as she had 'Chhakuli' in her arms, nothing really bad would happen to her. And it turned out to be true too.

The gun played exactly the same role later in her life. So, she became 'Chhakuli' too!

So appropriate! So apt! Only a few minutes ago I had found this same name laughable. I felt ashamed of my own shallowness. Every so often we form opinions about others' actions so hastily!

We live and we learn!

Our Daughters' Parents

A funny incident took place in our home last month. I have to share with you all.

Twenty-five years ago, a photograph had been clicked. A typical family photograph. Me, my wife Shubhada, and on her lap, our daughter Punav, who was then eight months old. Like millions of photographs in millions of houses.

We also have a foster daughter named Deepali. This photograph was with Deepali for all these years. Last month, while cleaning her house she came across this small, faded photograph. With the help of good knowledge of 'Photoshop' software and plenty of effort, she restored the photo to its lost glory, enlarged it, framed it and presented it to us. We loved it and naturally, displayed it prominently in our living room.

So far - so ordinary.

Shubhada runs a printing unit. Her office was closed for *Anant Chaturdashi*. However, a couple wanted delivery of their job on that very day. So, Shubhada called them to our house. When they arrived, Shubhada was busy somewhere. I was at loose ends and was rifling through the newspaper for want of anything better to do.

The husband was typical – meaning quiet. The expression on his face? We go shopping with our wives. Bored and tired, we gratefully sink into the stool offered by the shopkeeper. At that time we wear an expression - remember? Exactly the same expression.

The wife was typical too – meaning observant and talkative. During my childhood in our house, we had a wall clock. It had a transparent dial. The clearly visible shining precise machinery inside was a joy to watch. The lady's face was similarly open. I was enjoying trying to decipher her thought processes.

Making small talk with her was easy. Eventually her eyes fell on the photo mentioned above.

I was about to open my mouth to describe the photo and praise my foster daughter when she said, "Your son and his family. Right?"

Let me tell you a little bit about enlarged, framed, displayed photographs.

If such a frame is mounted on a wall, then the frame is somewhat old and more often than not, adorned by a garland. The subject of the photograph is usually stern faced, and seems to not brook flippant humour. Deceased.

However, if an ungarlanded frame of good quality, with the subjects smiling, is placed on a table, the observer is perfectly justified in thinking that the photograph is recent. Hence her observation, "Your son and his family. Right?"

We do not have a son. I now looked at the photo from this totally unique point of view. The same face, not so same physique, a mop of black hair. Yes. If I had a son, he could look like this today!

Wow! Here was a golden opportunity for some delightful misunderstanding. As it is, I had nothing interesting to do. I decided right away – "Let me see how far I can stretch this conversation along the same vein *without lying.*"

In chess there is a game known as 'Blitz'. Each player has to make a move in three seconds flat. As far as I was concerned a blitz game had started.

I just smiled. Non-committal.

"Your granddaughter is so cute." The lady.

"Children are so innocent. They all look cute." Me. A neutral move.

At this point my wife Shubhada entered the room. She had in her hands the finished printing job and said, "I have packed them all and kept one sample out for ....". The lady cut her off in mid-sentence.

"Madam, your daughter-in-law looks just like you!" So observant. And quick too!

Shubhada was flabbergasted! "Daughter-in-law? *What* Daughter-in-law?"

Check mate was looming! I had to move quickly.

Pointing to the photo, I said, "Of course she looks like my wife. It's the same blood! You see, these two got married, and *after* that, me and Shubhada fell in love." This was absolutely true. Our marriage followed the conservative 'arranged marriage' route. Meaning we hardly knew each other before getting married. Love bloomed only *after* marriage.

Everyone in the room was caught off guard!

Shubhada's shock at the 'daughter-in-law' remark was pushed off by this new gibberish from me. I stole a glance at her and winked. She rolled her eyes and sighed. Women's sighs have many contradictory meanings. This one meant, "This call is being recorded for training and quality purpose!"

The couple gave each other meaningful looks. Surprise had sent the lady's fingers to her lips.

Her thoughts were easy to read. 'Same blood?' So . . . . . the girl in the photo is madam's daughter!!

Sir and madam got married *after* their children got married to each other!

First possibility – The children got married, then these two divorced their respective partners and got married.

Stupid, stupid idiots! I will never deal with her henceforth!

Second possibility – These two were already divorced from their respective spouses. The children got married and then they fell in love with each other.

They couldn't make the first marriages work, what makes them think the second one will?

Third possibility – They had both lost their respective spouses earlier and had brought up their children as single parents. Having met and liked each other, they decided not to remain single any longer.

This would be wonderful. But it's just too perfect. This calls for *too much* coincidence. Nope. Very unlikely.

Which one is it? How to ask without sounding nosey?

"Didn't the children have any opposition to your marriage?" The lady asked.

I just raised my eyebrows. I am not Vishwanathan Anand. I needed time to think.

Her curiosity and etiquette were at loggerheads. Finally, curiosity won. "I mean .... ummm... To get married at this age after .... ummm..... divorcing previous ..... umm.... partners, I mean ..... the children .... umm ....".

The husband was squirming! If you ever meet a husband who has never been embarrassed by his wife's unexpected utterance, you can be sure that he is stone deaf!

I put them out of their misery. "No. No. No. No. *Nobody* here is divorced. When these two decided to get married, both me and Shubhada were absolutely alone. And had been for many years *before* that."

Raja Harishchandra couldn't have packed more truth into one sentence.

She was thrilled! Against all odds, the third possibility had turned out to be true after all! A few seconds passed as she processed this information. For a moment I was thrilled at myself for spinning such a wonderful yarn. A unique situation like this would definitely trigger a flood of questions! And I would get caught out. It would be better to quit while ahead. I decided to tell her the truth. But the expected flood of questions did not materialize. Instead, a delightful corollary of the situation hit her!

"Wow! Her own *mother* became her *mother-in-law!*"

Her face positively lit up! Joy just burst forth. "Mother same as mother-in-law! How fantastic! Oooh, how lovely! What a family! Ohhh, what a family!" Her eyes roving from the photograph to Shubhada and back, occasionally to her husband, the ear to ear smile, the light in her eyes, it was a Eureka moment!

Not being able to follow a single word of this completely crazy conversation, Shubhada was feeling utterly out of place. She decided to gently put a stop to it. "If you keep listening to him - the whole day will fly by. Aren't you going to check out your job?" Shubhada.

"Oh yes of course. Of course." The lady took the sample from Shubhada and looked at it no doubt, but stared right through the paper. She was still captivated by the wondrous, soothing dream of her mother actually being her mother-in-law.

The right thing would have been to tell them the truth before they left. But her expression held me back. I simply could bring myself to wrench her out of her beautiful dream, and dunk her into reality.

Mischievous, I may be. Cruel, I am not. She left, still floating.

✷✷✷

    We are the Quarry, Fate is the Hunter

Third Inning

It will be presumptuous to label what I am about to describe as my 'Third Inning'. But please bear with me anyways!

My first inning was on ships. You have heard a bit about it from me. The second one is my professorship in a marine engineering college. Out of this second inning, a third one may or may not take shape. Even so, I have had a few humorous experiences which I must share.

One of my colleagues in our R & D department is an amateur film maker. He makes wonderful documentaries not only using multiple cameras with proper studio equipment complete with dubbing, but also with a humble mobile phone right in the middle of the hustle-bustle of a busy railway station. Most of us are pretty much clueless about the nuances of filmmaking and film appreciation. However, we do not hesitate to air our opinions on the subject. The ignorance in our remarks gave him an idea. He floated a proposal that all faculty in our college should come together and produce a film! It was an outlandish idea! Naturally we loved it!! We all got busy with it.

He took on the responsibilities of being the director, and distributed to the rest of us duties of producer, line producer, art director etc. The story was procured from a British writer (Mickey Hatewood) on the promise that if the movie got sold, we would pay his royalty. All of us pooled in the money. When the offer of who would like to act was thrown open, it was oversubscribed! The director made the final choice.

The director allotted to me the role of the villain! A choice that didn't go down too well with my wife. The movie had sixteen characters in all. The only professional we hired was the cinematographer.

After a week's preparation, finalizing locations, and dresses, we began shooting one Saturday morning at 5 o'clock and finished on Sunday at 8 p.m. We only took a three-hour break during the intervening night for a supposed shut-eye. All outdoor scenes were shot during daylight hours and indoor scenes at night. Hotel accommodation had been arranged for the ladies. All of us males just sprawled on rented mattresses on the sets. Two snorers amongst us made sure the others couldn't get any meaningful sleep.

QR code for the movie
'Shohrat – The Trap'

During the post-production process, the editor tried his best to hide our inadequacies and finally an hour-long movie emerged. The name? 'Shohrat - The Trap!' As far as the quality of our performance was concerned, the only thing we had in our favour was enthusiasm! We could not get anyone to buy our film. Our failure to sell was not for lack of trying though. Anyway, we then put it up on YouTube for public viewing (https://www.youtube.com/watch?v=lziReIKdZxk). That pretty much ended the matter.

A few weeks later I received a call from a casting director! (Let me elaborate for those who do not know what is a Casting Director. The producer and director of any film decide the main hero, heroine, villain etc. The minor cast is large in number but small by way of cost. They subcontract this job to the casting director. He/she has a databank of suitable candidates. For a fee he provides actors as necessary.) I suspected that the call was not from a casting director, but that some of my colleagues were pulling my leg! Fortunately, my suspicion turned out to be unfounded. The caller actually *was* a casting director! He had seen 'Shohrat – The Trap' and had decided to make me an offer!

The name of the movie he approached me for was 'Love Siyappa'. It was a college-based love story, and I was to act as the Principal. I readily agreed. A few months later the film was shot at Bhopal. My scenes took only two days to shoot. It was all a novelty to me and I loved every moment of it.

I am not a fan of movies by a long shot. Many (me included) have this habit of turning up our noses at anything filmy. But after my experience, my opinion has changed completely. These two days taught me how much effort goes into even apparently ordinary scenes.

I received my lines, just as the train was pulling into Bhopal station. Over the evening I mugged them up. My character was loosely based on the gay college principal enacted by Rishi Kapoor in the movie 'Student of the Year'. I kept him in mind while practicing my body language, mannerisms, and voice.

The movie was in the 'low budget' category. Any film with a budget of less than a crore is said to be a 'low budget' film. This meant all character actors had to bring their own clothes. I had brought with me each and every one of my suits, full sleeved shirts and ties. A college by the name T.T.S.I. had been hired for the shoot. My taxi deposited me there. When I met the director (he also happened to be the writer of the screenplay), he told me that the Principal was to be depicted not as being just gay, but unabashed, 'proud to be gay' gay! My previous night's rehearsal had just been flushed down the drain! But once I recovered from the surprise, I realised that it was actually a blessing in disguise. It would actually be easier to play an openly gay person than the one I had imagined and rehearsed for.

An empty classroom had been made available for practice. I started practicing my dialogues. After a while I heard giggling. It was a group of boys and girls peeping in through the window. 'A good actor never feels embarrassed!' I had read somewhere.

"How does it look?" Me.

"Cool, uncle, Uber-cool" they giggled their reply.

A guy in his sixties, openly gay, cool? Maybe the meaning of the word 'cool' had changed when I wasn't looking!

The art director came over to discuss about the colour of my clothes. My total presence on the screen was to be for eight or ten minutes tops. Throughout the scenes I was to keep sitting at my desk. The leading lady would enter with her friend, speak to me, and leave. Then the hero would enter with his friend, make some conversation, and leave. Right throughout, I was to continue to sit in my chair. So why were my clothes important? The wardrobe of the leading pair had already been decided. My clothes should neither be like theirs nor clash with theirs. Since my wardrobe consisted typically of dull male colours, the issue got sorted out quickly.

Finally, it was time for my shot. Ignoring the stifling heat, I wore a suit and presented myself. For the filming, the college had allotted to us their Chairman's office. It was pleasantly air conditioned. *That* was a relief! Cameras, lights, microphones were being set up. Everyone around was a professional in their own fields. I was the only amateur. Becoming tense would have been perfectly understandable. But growing old has one great advantage. Years of taking knocks makes one immune to stress. Winning or losing doesn't mean much any more.(लाभालाभौ जयाजयौ) Just 'doing' releases dopamine, the happiness hormone. I didn't feel nervous in the least bit. Just excited.

Being the Principal, I was seated on one side of the table. Students would enter one after the other, exchange some fairly straightforward dialogues and would leave. Effeminate voice and mannerisms I had already practiced. I was thorough with my lines. Only the upper part of my body would be visible to the camera. How difficult could it be? Little did I know!

Being a low budget project, there were two shortcomings. There was only one camera. This meant that each shot having conversation between two persons or more had to be shot three times. Say, the leading lady and her friend are sitting across my table, talking to me. First shot would be from the side when both parties are seen, the second would be by keeping the camera in front of me, behind and in between the girls, so as to show me fully and their heads partially visible from the back, and for the third time with the camera behind me, facing the girls. The same dialogues with the same acting were to be repeated and filmed. During editing, the editor would use the most appropriate ones.

Let us now turn to the second shortcoming. Other movies have something called 'dubbing'. While shooting the scene the actor *does* deliver the dialogues no doubt, but the voice is not important. He/she must concentrate on facial expressions and body language. Later, the dialogues are recorded again in a sound studio so as to precisely sync with the lip movements. In our case, these frills were missing. We had to get everything spot on during the filming itself.

Anything unsatisfactory, whether in voice, movements, expressions, lighting, external sounds would necessitate a retake! I am completely bald (God made few perfect heads. The others he covered with hair!) "Sir, uncle's head is shining too much". The cinematographer voiced his problem. "Give it a matt finish!" The director ordered. The make-up artist appeared and powdered my head as well as cheekbones and ears to get rid of the shine!

The air conditioner for the office was designed to take care of a few persons. Now there were fifteen of us, plus a large camera, bright hot lights, sound recording system and what not. It became oppressively hot!

When sweat starts trickling down, our natural reaction is to reach for the handkerchief to mop it up. The moment my hand would move towards my handkerchief, there would erupt a chorus of "Uncle, don't touch!" The make-up artist would delicately mop the trickle, apply new powder and filming would resume. I had to deliver the next dialogue before the next drop appeared! Not to forget the effeminate demeanour, slightly high-pitched voice, girlish shake of the head! God! I am feeling uneasy just thinking of all that.

There was another issue about speaking. Each of us had a collar microphone each. Naturally it had to be hidden. It was clipped to my vest inside the shirt. But there is always a problem with this. While gesticulating, the shirt rubs against this microphone and a hissing sound gets recorded. Sound technicians can later remove this hiss. However, if one is speaking during gesticulating, the two sounds get mixed and then the technicians have a problem. So now I had to take care not to speak while moving and not to move while speaking! Damn!

Things were still manageable as long as the camera was to one side. My real test began when the camera and lights were kept in front of me. The reflection of the powerful lights in my spectacles was too strong. Since three shots had already been canned with me wearing spectacles, it was impractical to remove them. All possible positions of the lights and angles of my neck were tried and finally we found an angle where lights would not shine back into the camera. You know the angle of the neck when we read a book. *That* was the decided angle! But I still had to keep looking straight. Just try it in a mirror! It looks as if you are trying to give tough looks! That wouldn't do. In addition, when speaking facing downwards, the voice becomes thicker. That wouldn't do either! The dialogues had to be just right. And all this before the next drop of perspiration started trickling down!

I shall *never ever* criticize any movie or even a TV serial! Promise!

After a few false starts, things started rolling smoothly, and in the course of the day we finished the scenes. The crew started dismantling the paraphernalia. Meanwhile a relative of the college management decided that he too wanted to act in the movie! So, we made him a clerk. It was decided that he would bring a sheaf of papers to me, I would ask him a few perfunctory questions and sign the papers. He would thank me and leave. It was easier said than done though. The director had to write new lines, we had to memorize them, practice them, reinstall the camera, lights, and the sound system. It all took a fair bit of time. Finally,

    We are the Quarry, Fate is the Hunter

all scenes were canned and it was time for 'pack up'.

Something else had happened during the filming! A drinking water company was to be advertised in the scenes. A water bottle had been kept on the table in front of me. The height of the bottle was insufficient. So, we kept a wooden duster, placed the bottle on top of it to increase its height. While speaking to the hero and his friend, I, true to my nature, was supposed to take the friend's hand in mine against his wish and try to knead it! He was to try and pull it back. In the scuffle the bottle kept falling down. Like in so many offices, there was a transparent plastic sheet covering the whole desk. Fevi-quick was used to stick the duster to the sheet and the bottle to the duster. It had worked well. However, while removing the duster, a piece of the plastic got chipped off! Damn!

Someone came out with the idea of turning the whole transparent sheet upside down. Almost all desks with such sheets have printouts kept under the sheet for ready reference. Over a period of time, some of these printouts get stuck to the sheet. On reversing the sheet, inevitably one of the printouts also came on top. On trying to remove it, it tore! Hell!

"You ass@#$%, is this your father's property or what?"

I did not wait around to hear the rest of the conversation.

Being a college love story, it was to be released on Valentine Day (many years ago). It hasn't been. Hope is the bird that sings when the dawn is still dark. I am hoping it will see the light of day sometime!

Over a small role in a movie, how can I talk about a 'Third Inning'? The secret lies in the joke that my wife Shubhada cracked.

She said, "Bollywood needs someone to fill the vacuum created by the passing of Mr. A. K. Hangal!"

★★★

English व्यायामशाला

Hindi-English-Hindi dictionary states that Gymnasium and vyayamshala (व्यायामशाला) are synonyms. However, in conversational lingo, the two are poles apart.

Formerly, the place where people exercised were known as a 'vyayamshala'. Exercises in a व्यायामशाला consisted of push ups, pull-ups, weights, dumb-bells, maces, single bar, double bar – in short, all exercises concerning lifting against gravity. Space permitting, they had a wrestling pit with sand and a mull-khamb. Footwear had to be removed outside. It was all down-to-earth and rustic.

Some used to exercise in vests, some bare bodied. No one minded. It was an all-male environment. There were no frills such as lockers. A photo frame of Lord Hanuman had the pride of place with flowers and incense sticks. All would pay obeisance to this frame before starting their exercise.

Charges were extremely reasonable. Claims like "Guaranteed reduction of so many inches in just so many rupees (followed by *Conditions Apply) did not exist.

In those days 'gymnasiums' were to be found only in five star hotels. Cycling and jogging on the spot, shiny machines that could exercise specific muscle groups, posters of leading bodybuilders on the walls, tube-lights instead of bulbs, massage machines, steam baths! Commoners could only dream!

This was the fitness milieu in India when 'Talwalkar Brothers' opened the first modern gymnasium near Citylight theatre, Shivaji Park, Mumbai. In today's photograph, the poor theatre has been relegated to the background. But at that time it was a landmark.

It was close to our house. Being interested in sports and exercise, me and some of my friends were athletic (if I say so myself). We used to stare hungrily at spanking new exercise gear through glass windows. Monthly charges could not be compared with the व्यायामशाळा charges by a long shot! Joining was out of the question.

Avinash Talwalkar used to look after the gym. He had a sturdy build, and an imposing persona to match. There was no dearth of people coming to make enquiries. He had a persuasive way of describing how the quality of exercise by these machines was superior to conventional methods. Footfall was pretty good, and people used to get impressed no doubt, but all the footfall was not translating into new memberships. As far as cost was concerned it was difficult to compete with a conventional व्यायामशाळा.

While passing by we used to put our noses to the glass to feast our eyes. Months passed.

One day, out of the blue, Avinash called us inside and asked. "Would you like to take exercise here?" Without waiting for our answer, he continued to explain the various machines and their merits. He had seen us umpteen times massaging our eyes. He must have deduced that we couldn't afford to join. So why would he be wasting his time on us?

When some monkeys get their hands on goodies, they shove them hastily into their cheeks to be eaten later. I too pushed my reply 'we would like to, but cannot afford it' into the far recesses of my cheeks and listened to him attentively.

After talking about the gym, Avinash made us an offer.

"Every evening you can exercise here for free. As to how to use these machines for exercise, I shall guide you. The prerequisite is that you must exercise for at least one hour. On top of it, you will get one milk shake every day!"

Wow! A blind man would be more than happy with one eye. Here we were getting two, and without asking too!

There is wonderful solidity in middle class philosophy. 'There is nothing free in life. If you do accept something for free today, you will eventually end up paying an impossible price for it in course of time.' Avinash's largess made me wary.

My first question was, "Why us?" I expected that he might have some job for us like distributing leaflets about this new gymnasium in colleges, offices and so forth. But no. Avinash had a unique proposal!

While we were exercising, we were to narrate our experiences to the prospective clients who came to visit the gym. We were already working out regularly in conventional *vyayamshalas*. We were to explain how we found these exercises superior and why. We agreed.

I sincerely used to like taking exercise there. As decided, we used to educate the visitors. I, being garrulous by nature, got carried away and exaggerated the merits. Avinash immediately admonished me!

At that time, he told me something very valuable. "Truth is something to which you *cannot* add anything. The moment you do, it *ceases* to be the truth!"

I did feel embarrassed that Avinash rebuked me in front of others. But more than that, I was really impressed by the fact that Avinash insisted on speaking *only the truth* although the gymnasium *desperately* needed new clients!

Truth and honesty are immensely powerful. But not everyone has the patience for them to deliver the goods. Avinash did!

We spent about six or seven months exercising there, consuming milk shakes every day. As time passed, their good name spread, footfall increased considerably and we stopped going there. That was the last of my interaction with 'Talwalkars' brand. We all know how, in course of time, the Talwalkar brand has grown organically and strongly.

We live in an era of instant gratification. Even so, entrepreneurs like Talwalkar Gymnasiums, Chitale Brothers Milk Products, and some others stand out like beacons, proving that without bothering about immediate profits, if an organization continues to provide quality service to customers, it does grow organically into a healthy Goliath.

It is not only in movies that 'good' eventually prevails. Even in real life, it can, and it does! For people like us, this is certainly a comforting thought.

✳✳✳

Circular Route is the Shortest? Get Out of Here!

When we look at routes of non-stop flights from India to the US, whether on a map or on the in-flight screen, we do find an anomaly. They all seem

Air Routes

to be curved. Flights over Japan and the Pacific seem to keep turning right all the time whereas those over Europe and the Atlantic seem to be turning left. Exactly the same applies to ships. Since there are no highways in the sky, and in the sea, why don't these guys just go straight? Straight line is the shortest distance. Isn't it?

Being a seafarer and the father of a pilot, I get asked this query every so often. You asked for it. Now take this!

Albert Einstein has said, "If you cannot explain a concept to a ten-year-old, it means you have not understood it well enough yourself!"

So even if I cannot explain it well enough, in your feedback you must say, "You made it sooooo easy to understand!" Ok?

Ok!

This seemingly longer route is actually the shortest and is known as 'The Great Circle Route'.

If you take a world map, draw a straight-line joining Mumbai to New York and mark points at ten miles intervals (this ten is a completely random number. You could make it a hundred, fifty or whatever number that takes your fancy), find the latitude and longitude of each of these points and then fly (or swim or walk) from each point to the next on the surface of the earth, you will of course reach New York. This path is known as 'The Rhumb Line Route'. But you will have covered a much greater distance than one who takes the 'Great Circle Route'.

The statement seems counterintuitive but it is true. I shall try to explain by two different methods.

Method 1: For this you need to accept the corollary that theoretically as well as practically it is impossible to make an exact *flat* map of the *spherical* surface of the earth.

When you look at the world map, Greenland seems to be larger than India. In reality, the area of Greenland is only 65% that of India. This means that in a map, if at the equator one millimetre represents one mile, near the poles one millimetre will represent only half a mile. If you were to travel to New York, and instead of taking the Rhumb Line Route, if you shift your route towards the North, you will actually need to travel a lesser distance. However, if you shift your route too much towards the North, you will overdo a good thing and end up travelling too much distance. So how do you decide how much to deviate towards the North to get the shortest route?

To follow this, we need to understand how normal maps are made (they are not *actually* made that way, but this is just to help us understand the fundamentals). The method used is known as 'Mercator Projection'.

(Hmmm....! Did you immediately Google 'Mercator Projections'? I thought so! Did words like *planisphere and conformal* scramble your brain? Good. Now come back!)

Just imagine that you have a hollow glass sphere exactly of the shape of the earth. On this sphere are marked borders of all countries, cities, all latitudes, and longitudes by black coloured lines. The shapes of all countries and positions of all cities are perfect because we have made them on a shape exactly similar to the earth. We have kept this glass sphere vertically with the North pole upwards (not tilted through 23^0 like the earth). We have installed a bulb at exactly the centre of this model but at the moment it is not switched 'on'.

There is a spot denoting Mumbai and one denoting New York. You are an ant and you have been kept on the Mumbai dot. Your speciality is that you can walk only straight ahead or backwards. You cannot turn at all! A grain of sugar has been kept on the New York dot. Your nose tells you the approximate direction, but since it is beyond the horizon, you cannot see the sugar. You made a guess and started walking. (Only straight, remember!) When you reached, you found that New York was a hundred miles to your right. You walked backwards all the way to Mumbai. Made a correction of approximately three degrees (say) and walked again all the way to New York.

Damn! You found that you had overcorrected! New York was now only a few miles to your left. You came back to Mumbai, made a slight correction to the left and walked to NY again. And you reached perfectly! This is the shortest route between Mumbai and New York! After polishing off the sugar you felt invigorated.

The real job starts now. Now blue colour was applied to your shoes. Walking backwards, making a blue line as you walked, you returned to Mumbai. As we know already, this blue line is the shortest distance between the two cities. Now you became a human again.

You now have the glass sphere with all original black markings plus a blue line. The next step is to make a flat map out of this.

For that you took a photographic film. The width of this film is equal to the length of the equator. Height is infinite. You rolled it into a cylinder and wound it around the sphere, half to the North of the equator and half to the south. You switched on the bulb only for an instant. The film got exposed. After developing it and laying it out on a table you got a map made by 'Mercator Projection'. This is the map we normally use. Just as shadows lengthen in the evening, countries away from the equator look bigger in proportion to their distance from the equator. On this map you now also have a curved blue line joining Mumbai to New York. This is the curved but actually shortest – Great Circle Route!

You must have noticed that neither of the poles will be seen on the map made by this method. You are right. For that the cylinder needs to be kept at an angle instead of vertical. Complications increase exponentially. The professionals will sort them out. Fortunately for us, making maps is not our bread and butter.

If you find this explanation too complex, let me try to explain it in another way.

Now you are not an ant but you still have the same restriction as before. Once you start walking, you *cannot* turn. We all know (and it is true) that walking straight to the destination is the shortest route. All we want to find out is, why does it *look* curved on a map!

Say you want to walk from your door to a flag post within your sight. All that you will do is to point your nose precisely towards the flag post and start walking and of course you will reach correctly. But what happens when the flag post is beyond the horizon? Say at Jalgaon. How will you decide the direction in which you will start to walk?

In the previous method you decided for yourself the approximate direction and had to reach your destination by trial and error. That is why you had to walk thrice to finally reach the target.

In the second method you have the advantage that you will be *told* the correct direction. Let us now understand the meaning of the term 'direction' for all travel beyond the horizon.

Direction is determined and measured by a 'compass'. Let us understand the basics of a compass. A compass dial has four main directions, North, East, South and West etched on it, in addition it has 360 degree divisions too. North is marked as zero (which is the same as

360 degrees). East is ninety, South is one hundred and eighty, west is two hundred and seventy. The line marked zero will always point towards the north pole, irrespective of how you rotate the body of the compass. Let us assume that the flag pole is in exactly North-East direction relative to you. Means 45 degrees. (This is known as a 'bearing'. The flagpole is at a bearing of 45 degrees relative to you.) What does this number '45' mean? It means there is an angle of 45 degrees between the line joining you to the flagpole and the line joining you to the North pole (also known as a longitude).

You are holding the compass to your chest and observing it. You know that the line marked 'North' will always keep pointing towards the North pole, irrespective of what you do. Now you keep turning around until your nose aligns exactly with the line depicting 45 degrees. Now you start walking absolutely straight.

You might feel that as long as you keep walking straight, the line depicting 45 degrees will remain aligned with your nose. Right? Absolutely wrong! Let us see why.

Longitudes are 360 lines starting from the North pole, diverging slowly, intersecting the equator at right angles, and converging at the South pole. This means they are not parallel. Each longitude makes an angle of one degree with its neighbour.

Let's say you started walking from Mumbai towards Jalgaon. The longitude passing through Mumbai is 73 degrees. Now you concentrate on walking straight and must not look down at the compass. In course of time, you come close to Nasik. The longitude passing through Nasik is 74 degrees. Now you look down at the compass and find that your nose now aligns with 46 degrees line! This happened because although your line of movement remained unchanged, the line joining you to the North pole has shifted through one degree. As you proceed further up to Malegaon, you will have 47 under your nose and by the time you reach the flagpole at Jalgaon the figure will be 48.

You have achieved your stated aim of reaching the flagpole. Now let us draw your path on a conventional map. This will be a straight line from Mumbai to Nasik at 45 degrees, then turn slightly to the right at 46 degrees from Nasik to Malegaon and more to the right at 47 degrees upto Jalgaon. If you continue to walk, fly, swim up to San Francisco, you will find that this line will have turned through fifty degrees in all!

In short, you have not turned but the frame of reference that measured your progress changed.

A non-technical but easy to understand explanation would be - a simple, gentle, studious, loving girl gets married. As far as the in-laws are concerned, she can't do anything right! Has the girl suddenly changed for the worse? Nope. The frame of reference has! Clear now?

"*Now* it is clear. You should have given this explanation first! Wasting our time with 'Mercator Projections, flag-staff, compass' and all!"

"Sorry boss! I shall remember this for the future."

✶✶✶

Armchair Tourism

"Armchair Tourism". Are you nuts?

The question "Are you nuts?" has a long history. Through time, anybody who has come up with an original idea has been greeted by this phrase, at least to start with.

Within a short span of six years from the time Wright brothers flew for the first time, a very basic mechanical flight simulator was constructed. At that time flying was inherently dangerous, and only wild and adventurous souls were willing to take it up. They had absolutely no interest in such a safe, mundane and earth-bound activity. The simulator was derided.

A few years and more than a few accidents later, it dawned on pilots that practising on the ground before attempting manoeuvres in the air was not such a bad idea after all! These rudimentary simulators gradually started finding acceptance.

In the last century, the exponential growth in the knowledge base of electronics and cyber-skills has far outrun that of mechanics and has pretty much reached superhuman proportions. As a result, it is now possible, with the help of simulators, to create various scenarios and train pilots in how to face them in complete safety, that too at a fraction of the cost of actual flying.

One engine has failed, visibility is low and to make matters worse, smoke is filling up the cockpit. Aborting the landing is not a choice.

How can we train our pilots to face such life-or-death situations? Today pilots can get such training every year simply because of our wonderful simulators. Not just pilots. Astronauts, F1 drivers, nuclear plant operators and other innumerable technocrats are today trained on simulators.

To cut a long story short, the phrase "Are you nuts?" has pretty much been thrown out of the window.

We were supposed to talk about tourism. How did we get side-tracked to simulators?

Ten percent of tourists strap on a backpack and explore jungles and deserts, mountains, and valleys, eat local food, stay in dormitories, tents or at railway stations. They can even make friends with the sun and the wind. They truly enjoy far off countries, nature, and life in general while roaming, free as birds, biting shoes and all! 'Armchair Tourism' does not apply to them. They often have unique experiences and if these souls decided to pen their experiences, they would make very interesting reading. But they don't. It just isn't in their genes.

Another ten percent cover one or at the most two locales in one visit. They study the area, stay with the locals, use local transport, carry a ready reckoner of the local language, and interact successfully as much as possible with locals. They keep a good record of each day, location, and incident. They may not punish their bodies as much as the first ten percent but nevertheless, they do take great pains. They write riveting and useful accounts of their travels and we enjoy reading those. "Armchair Tourism" does not apply to them either.

That leaves eighty percent of tourists. I belong to this hefty majority. First of all, we make sure that the time is suitable for all members of the family, and arrange for the fastest and most comfortable means of transport that one can afford, to get to the locale. Before leaving, having collected a moderate amount of information from the internet, we add to it from locally available booklets, boards, and guides. We make sure to visit each and every tourist attraction and take plenty of photographs. Interaction with locals is limited to taxi drivers, hotel employees, guides etc. We take part in and enjoy all adventure activities- like scuba diving, hang gliding, extreme games etc, and return home fully refreshed, having replenished our energy bank, ready to resume a humdrum life. It usually takes about a month for whatever information we have collected during the trip to drip out of the brain, drop by drop into the recycle bin.

So, what has a simulator got to do with tourism? I'll tell you.

A simulator is a room of magic and wonder where all kinds of useful and realistic scenarios can be created. Those who create these illusions are experts in those particular fields. Technology has succeeded in raising this virtual reality to such insane levels that it outstrips the real deal. No technical training is now considered complete without simulator training.

In the same way, we *all* own a window of the same magic and wonder. Through this window we can see and enjoy any place in the world. And not by our eyes alone. Our eyes are rather weak. We look through the eyes of experts, sitting in their lap, so to say, as long as we want, as many times as we want. This window is the humble television.

Channels like 'Travel & Living', 'National Geographic', 'Discovery' and 'History' fly us to exotic locations on a magic carpet. Their teams spend months at that location. Whether it is the most expensive suite in a seven-star hotel, a wonder of the modern or ancient world, the construction of a super tanker, or the social fabric of a lion pride in Africa, their cameras have access to places we commoners cannot even dream of getting into. They have detailed information about those projects that are not easily accessible to the common man. With succulent commentary and wonderful editing, the results are ours to enjoy. Our own shallow tourism cannot hold a candle to the multifaceted coverage that high quality television provides.

Having spent my life at sea, it would be fair to say that I have roamed the world a bit.

When in Houston, I visited NASA.

But questions like why NASA had to develop new technology for

    We are the Quarry, Fate is the Hunter

everything from a pen to the space shuttle, why technical challenges for the International Space Station are far different from those faced during the lunar project although both involve space, could anything have been done if we had known in advance that Kalpana Chawla's space shuttle was damaged at take-off, were answered by television, that too complete with facts, figures and animation. Not during my visits to NASA.

I visited the *Leaning Tower of Pisa* and, like other tourists, clicked photographs showing me supporting a toppling tower.

But knowledge as to why it leaned in the first place, what was done when the foundation sank during construction, why it leaned even more when attempts were made to straighten it, how, once technology was available, it was straightened fifteen years ago, but purposely only slightly, so as to retain its tourism potential, how can we say with certainty that it is safe for the next two hundred years, was provided to me by television. And that documentary was far more interesting than the tower I visited and the photographs I took.

When in East Africa, I saw lionesses dozing in the shade of our vehicle. I enjoyed the romp of their adorable cubs.

But raw nature - the outwardly cruel but natural and simplistic drama of a lioness's gritty chase of a zebra, the zebra's flight of terror, the powerful lioness's athletic lunge, the zebra's perfectly timed kick shattering the lioness's jaw, the zebra's death at the canines of the other lionesses, and the slow, lingering death of the injured lioness two weeks later due to starvation - was mine to witness only because of television. That too in high definition and super slow motion.

Year after year, I have been a tourist. And, I shall continue to be. But, I know for sure that my excursions are only good enough to rejuvenate me.

Serious tourism? That I undertake every day. In front of my television. In my armchair.

✱✱✱

Delights of the 'Red Fairy'!

Who in Maharashtra doesn't know the ubiquitous, red-coloured State Transport buses? Rickety, noisy, and often dusty. But a lifeline nevertheless (and truly a 'fairy') for the most remote village.

I studied in a wonderful boarding school named Sanjeewan Vidyalaya in the hill station Panchgani. I was undergoing dental treatment in Mumbai to bring a semblance of order to my teeth growing at odd angles. Consequently, I had to return to Mumbai every two months or so. The only means of transport available were the State Transport buses (known then as the 'Red Fairies'). Mumbai to Panchgani via Mahad used to take close to seven torturous hours.

Roads were narrow and bumpy. Rattling along these roads used to make the buses wobbly. The moment the engine was gunned to life, each part of the vehicle used to vibrate at its own frequency. Today the top of the back rest of seat is covered by a cushion. There were no such frills in those days. There used to be a long metal bar. A school kid simply cannot avoid falling asleep while travelling. Repeated knocking against the bar (like a woodpecker pecking backwards), used to make the back of the head sore. Friends at school knew this, and used to tap exactly there! Oh! The pain! The pain!!

Crowded and constantly shuddering buses, stifling heat, fumes of lubricants and diesel from the hot engine and winding, bumpy roads. This cocktail was a recipe for motion sickness. If the sufferer could not

     We are the Quarry, Fate is the Hunter

reach a window in time, he would throw up inside the bus. The strong odour would push another borderline case over the edge, and he too would join in. At the next stop an employee of the ST would flush it clean, and the passage would continue.

All this would give the impression that travelling by ST buses was a nightmare. But that is not true. Mao Tse Tung has written, "When does poverty look frightening? Only when there is abundance to compare with it. When everyone poor, then no one is poor." Since all had accepted that summer trips by a bus cannot be any different, nobody seemed to mind!

It was on one of my trips that it happened. I must have been in seventh standard. Mine was the aisle seat out of three. Next to me was a couple on their honeymoon. The wife was next to me and the husband in the window seat. He was leaning back in his seat, fast asleep, mouth wide open. The wife was uneasy. Rubbing her face repeatedly, looking out, then down, then up again out, taking deep breaths, swallowing repeatedly - all classical symptoms of motion sickness. It was now only a matter of time before the alimentary volcano would break through!

And it did! She hurriedly removed a face towel from her bag, and in one retch filled it with what must have been last night's dinner. To prevent it from spilling out of the towel she brought all the four ends together, the way you tie up milk solids to make paneer. I jumped up, and stood at a safe distance. With her elbow she prodded her husband awake. "Wake up, wake up, I threw up!"

By the time the husband woke from his deep sleep and found his bearings, the towel had started oozing through! He panicked, yanked it out of her hands and in one swift motion, threw it out of the bus!

Even as the poor lady was protesting "Our towel, our towel!" It was gone!

Hardly had it left his hand, there were shouts and yells from outside, and in a few seconds the bus halted with a screech! To the husband's bad luck, at precisely the same moment four burly creatures on two 'Rajdoot' motorcycles happened to be overtaking our bus. One of the pairs had been the beneficiaries of the towel and its contents. They had halted their bikes right in the way of the bus.

Two of them tried to enter the bus from the passenger door at the back. Many of their rustic abuses were new to me. The conductor was trying to placate them as best as he could but wasn't letting them in.

Meanwhile the other two managed to open the driver's door and attempted to get in. This drew everyone's attention including the conductor's. Taking advantage of this distraction, the two at the back managed to open the passenger door and got in. They seemed to know who had thrown the towel. They came straight to our seat, pulled me off roughly and started landing blows on the hapless husband!

Other passengers, including the conductor, intervened and peace was restored. But before that the poor husband had been the recipient of a few full-blooded blows. Slowly, the flood of curses ebbed. The four of them left and we resumed our journey as before.

When I say 'as before', I mean just that. Barely ten minutes had passed when I heard the poor wife's meek entreaty. "I am going to throw up again. And you threw away our towel too!"

"Throw up on me then!" He growled.

You gotta love this guy!

★★★

   We are the Quarry, Fate is the Hunter

There are Clients, and Then There are Clients!

Author – Shubhada Godbole

When my daughter Punav started attending school full time, I decided to build myself a career rather than being a full-time housewife. I had a B.Sc. Degree in Physics which is fine as far as general education is concerned but does not equip one with any specific skill-sets. It had been twelve years since I had passed out of college. I went back to college as a student, and in two years obtained a Diploma in Computer Applications. My classmates used to call me Aunty! And justifiably so! Armed with this new knowledge, I launched a business of Printing and Desktop Publishing.

Trying to run a business taught me things that no college education could have. After tripping and stumbling, learning more from my clients and vendors than all the books I had read, my business stabilized. Every enterprise has an effective radius of influence. Clients based outside that radius rarely become regular clients, mainly due to the distance involved. For a grocer it could be a kilometre, for a good restaurant it could be far larger. For those undertaking general printing, this radius is three or four kilometres. No more.

I received an enquiry from a company manufacturing chemicals with their office situated at Magarpatta, almost seventeen kilometres away. Experience had taught me that our horoscopes were unlikely to match. I sent them my product brochure but did not follow it up with any enthusiasm. But the company persisted. I used to deal with companies as well as private individual clients. With some companies it was a case of 'If you grab, it takes a bite, if you don't, it takes flight!' Companies used to furnish large orders but expected steep discounts. Irrespective of what was mentioned in my 'terms of payment', actually securing payments sometimes turned out to be a none too pleasant chore. On top of it, this particular company was based in Turkey!

They accepted my prices and terms of payment without any negotiations! It immediately set off an alarm bell in my head! By now I was very much conversant with the true meaning of the statement 'Payment will never be a problem!' The way I saw it, this company was either much too fastidious about their jobs or that they were poor paymasters and printers located near their office were unwilling to work for them. I was as reluctant to accept their order as to ignore it. If I insisted on full payment in advance, they would refuse and that would resolve my dilemma! So, I did. To my surprise, they agreed!

Now I had absolutely no excuse *not* to go ahead.

It reminded me of the day when our ship was in Shanghai. A shopkeeper was trying to sell me an expensive wristwatch. To find a way out without buying, I offered to pay a ridiculously low price! He agreed! I had to buy! Needless to say, it didn't last very long.

I executed that particular order. A few days later I received another! Again, I asked for advance payment. Again, they paid! This repeated over and over. With every order I was getting more and more uneasy!

I have always believed that '*If something looks too good to be true, it usually is.*' It may not have been smart PR on my part, but I mustered the courage to ask their procurement manager the reason for their magnanimity. His reply surprised me. The owner of the company was one Mr. Yildiglu from Turkey. Apparently, he had left clear instructions that all printing was to be contracted out to me. *No compromise* in quality but *no haggling* in price!

Yildiglu! Yildiglu? Who is he? What has *he* got to do with *me*? Why is he being so benevolent? Being a woman, should I be worried?

Me and my husband Prasad drummed up an excuse to visit their office and interacted with as many individuals as was practicable. We couldn't find anything amiss. We decided that we were being paranoid. If due to some misunderstanding on the part of Mr. Yildiglu we got good business, what is wrong? Why look a gift horse in the mouth? Not overcharging them would keep our conscience clear.

From 1998 to 2008 all went well. Suddenly, the orders ceased! When we enquired, we came to know that the company was closing shop. It was now necessary to get to the bottom of this issue. Unsolved mysteries can be annoying.

We procured Mr. Yildiglu's email address and asked him the reason for his generosity. His answer clarified the matter but surprised us no end.

It had happened many years ago, when I was still finding my feet in business. At that time, *I* was the cleaning lady, the managing director, and everything in between! Prasad had just returned from his ship and both of us were sitting in my office, waiting for customers. During that initial period, we spent a lot of time in this kind of inactivity!

A gentleman walked in. Typical Middle-Eastern features. He had four papers in his hand. He wanted them to be retyped in a different and larger font. The papers looked like printouts from a computer. The age of PCs had not yet fully arrived. I suggested that if he could give us the original file his job would be done far cheaper than retyping. Coming from me, the suggestion surprised him. While we were talking, Prasad went through the papers and found quite a few grammatical errors. We offered to make all necessary corrections at no extra cost. He was thrilled.

We finished in ten minutes. While we were working, he commended us. Twice. In response, Prasad spouted a quote, '*It is disheartening that we are shocked by honesty but not by deceit.*'

We had long forgotten this incident. Mr. Yildiglu hadn't.

Mr. Yildiglu might have taken his decision in a moment of emotion, but he had abided by it for ten full years! Prasad commended him. Twice.

I tweaked his quote and lobbed it back at him. "It is disheartening to see *you* shocked by *his* honesty!"

A Superman in Flesh and Blood

Author – Shubhada Godbole

Recently my father-in-law, Mr. Gajanan Godbole (we call him *Appa*) celebrated his hundredth birthday. It is said, that commending or applauding your very own in public is impolite. Be it as it may, he is so full of positivity that he is a worthy role model not only for the elderly, but equally for the youth. *Not* writing about him would be a crime.

While describing him, I will completely ignore various dates and other incidents in his life, and concentrate solely on *why* we feel he is Superman.

The pandemic being in full cry, we celebrated his hundredth birthday online with more than two hundred friends and relatives. You would think that 'online' would be Greek and Latin to him. Nope! He had plenty to contribute to the planning and execution, thanks to his ever-curious nature! During this celebration, he addressed the meeting for forty minutes at a stretch! *Without referring to a single note, and without repeating himself!*

He stays *alone*! There are *no* shortcuts like ordering food from outside. A maid cooks and cleans the house. But it is not a case of leaving the cooking to her and eating whatever she cooks. He instructs her on how each preparation is to be perfected. This might sound as if he is hard to please. Not at all. He has perfected the art of maintaining consistent quality without it becoming an obsession!

The lady comes to work a little before lunchtime. Naturally lunch is piping hot straight from the stove to the table. As with most elders, he doesn't have dinner. So, what about breakfast? It would do to have it cooked by her and simply reheat for breakfast. No. His enthusiasm and concept of quality are such that he cooks breakfast himself! No short cuts like corn flakes, or bread and milk. Proper poha, khichadi or upma and what have you! And that too so tasty that one would be misled into thinking that he has always loved cooking. Whenever my daughter is around, her daily breakfast is with her grandfather!

He knows which shop sells the best home-made papads and pickles. Who is doing what in politics and why. I often form my own opinions based on his discourse.

How did Appa become such an expert in domestic matters? He wasn't always like that. It hadn't been necessary because my mother-in-law (we used to call her 'Aai') was extraordinarily skilled and efficient. Unfortunately, from the year 2000 her health started deteriorating and Appa started to take interest in domestic management and soon mastered it. The period of her illness must have been agonizing for both of them. I use the phrase 'must have been' because neither of them let their pain wipe the smiles from their faces. Visiting them was always a pleasant experience. *It still is.*

My mother-in-law passed away in 2009. Their marital bliss had lasted for more than *sixty years!* During this period, they passed through many ups and downs. Some of them, quite serious. But *not even once* has anyone heard a raised voice. Every decision used to involve all family members. This meant that arguments were inevitable. Still never a raised voice. Not just with each other, he deals with everyone else with respect.

He faced his loneliness after Aai's passing with grace, and we stand guilty of not appreciating what he achieved. When someone seems to accomplish something effortlessly, we fail to appreciate the extraordinary efforts, determination and privately shed tears that are the foundation of the 'effortlessness'!

He has authored many articles. About this particularly challenging period of loneliness, he wrote such a beautiful piece named 'Who Says I Am Alone?', that he received numerous phone calls of appreciation. The truly rewarding ones were those that he received from some senior citizens who themselves had passed through this very trial. They mentioned, "When I found myself in this situation, I had lost my balance. Your article has shown me the way!"

There is a mega consumer organisation by the name 'Mumbai Grahak Panchayat'. Both Aai and Appa are founder-members. From its inception and thereafter for many years, the office of the organisation was situated in their small house in Mumbai. During their association with the organisation, they both worked with and developed lifelong friendships with many dedicated, prominent, and capable people like the renowned singer and composer, Mr. Sudhir Phadke. Appa was felicitated by the then chief minister of Maharashtra, Mr. Devendra Phadnavis. It has been seventeen years since he left Mumbai, but even now, the organisation invites him for functions and he makes it a point to attend.

At the age on ninety-two he toured Europe. Those who have travelled through Europe are aware that to see the numerous tourist attractions, one needs to walk a fair bit. No problem! He didn't miss out on a single destination. Not only that, on his return he penned a book entitled 'London to Rome'! In that he wrote not only about the smooth European roads where one never gets to hear a single horn, but more importantly, about why, in spite of the fact that India's gaining independence, and the end of the Second World War occurred at almost the same time, why is there such a variance in the progress achieved thereafter.

Whether it was Shankaracharya temple with two hundred and fifty steps at Srinagar, or the fort at Gwalior, he reached the summits with his own legs! Without trying to prove anything, without competing

     We are the Quarry, Fate is the Hunter

with anybody, at his own gentle pace, right to the top! Tremendous self-confidence, but not overly so. One fine day he decided, it would be better to use a walking stick. He now carries one, although he hardly uses it.

Not only children, grand-children, and great-grandchildren, he takes interest in all acquaintances' trivia and remembers everything. Any acquaintance visiting Pune makes it a point to visit him. He is the perfect host, whether the visitor is his childhood friend, or the Greek wife of his nephew from the US.

A few years ago, he underwent angioplasty. After the procedure the doctor told him, "You have now become twenty years *younger*!" He must have misheard the doctor as having said "You have now become twenty years *young*!" Because that is what he actually became!

Once I asked him, "Appa, it is true that you do not have any vices. But you do not take any exercise, you do not follow any discipline regarding your daily routine, you do not follow any diet regimen. Still, how come you are Superman?"

"I don't know Superman or whoever. What I *do* know is that I do not remember *any* unpleasant incident or experience. I only retain *good* memories." He replied.

Volumes have been written about philosophy of life, positive thinking, and what have you. Can there be a clearer, shorter, and more succinct summary than this?

He spoke casually. But it got me thinking. We strive for a healthy body. But the reins of the body are with the mind. We cannot control the mind. Appa can.

Now I know. He is not just Superman. He is an ascetic. A twenty-year-old ascetic!

N.B.

Appa passed away peacefully at the age of one hundred and one in his own home, *without* having to be taken to hospital! He passed away just as he had lived. At peace with himself, at peace with the world!

During these years, there was absolutely no deterioration in his faculties. In fact, he had mentioned to his grandson (who, being a doctor, naturally was his personal physician), that he was worried about the health of his children! That remark led to much leg pulling!

It is a pity that people like him have to leave eventually. As always, *Yeh Dil Mange More!*

***

About the authors

After becoming a Marine engineer in 1977, Prasad Godbole sailed for thirty six years on various types of ships. After retiring from active sailing, in order to pass on the knowledge and experience gained at sea to the next generation, he has taken up a position of professor in a Marine engineering College - Samundra Institute of Maritime Studies.

Mrs. Shubhada Godbole and daughter Punav sailed for many exciting years with her husband Prasad. After deciding to stop sailing, she went back to college as a student - to learn about computers – a full twelve years after she had passed out of college as a science graduate. Thus armed, she started and ran a successful printing outfit for twenty two years before closing shop to take care of other responsibilities. She has founded and is running a ladies' literary group for the past thirty two years.